"யெகோவா ராஹ்"
எந்தன் நல்ல மேய்ப்பர்

இருபத்தி மூன்றாம் சங்கீதத்தின்
வெளிப்பாடுகள்

டாக்டர். ஷில்பா ஜெர்மைன் ஆல்ஃபிரெட்

Copyright © Dr. Shilpa Germaine Alfred 2025
All Rights Reserved.

ISBN
Hardcase 979-8-89929-340-5
Paperback 979-8-89744-683-4

This book has been published with all efforts taken to make the material error-free after the consent of the author. However, the author and the publisher do not assume and hereby disclaim any liability to any party for any loss, damage, or disruption caused by errors or omissions, whether such errors or omissions result from negligence, accident, or any other cause.

While every effort has been made to avoid any mistake or omission, this publication is being sold on the condition and understanding that neither the author nor the publishers or printers would be liable in any manner to any person by reason of any mistake or omission in this publication or for any action taken or omitted to be taken or advice rendered or accepted on the basis of this work. For any defect in printing or binding the publishers will be liable only to replace the defective copy by another copy of this work then available.

நம்முடைய கர்த்தராகிய இயேசுகிறிஸ்துவின் தேவனும், மகிமையின் பிதாவுமானவர், தம்மை நீங்கள் அறிந்துகொள்வதற்கான ஞானத்தையும், தெளிவையும் அளிக்கிற ஆவியை உங்களுக்குத் தந்தருளவேண்டுமென்றும், தாம் நம்மை அழைத்ததினாலே நமக்கு உண்டாயிருக்கிற நம்பிக்கை இன்னதென்றும், பரிசுத்தவான்களிடத்தில் தமக்கு உண்டாயிருக்கிற சுதந்தரத்தினுடைய மகிமையின் ஐசுவரியம் இன்னதென்றும், தாம் கிறிஸ்துவை மரித்தோரிலிருந்து எழுப்பி, அவரிடத்தில் நடப்பித்த தமது பலத்த சத்துவத்தின் வல்லமைப்படியே விசுவாசிக்கிறவர்களாகிய நம்மிடத்திலே காண்பிக்கும் தம்முடைய வல்லமையின் மகா மேன்மையான மகத்துவம் இன்னதென்றும், நீங்கள் அறியும்படிக்கு, அவர் உங்களுக்குப் பிரகாசமுள்ள மனக்கண்களைக் கொடுக்கவேண்டுமென்றும் வேண்டிக்கொள்ளுகிறேன். எல்லாத் துரைத்தனத்துக்கும், அதிகாரத்துக்கும், வல்லமைக்கும், கர்த்தத்துவத்துக்கும், இம்மையில் மாத்திரமல்ல மறுமையிலும் பேர்பெற்றிருக்கும் எல்லா நாமத்துக்கும் மேலாய் அவர் நாமம் மாத்திரம் உயர்ந்திருப்பதாக! (எபே 1:17-21)

கர்த்தராகிய இயேசு கிறிஸ்துவின் நாமத்தினாலே,

ஆமென்!

வேதாகம மேற்கோள்கள் அனைத்தும் **புதிய கிங் ஜேம்ஸ்** பதிப்பிலிருந்து மேற்கோள் காட்டப்பட்டுள்ளன.

<u>**ஆங்கில புத்தகத்தின் அசல் தலைப்பு:**</u>
"The Essence of Psalms", Part 1.
ISBN: 979-8-89186-521-1 (Paperback)
© Dr. Shilpa Germaine Alfred 2023

<u>**தொடர்புடைய வெளியீடு:**</u>
இணையில்லா அன்பு, "நமது கதறல் அவருடைய கதறலானதே!"
ISBN: 979-8-89777-600-9 (Paperback)
© Dr. Shilpa Germaine Alfred 2025

<u>**Translated by/தமிழாக்கம்:**</u>
Ebenezer Elizabeth/எபனேசர் எலிசபெத் (eben.kalpana@gmail.com)

<u>**Review and editing by/மதிப்பாய்வு மற்றும் திருத்தம்:**</u>
Mr. A. Irudaya Raj/திரு. ஏ. இருதய ராஜ்
(Dr. Shilpa's father/டாக்டர். ஷில்பா அவர்களின் தகப்பனார்)

<u>**Cover page art/அட்டைப் பக்க ஓவியம்:**</u>
Ms. Iris Roopa/செல்வி. ஐரிஸ் ரூபா (irisroopaa@gmail.com)

<u>**ஆசிரியர் தொடர்புத் தகவல்:**</u>
டாக்டர். ஷில்பா ஜெர்மைன் ஆல்ஃபிரெட், எம்.பி.பி.எஸ், டி.என்.பி (நோயியல்).
தொலைபேசி: +91-8754431798
மின்னஞ்சல்: shilpa.alfred@yahoo.com

உள்ளடக்கம்

முன்னுரை

கர்த்தர் நல்லவர்; அவர் கிருபை என்றுமுள்ளது. திரியேக தேவனுக்கும், இந்த ஆய்வு புத்தகத்தை தமிழாக்கம் செய்வதற்கான வாய்ப்பளித்தமைக்காக டாக்டர் ஷில்பா அவர்களுக்கும் என் உள்ளார்ந்த நன்றிகள்.

மேற்சொன்னபடி இது வெறும் புத்தகம் அல்ல; இது முற்றிலும் ஒரு ஆய்வு என்று தான் குறிப்பிட வேண்டும். இந்த புத்தகத்தை மொழிபெயர்ப்பு செய்ததால் இதனுடைய முதல் வாசகி என்கிற முறையில், இந்த புத்தகத்தை ஏன் உங்கள் மனதின் அலமாரிக்கு எடுத்துச் செல்வது அவசியம் என்பதை என் அனுபவத்தின் வாயிலாக இங்குக் குறிப்பிட ஆசைப்படுகிறேன்.

இந்த புத்தகத்தை மொழிபெயர்க்கையில் தேவன் என்னை ஆவியில் எடுத்துச் சென்ற இடங்களையும், அவர் வழிநடத்திய விதத்தையும் நான் திரும்பிப் பார்க்கையில், அப்படி என்ன பரிசுத்த ஆவியானவருக்கு இந்த குறிப்பிட்ட புத்தகத்தின் மீது இத்தனை பற்று என்று தான் கேட்கத் தோன்றியது எனக்கு. ஆவியானவரிடம் அடிக்கடி கேட்டும் இருக்கிறேன் கீழ்க்கண்ட இந்த தருணங்களில்.

ஒருமுறை மாம்சம் என்பதற்குப் பதிலாக மாமிசம் என்று மொழிபெயர்த்து விட்டேன். அன்றைக்கு ஆவியானவர் என்னை அவர் வகுப்பறையில் உட்கார வைத்து, மாமிசம் என்பது உயிரற்றதையும், மாம்சம் என்பது இரத்தத்தில் இன்னும் உயிர் இருக்கிறது என்கிற வேறுபாட்டையும் போதித்து என் பிழையை மாற்றச் செய்தார். அன்றைக்கே புரிந்து கொண்டேன், தேவன் ஏன் இந்த புத்தகத்தைக் குறித்து இவ்வளவு கரிசனையுள்ளவராக இருக்கிறார் என்று. இன்னொரு முறை, 'தாவீது தெரிந்திருந்தான்' என்பதாக நான் மொழிபெயர்ப்பு செய்த அன்றும் ஆவியானவரின் வகுப்பறைக்குச் சென்றேன், அங்கு அவர் என்னிடம், "எபன் 'தெரிந்திருந்தான்' என்பது செய்தி வாயிலாக அறிவது ஆனால் 'அறிந்திருந்தான்' என்பது தாவீது என்னுடன் கொண்டிருந்த உறவால் நான் யார் என்பதைப் பற்றித் தெரிந்திருந்த வெளிப்பாடு எனேவ

நீ உடனே போய் அந்த குறிப்பிட்ட இடத்தில் தெரிந்திருந்தான் என்பதற்குப் பதிலாக அறிந்திருந்தான் என்று மாற்றம் செய்" என்றார். அன்றைக்கு அறிந்து கொண்டேன் நிச்சயமாகவே தேவன் இந்த புத்தகம் ஜனங்களுக்குத் தேவை என்ற விருப்பம் கொண்டிருக்கிறார் என்று.

சகரியா தீர்க்க தரிசனம் உரைக்கையில் கல்லுகள் சாட்சியாக நின்றன என்ற பகுதியை நான் மொழிபெயர்ப்பு செய்த நாளிலிருந்து என் வாழ்க்கையிலும் தேவன் சாட்சிகளை ஏற்படுத்துவதை என் கண்களால் நான் காணும்படி நேர்ந்தது. சில சமயங்களில் தேவன் என்னுடன் சில வார்த்தைகளைப் பேசியதும் என் தலைக்கு மேலாகப் புறா பறந்து செல்லும், அல்லது ஏழு புறாக்கள் என்னைச் சுற்றி வட்டமிடும். ஒரு நாள் காலை தேவன் என் உள்ளத்தில் "அவன் கிளைகள் ஓங்கிப் படரும்" என்று கூறிய அன்று என் மாடித் தோட்டத்தில் உள்ள அத்தனை செடிகளும் புதியதாகக் கிளைகள் விட்டிருந்ததை நான் காண நேர்ந்தது. அதே போன்று "நானோ அவைகளுக்கு ஜீவன் உண்டாயிருக்கவும் அது பரிபூரணப்படவும் வந்தேன்" என்று கூறிய அன்று என் திராட்சை செடி கிளைவிட்டு இரண்டு கொம்புகளில் பூக்கள் வந்து தேவனுடைய வார்த்தைக்குச் சாட்சியாக நிற்பதைப் பார்த்து வியந்தேன்!

உண்மையில் தேவனுடைய வார்த்தைக்குச் சாட்சிகளாகக் கற்களும், யோசேப்பிற்கு கதிர்களும் நின்றது என்ற வெளிச்சம் என் வாழ்வில் கிடைக்கப்பெற்ற பிறகே என் வாழ்க்கையிலும் இது போன்ற சாட்சிகளைக் காண முடிந்தது. இத்தகைய பெரிய வெளிப்பாட்டைத் தேவன் டாக்டர் ஷில்பாவிற்கு கொடுத்ததற்காக நான் நன்றி செலுத்துகிறேன்.

இந்த புத்தகம் உண்மையில் என்னை ஆவியிலே வாழும்படி செய்தது என்பதும், சிருஷ்டிப்பில் வெளிப்படும் தேவனுடைய ஞானத்தையும், குமாரனாகிய இயேசு கிறிஸ்து சிலுவையில் செய்து முடித்த செயல்களையும், என் வாழ்வில் பரிசுத்த ஆவியானவரின் பங்கு என்ன என்பதையும் திரையிட்டுக் காண்பித்தது. அது மட்டுமின்றி, அவருடைய இளைப்பாறுதலில் பிரவேசித்தவன், தேவன் தம்முடைய கிரியைகளை முடித்து ஓய்ந்ததுபோல, தானும் தன் கிரியைகளை முடித்து ஓய்ந்திருப்பான் என்ற இளைப்பாறுதலின் செய்தி அந்த இளைப்பாறுதலின் ஐஸ்வரியாதையும் நான் அனுபவிக்கும்படி செய்தது என்றால் அது ஒருபோதும் மிகையாகாது.

இந்த புத்தகத்தை நான் ஏன் வாசிக்க வேண்டும் என்று நீங்கள் என்னைக் கேட்டால், என் பதில் இது தான். இந்த புத்தகத்தின் கடைசி அட்டை பக்கத்தை மூடுகையில் நிச்சயம் நீங்கள் "அமர்ந்த தண்ணீர்களண்டையில்" இளைப்பாறிக் கொண்டிருப்பீர்கள்!

"யெகோவா ராஹ்' உங்கள் தாகத்தை நிச்சயம் தீர்க்கும்!
நீங்கள் நிச்சயம் திருப்தியடைவீர்கள்!

நன்றி
அன்புடன்
எபனேசர் எலிசபெத்
பிப்ரவரி 2025

முகவுரை

சங்கீத புத்தகம் ஒரு பெருங்கடல் போன்றது. இந்தப் புத்தகத்தைக் கவனமாக, தொடர்ச்சியாக, ஒன்றோடொன்று தொடர்புபடுத்தி ஆராய்ந்தால், நம் சர்வவல்லமையுள்ள தேவனின் மகத்தான பண்புகளையும், அவருடைய பிள்ளைகளின் மகிமையான சுதந்திரத்தையும், எதிராளியானவனின் உண்மையான நிலையையும் கண்டறியலாம். பெரும்பாலான சங்கீதங்கள் இஸ்ரவேலின் புகழ்பெற்ற அரசனான தாவீது மன்னனால் எழுதப்பட்டது. ஆனாலும் இதில் மோசே, கோகாத்திய ஆசாரியர்கள் மற்றும் சாலொமோன் ராஜா எழுதிய சங்கீதங்களும் இடம் பெற்றிருக்கின்றன.

தாவீது "தேவனுடைய இருதயத்திற்கு ஏற்ற மனுஷன்" என்று அழைக்கப்பட்டான். இது எப்போது அறிவிக்கப்பட்டது தெரியுமா? இது தாவீது பிறப்பதற்கு நீண்ட காலத்திற்கு முன்பே, சவுலுடைய ஆளுகையின் இரண்டாம் ஆண்டில், சாமுவேல் தீர்க்கதரிசியால் சவுல் ராஜாவிற்கு அறிவிக்கப்பட்டது (1 சாமுவேல் 13:14). சாமுவேல் இதைக்கூறியதைத் தாவீது தன் காதால் கேட்கவில்லை. ஆனால் அவன் தனது அபிஷேகத்தைத் தீவிரமாக எடுத்துக் கொண்டு, தனது வாழ்வின் இறுதி வரை அதில் தொடர்ந்து முன்னேறினான். இந்தப் புத்தகம் தேவனைத் தைரியமாக நம்பி, மாபெரும் வெற்றிகளை அடைந்த மனிதனின் இதயத்திலிருந்து எழுதப்பட்டது, அவன் பல தோல்விகளையும் அடைந்தான். இருப்பினும், மகா உன்னதமான தேவனுடைய கிருபையினாலும் இரக்கத்தினாலும் மீண்டும் மீண்டும் உயர்த்தப்பட்டான். தாவீதின் தொடர்ச்சியான பலவீனம், அவன் தேவனிடம் திரும்பும் ஒவ்வொரு முறையும் அவருடைய நன்மையாலும் கிருபையாலும் வெல்லப்பட்டது. சங்கீதப் புத்தகமானது தேவனோடு வாழ்க்கை முழுவதும் நடந்து அவரிடத்திலிருந்து பெற்ற ஞானத்தை உள்ளடக்கியது.

தாவீதின் இளமைப்பருவம் தேவனுடன் நிலையான உறவில் வகைப்படுத்தப்பட்டது. தீர்க்கதரிசியாகிய சாமுவேல் அவனை மகத்துவமான வேலைக்காக அபிஷேகம் செய்த பிறகும், அவன் தொழிலளவில் மேய்ப்பனாக

இருந்தான். தன் தந்தையின் 'சில ஆடுகளை' மேய்க்கும் போது தேவன் அவனுக்கு வாழ்க்கை முறைகளைக் கற்றுத்தந்தார். அவன் கற்றுக்கொண்ட பாடங்களைச் சங்கீதங்கள் தெளிவாக விவரிக்கின்றன. அது தேவனுடன் ஒரு வலுவான உறவை அவனுக்கு ஏற்படுத்தியது. இதன் காரணமாகவே, தாவீது பயங்கரமான தவறுகளைச் செய்த போதிலும், கிருபையின் ஆவியானவரால் வழங்கப்பட்ட தேவனுடைய மன்னிப்பை அவனால் பெற முடிந்தது (அவன் பழைய உடன்படிக்கையின் கீழ் இருந்த போதிலும் கூட). வரவிருக்கும் இரட்சகரைப் பற்றின உரைக்கப்பட்டிருந்த தீர்க்கதரிசனங்களை அவன் நம்பினான், மேலும் தானே மேசியாவைப் பற்றித் தீர்க்கதரிசனமும் உரைத்தான்.

தாவீது தேவனின் கிருபை மற்றும் இரக்கத்தின் முக்கியத்துவத்தைப் புரிந்துகொண்டிருந்தான். இரட்சிப்பு (விடுதலை) என்பது தேவனுக்கு மட்டுமே உரியது. தாவீது தேவனின் படைப்பைப் பற்றிய அற்புதமான புரிதலைக் கொண்டிருந்தான். மேலும் அறிவியலால் இன்று நிரூபிக்கப்பட்டுக்கொண்டிருக்கும் வியக்க வைக்கும் உண்மைகளையும் எடுத்துரைத்தான். மனிதர், செடிகள் மற்றும் விலங்கினங்களின் ராஜ்யமோ, அல்லது அற்புதமான நீர்ப்பரப்புகளோ, அனைத்திலும் தாவீது தேவனின் கரத்தையும் மகிமையையும் கண்டான்.

தாவீது, விழுந்த உலகத்தைப் பற்றி அறிந்தும், அதன் பல்வேறு பண்புகளைப் புரிந்தும் இருந்தான். அங்கு ஒரு எதிராளி இருந்தான், அவன் வஞ்சகச் சக்தி வாய்ந்தவனாக இருந்தான். அந்த எதிராளியானவன் தன் உள்ளத்தில் பலவீனமாக இருப்பதை அறிவான். தேவன் (சர்வவல்லமையுள்ளவர்) தான் விடுதலைக்கான ஒரே நம்பிக்கை என்பதையும், அவரை நம்பும் போதெல்லாம் அந்த விடுதலை அவனுக்கு உறுதிசெய்யப்படும் என்பதையும் அவன் நன்கு அறிந்தவனாக இருந்தான். தாவீது தனது முற்பிதாக்களைப் போலவே கிருபையின் நாட்களுக்காக ஏங்கினான். மேலும் விசுவாசத்தின் மூலம் கிருபையால் இரட்சிக்கப்படுபவர்களில் ஒருவனாக இருக்க வேண்டும் என்ற தனது இருதயத்தின் விருப்பத்தைப் பற்றிப் பேசினான். "எவனுடைய பாவத்தைக் கர்த்தர் எண்ணாதிருக்கிராரோ, அவன் பாக்கியவான்" என்று தாவீது கூறியிருக்கிறான்.

சங்கீதத்தில் உள்ள பொக்கிஷங்களை அறிய விரும்பும் எவருக்கும் உதவுவதற்கு நிறையத் தகவல்கள் இருந்தாலும், தனிப்பட்ட முறையில்

கையடக்க வேத ஒத்திசைவைக் கொண்டு தேவனுடைய வார்த்தையை ஆராய்ந்து படிப்பதையே நான் பரிந்துரைக்கிறேன். நிச்சயமாகப் பரிசுத்த ஆவியானவரின் பரிபூரண வழிநடத்துதல் நம்முடைய தேவனுடனான உறவை உயர்த்தி வளப்படுத்தும். எனது புத்தகத்தின் நோக்கம், அனைத்து வாசகர்களின் இருதயங்களிலும் தேவனுடைய வார்த்தையை இன்னும் ஆழமாக ஆராய்ந்து படிக்க வேண்டும் என்ற விருப்பத்தையும், தேவனை மையமாகக் கொண்ட கனி நிறைந்த கிறிஸ்தவ வாழ்க்கையை வாழ்வதற்குத் தேவையான விவரிக்க முடியாத வெளிப்பாடுகளைப் பெற வேண்டும் என்ற ஆசையைத் தூண்டுவதாகும்.

தேவனுக்கு எல்லா மகிமையையும் செலுத்தி, இந்தப் புத்தகம் உங்களுக்குச் சங்கீதம் இருபத்தி மூன்றிலுள்ள விலை மதிக்கமுடியாத பொக்கிஷங்களைப் பற்றிய நல்ல புரிதலைத் தரும் என்று ஜெபத்துடன் நம்புகிறேன்.

சங்கீதம் 23

அறிமுகம்

இந்த மகத்தான சங்கீதம், தாவீதால் எழுதப்பட்டது. நூற்றுக்கணக்கான பிரிவுகள் இங்கு இருந்தாலும், ஒவ்வொரு கிறிஸ்தவ குடும்பத்திலும் முக்கிய பங்களிக்கும் மிகச்சில சங்கீதங்களில் இதுவும் ஒன்று. சிலர் இதை தங்கள் வீட்டில் மத ரீதியாக மனப்பாடம் செய்யச் சொல்லிக் கொடுத்துக் கொண்டிருக்கிறார்கள். இது பரலோகத்திற்குச் செல்வதற்கான நுழைவுச் சீட்டைப் பெற்றுத் தருவதாக அவர்கள் நினைத்துக்கொள்கின்றனர். சிலர் சமுதாயத்தில் கிடைக்கவிருக்கும் மத ரீதியான பெருமைக்காக தங்கள் குழந்தைகளை இந்த சங்கீதத்தைக் கற்றுக்கொள்ள ஊக்குவிக்கின்றார்கள். மற்ற சிலர் தங்கள் குழந்தைகளுக்குத் தேவனின் உண்மையான அன்பையும், குணத்தையும் கற்பிப்பது போன்ற மிக முக்கியமான காரணத்திற்காக இதைச் செய்கிறார்கள். ஆரம்பத்தில், இந்த சங்கீதத்தை ஆழ்ந்து ஆராய்ந்து, அதில் உள்ள ஊட்டச்சத்தை முழுமையாக உள்வாங்கிக் கொள்ள எத்தனை பேர் உண்மையில் முயற்சி செய்வார்கள் என்று நான் ஆச்சரியப்படுகிறேன். அப்பா பிதாவுடனான உறவில் முன்னேற ஏங்கும் மற்றும் விரும்பும் எந்தவொரு கிறிஸ்தவருக்கும் இந்த தனிப்பட்ட விரிவான ஆய்வு உண்மையில் பயனுள்ளதாக இருக்கும் என்பதை என்னால் நிச்சயமாகக் கூற முடியும்.

ஒவ்வொருவரும் தேவன் மீது தாங்கள் வைத்திருக்கும் அன்பு மற்றும் தியாகத்தைப் பற்றி பெருமிதம் கொள்ளும் நேரத்தில், இந்த சங்கீதம் நம்மை **"பிதாவிற்கு நம் மீதான அன்பு"** என்ற அடித்தளத்தில் மேலும் வேரூன்றச் செய்யும். இதுவே கிறிஸ்தவ வாழ்க்கையிலும் விசுவாச நடைப்பயணத்திலும் நம்மைத் உந்தி முன்னேறுவதற்கு தேவையான எரிபொருளாகும். **"தேவன் நம்மீது வைத்திருக்கும் அன்பு"** என்ற இந்த மறுக்க முடியாத வெளிப்பாடுதான் பத்மு தீவுக்கு நாடுகடத்தப்பட்டிருந்த தொண்ணூறு வயதைத் தாண்டியிருந்த அப்போஸ்தலன் யோவானைத் தாங்கியது.

இந்த சங்கீதம் தாவீது தனது மேய்ப்பன் என்னும் முதன்மையான தொழிலுடன் தொடர்புடைய வாழ்க்கையைப் பற்றிய புரிதலின் அடிப்படையில் எழுதினான். இது தனது **அன்றாட வாழ்வில்** தேவனைப்பற்றி 'அறிந்து கொள்ளுதல்' மற்றும் 'புரிந்து கொள்ளுதலையும்' அடிப்படையாகக் கொண்டது. பரிசுத்தவான்களின் வாழ்க்கையில் எத்தனை முறை வசனம் இந்த கண்ணோட்டத்தை வெளிப்படுத்துகிறது, நாம் எந்த அளவிற்கு அதைப் புறக்கணிக்கிறோம்? **எதைச் செய்தாலும் அதை மனுஷர்களுக்கென்று செய்யாமல் கர்த்தருக்கென்றே மனப்பூர்வமாய்ச் செய்யுங்கள் (கொலோசெயர் 3:24).** இது பரிசுத்த வேதாகமத்தில் உள்ள ஒவ்வொரு பரிசுத்தவான்களும் பின்பற்றிய அடிப்படை கொள்கை. அது அவர்களை மிகவும் மகத்துவத்திற்கு உயர்த்தியது. தாவீது விசேஷித்த ஆவியில் செயல்பட்டான். இது தேவனுடைய பிள்ளைகள் ஒவ்வொருவரும் பெற்றிருக்க வேண்டிய ஒரு குணம். தான் ஆராதிக்கும் தேவன் எவ்வளவு சிறந்தவர் என்பதை அவன் சரியாகப் புரிந்துகொண்டிருந்தான்! தனது சிறிய மந்தையை மேய்க்கும்போது காட்டு மிருகங்களை எதிர்கொண்ட அனுபவம் அவனுக்கு கோலியாத்தை எதிர்கொள்வதற்குத் தேவையான அனைத்து தைரியத்தையும் அளித்தது.

இந்த சங்கீதம் மனித வாழ்க்கையின் கருப்பொருளை தெளிவாக அமைக்கிறது. இது இரண்டு பள்ளத்தாக்குகளின் கலவையாகும். அதில் ஒரு பள்ளத்தாக்கு புல்லுள்ள இடங்களும், அமர்ந்த தண்ணீரும், ஒப்பற்ற அழகும் கொண்டதாக மிகவும் வரவேற்கத்தக்கது. அது பலருக்கு பரதீசி போன்றது. மற்றொன்று அனைத்து இடங்களிலும் இருக்கும் மரண இருளின் பள்ளத்தாக்கு. இதில் திருடர்கள் போன்ற மரணப் பொறிகள், செங்குத்தான விளிம்புகள், நிலச்சரிவுகள், உருளும் பாறைகள், காட்டு விலங்குகளின் அச்சுறுத்தல், தீவிரமான வானிலை மாற்றங்கள், திடீரென வெடிக்கும் எரிமலைகள், நச்சு தாவரங்களின் அதிக வளர்ச்சி, மலை உச்சிகளில் ஏற்படும் திடீர் வெள்ளம் போன்றவை அடங்கும். இந்த பள்ளத்தாக்கில் எங்கும் மரணம் எழுதப்பட்டுள்ளது!

ஆரம்பத்தில் தேவன் ஜீவனை இப்படிப் படைக்கவில்லை. 'மனிதனின் வீழ்ச்சி' வாழ்க்கையின் சரியான போக்கைப் பாதித்து, அதைக் கோணலாக்கியது. இதனுடன் வேண்டுமென்றே செய்யும் கீழ்ப்படியாமை, சத்தியத்தைப் பற்றிய நமது அறியாமை, மனிதர்களின் சம்பிரதாயங்களையும் கோட்பாடுகளையும் பிடித்துக் கொண்டிருக்கும் பிடிவாதமும் அடங்கும். இதன்

விளைவாக, மனிதக்குலம் இந்தப் பாதையில் நடக்க வேண்டியதாயிற்று. இருப்பினும் விசுவாசிகளுக்கு ஒரு நன்மை இருக்கிறது. ஏனெனில், மேசியா மீட்பைக் கொண்டு வருவார், அதைப் பெற்றுக் கொள்ளுபவர்களுக்குப் பள்ளமெல்லாம் உயர்த்தப்பட்டு, சகல மலையும் குன்றும் தாழ்த்தப்பட்டு, கோணலானது செவ்வையாகி, கரடுமுரடானவை சமமாக்கப்படும் என்று கர்த்தர் ஏசாயா தீர்க்கதரிசியின் மூலம் ஏற்கனவே தீர்க்கதரிசனம் கூறியிருக்கிறார் (ஏசாயா 40:1-5). விசுவாசிகளுக்கு உள்ள வித்தியாசம் இது தான்! நம் வாழ்வில் தேவனுடைய பிரசன்னம், வழிகாட்டுதல், பெலன் மற்றும் கிருபை பள்ளத்தாக்குகளை உயர்த்துகிறது, மலைகளைத் தாழ்த்துகிறது, வளைந்த இடங்களை நேராகவும், கரடுமுரடான இடங்களை சமமாகவும் மாற்றுகிறது! இருப்பினும், இதை அவிசுவாசிகளால் அல்லது அறியாமையில் இருக்கும் விசுவாசிகளால் (தேவனுடைய வார்த்தையைப் படிக்காதவர்கள் மற்றும் அவருடைய சத்தியத்தை தங்கள் மனதிலே சரியாக பகுத்து அறியாதவர்கள்) அனுபவிக்க முடியாது.

தாவீது இந்த இரண்டு இடங்களிலும் தேவனைப் பார்க்கிறான். முதலாவதாக, அவர் எல்லா "நன்மைக்கும்" ஆதாரமாக இருக்கிறார். மற்றொன்றில், அவர் தமது பிள்ளைகளுக்குப் பாதுகாவலராக இருக்கிறார். அன்பால் நம்மை (அவரது கோலால்) திருத்துகிறார் மற்றும் நம் எதிரிகளை (அவரது தடியால்) பழிவாங்குகிறார். இதனுடன், ஆவிக்குரிய யுத்தத்தில் கர்த்தருடைய பந்தி மற்றும் நம் வாழ்வில் இருக்கும் அவரது அபிஷேகம் என்கிற ஆயுதங்களைப் பயன்படுத்த நமக்கு அதிகாரம் அளித்திருக்கிறார். இறுதியாக, ஜீவனுள்ள நாளெல்லாம் நன்மையும் கிருபையும் நம்மைத் தொடரும்; நாம் கர்த்தருடைய வீட்டிலே நீடித்த நாட்களாய் நிலைத்திருப்போம் என்ற நம்பிக்கையைப் பெற்றிருக்கிறோம்.

பல சமயங்களில், நம்மிடம் உள்ள சில நல்ல பண்புகளுக்காகப் பெருமைகொள்ள ஆசைப்படுகிறோம். நம்மில் பலபேர் இன்னும் ஒரு படி மேலே சென்று, சுயநீதியில் மகிழ்ச்சியடைகிறோம். ஆனால் அந்தமாதிரி செயல்முறையை அணுகுவதில் தாவீது ஒரு மாற்றத்தை ஏற்படுத்துவதை நாம் இங்கே காணலாம். அவன் தன் வேலையில் சிறந்து விளங்குவதை அறிந்திருந்தான். தானே இவ்வளவு நன்றாகச் செயல்படும் பட்சத்தில், தேவன் தம்முடைய பிள்ளைகளின் நலனுக்காக இன்னும் எவ்வளவு அதிகமாகச் செயல்படுவார் என்பதை அவன் புரிந்துகொண்டவனாக இருந்தான். நாம்

பெருமைப்படும் விஷயங்களில் இதே கொள்கையை பயன்படுத்தும்போது, அது நம்முடைய பெருமைகளைச் சிதைக்கும், மேலும் தேவன் நம்மீது வைத்திருக்கும் அன்பைக் குறித்து நாம் இன்னும் மேன்மை பாராட்டலாம். இது நம்மைப் பயம், கவலை, பெருமை மற்றும் சுயநீதியிலிருந்து விடுவிக்கும். தேவனின் எந்த நற்பண்புகளிலும் நம்மில் யாரும் அவரைவிட வல்லவராக முடியாது.

தாவீது பெத்லகேமியனான ஈசாயின் எட்டாவது மகன். அன்றைய கலாச்சாரத்தின் படி, பல பிள்ளைகள் இருக்கும் வீடுகளில் இளைய பிள்ளைகளுக்குத் தந்தையின் சொத்தில் எந்த உரிமையும் வழங்கப்படுவதில்லை. அதற்குப்பதிலாக வீட்டுக் காரியங்களையே அல்லது வீட்டு மந்தையையோ கவனித்துக்கொள்ளும் பொறுப்பில் வைக்கப்பட்டனர். ஒரு மேய்ப்பனை வேலைக்கு அமர்த்துவது பொதுவாக அதிக செலவீனமாக இருந்தது, அவர்கள் நல்ல தரமான மேய்ச்சல் வேலை செய்வார்களா என்பதையும் நம்ப முடியாது. எனவே, குமாரர்களில் ஒருவர், பொதுவாக இளையவர் (அல்லது பலவீனமானவர்கள்), வேலைக்குத் தேர்ந்தெடுக்கப்படுவது உண்டு. தாவீதின் விஷயத்திலும் இது நடந்திருக்கலாம். ஆனால் ஈசாய் தாவீதுக்கு தகுதி இல்லையென்பதால் அவனை பலிவிருந்துக்கு அழைக்கவில்லை என்ற கதையை நான் உண்மையாகவே ஏற்கவில்லை. அது ஒரு அனுமானம். அதை நான் மேலும் விரிவாக விளக்குகிறேன்.

தாவீதின் தந்தையான ஈசாய் நல்ல மனிதர். வேதாகமத்தில் கொடுக்கப்பட்டுள்ள தகவல்களிலிருந்து அவனது குணாதிசயங்களைப் பற்றி நிறையப் பார்க்கலாம். அவன் தாராளமாகக் கொடுப்பவனாகவும், மற்றவர்களிடம் மிகுந்த மரியாதை கொண்டவனாகவும், விருந்தோம்பல் செய்பவனாகவும், தனது பிள்ளைகளை அன்புடனும் அக்கறையுடனும் பார்த்துக்கொள்பவனாகவும் இருந்தான். பெத்லகேமில் மூப்பர்கள் முன்னிலையில் நிகழ்ந்த பலிவிருந்துக்கு வரும்படி சாமுவேல் தீர்க்கதரிசி அழைக்கையில் அந்த அழைப்பை மதிக்கும் அளவிற்கு அவன் தேவனுக்குப் பயந்து நடந்தவனாக இருந்தான். என் கவனத்தை ஈர்த்தது என்னவென்றால், ஈசாய் தனது மகன்களுக்கு மிகவும் அர்த்தமுள்ள பெயர்களைச் சூட்டியிருப்பது தான். "தாவீது" என்றால் "அன்பானவன்" என்று பொருள். இது ஈசாய் தனது மகன் தாவீதை நேசித்ததை வெளிப்படுத்துகிறது. மேலும் என்ன? வேதாகமத்தில் தாவீது என்ற பெயர் தனித்துவமானது! தனது மகனை "அன்பானவன்" என்று அடிக்கடி அழைக்கும் தந்தை எப்படி தன் மகனைப் புறக்கணிப்பார்?

என் இரண்டு குழந்தைகளுக்கும் பெயர் சூட்டும்போது, அவர்கள் அழைக்கப்படும் ஒவ்வொரு முறையும் தேவனுடைய ஆசீர்வாதம் அவர்களுக்குக் கிடைக்குமாறு தான் பெயர் சூட்டினேன். மிகச் சிலர் தான் தங்கள் குழந்தைகளுக்கு அர்த்தமுள்ள பெயர் வைப்பதன் முக்கியத்துவத்தைப் புரிந்துகொள்கிறார்கள். அர்த்தமுள்ள பெயர் வைப்பதின் முக்கியத்துவத்தை ஈசாய் அறிந்திருந்தான். தாவீது உண்மையில் அவனால் நேசிக்கப்பட்டான் என்று தான் நான் நம்புகிறேன். பிள்ளைகள் தாங்கள் நேசிக்கப்படுவதை உணரும்பட்சத்தில், தங்கள் பெற்றோரை எந்த அளவிற்கு மகிழ்விக்க முடியுமோ அந்த அளவிற்கு அவர்களை மகிழ்விக்க முயற்சி செய்கிறார்கள். தாவீது அத்தகைய ஒரு இளைஞனாக இருந்தான். அவன் தனது தந்தையின் சில ஆடுகளை நன்றாகப் பராமரிக்க தன்னால் முடிந்த அனைத்தையும் செய்தான். எந்த அளவிற்கு என்றால், அவன் மந்தையை வேட்டையாடுபவர்களிடமிருந்து பாதுகாக்கத் தனது உயிரையும் கொடுக்கத் தயாராக இருந்தான். அந்த வயதில் மிகக் குறைவானவர்கள் மட்டுமே அத்தகைய பொறுப்பை எடுத்துக்கொள்வதை இது காட்டுகிறது!

அப்போஸ்தலனாகிய பவுல், தீமோத்தேயுவை தர்க்கங்களுக்கு ஏதுவாயிருக்கிற கட்டுக்கதைகளையும், முடிவில்லாத வம்சவரலாறுகளையும் கவனியாதபடிக்கும் விட்டு விலகி இருக்கும்படி எச்சரித்தான் (1தீமோத்தேயு 1:3). தாவீது தனது தந்தை ஈசாயால் நிராகரிக்கப்பட்டான் என்ற அனுமானம், யூத சமூகத்தில் பரவலாக இயங்கும் டால்முடில் உள்ள ஒரு கட்டுக்கதையிலிருந்து உருவாகிறது. இது தாவீதின் தாயார் நிட்செவெத் மற்றும் தாவீது ஆகிய இருவரையும் ஈசாய் நிராகரித்தான் என்ற கதை பற்றியது. உங்களுக்கு வேதாகமம் பற்றிய அறிவு தெளிவாக இருந்தால், இந்த கதை எவ்வளவு குறைபாடுடையது என்பதை உணர்ந்து கொள்ளுவதற்கு அதிக நேரம் எடுக்காது. இந்த நிராகரிப்பு கதையை நீங்கள் நம்புவதற்கு முன் அதை ஆராய்ந்து பார்க்கும்படி உங்களை மனதார வேண்டுகிறேன்.

1 சாமுவேல் 16 இப்படியாக ஆரம்பிக்கிறது: கர்த்தர் சாமுவேலை நோக்கி, "இஸ்ரவேலின்மேல் ராஜாவாயிராதபடிக்கு நான் புறக்கணித்துத் தள்ளின சவுலுக்காக நீ எந்தமட்டும் துக்கித்துக் கொண்டிருப்பாய்? நீ உன் கொம்பைத் தைலத்தால் நிரப்பிக்கொண்டுவா; பெத்லெகேமியனாகிய ஈசாயினிடத்துக்கு உன்னை அனுப்புவேன்; அவன் குமாரரில் ஒருவனை நான் ராஜாவாகத் தெரிந்துகொண்டேன்" என்றார். அடுத்த வசனத்தில், அதற்குச்

சாமுவேல், "நான் எப்படிப்போவேன்? சவுல் இதைக் கேள்விப்பட்டால் என்னைக் கொன்றுபோடுவானே" என்றான். அப்பொழுது கர்த்தர், "நீ ஒரு காளையைக் கையோடே கொண்டுபோய், கர்த்தருக்குப் பலியிடவந்தேன் என்று சொல்" என்றார். இது அபிஷேகத்திற்கான ஒரு "நிழலாட்டம்" என்று கருதப்பட்டது. ஏலியின் மரணத்திற்குப் பிறகு, சாமுவேல் தனது பெற்றோரின் இடமான ராமாவுக்கு சென்று அங்குக் குடியேறினான். அவன் தொடர்ந்து நாடு முழுவதும் சென்று உயர்ந்த இடங்களில் பலிவிருந்து செய்வான். அந்த நகரத்தில் உள்ள சில முக்கிய மூப்பர்கள் அந்த பலிவிருந்தில் பங்கேற்க அழைக்கப்படுவார்கள் (1சாமுவேல் 9:13). சவுலும் அதேபோன்றதொரு பலிவிருந்தில் தான் ராஜாவாக மறைவாக அபிஷேகம் செய்யப்பட்டிருந்தான் (1சாமுவேல் 9:27, 10:1).

சாமுவேல் பெத்லகேமுக்கு வந்தபோது, ஜனங்கள் அவனுடைய வருகையைக் கண்டு பயந்து நடுங்கினர். அவர்கள் அவனை விசாரித்தபோது, கர்த்தருக்குப் பலி செலுத்த வந்ததாகக் கூறினான். ஜனங்கள் தங்களைப் பரிசுத்தப்படுத்திக் கொண்டு, "பலிவிருந்துக்கு" வருமாறு அவன் கேட்டுக் கொண்டான். 'அடுத்த ராஜாவை அபிஷேகம் செய்யும் விழாவிற்கு' வாருங்களென்று அவர்களை அழைக்கவில்லை என்பது குறிப்பிடத்தக்கது. ஈசாயும், அவனது மகன்களும் அழைக்கப்பட்டவர்களுள் இருந்தனர். கன்றுக்குட்டியைப் பலியிடப்போவது மட்டுமே அழைக்கப்பட்டவர்களுக்கும், மூப்பர்களுக்கும் சாமுவேலால் தெரிவிக்கப்பட்டிருந்த தகவல். ஈசாய் தீர்க்கதரிசியின் அழைப்பைக் கனப்படுத்தினான். "**ராஜாவை அபிஷேகம் பண்ணுவது**" **கர்த்தருக்கும் சாமுவேலுக்குமே உரிய ரகசியமாக இருந்தது.** சாமுவேல் அதை வெளிப்படையாகச் சொல்லி, மற்ற ஜனங்களுக்கும் அது அறிவிக்கப்பட்டிருந்தால், அந்த தகவல் சிறிது நேரத்தில் சவுலுக்குச் சென்றிருக்கும்; சாமுவேல் மற்றும் தாவீது இருவரும் உடனடியாக அவனால் குறிவைக்கப்பட்டிருப்பார்கள் அல்லவா? தாவீதின் சகோதரர்களே அவனைச் சவுலுக்குக் காட்டிக்கொடுக்க போதுமானவர்களாக இருந்திருக்கலாம். அந்த நிகழ்வில் தாவீதை ராஜாவாக்கும் திட்டத்தை சாமுவேல் அறிவித்திருந்தால், அந்த "பலிவிருந்து" திட்டம் அர்த்தமற்றதாக இருந்திருக்கும். ஈசாவோ அவனது மகன்களோ (தாவீதையும் சேர்த்து) அபிஷேகத்தின் நோக்கத்தை "**பரிசுத்தமானதைப் பிரித்தெடுத்தல்**" என்ற அடிப்படை அர்த்தத்திற்கு மேலாக அறிந்திருக்கவில்லை. **இளைஞனான தாவீது தனது அபிஷேகத்தை**

மிகவும் தீவிரமாக எடுத்துக்கொள்வதற்கும், தவறாமல் பயிற்சி செய்யவும், அதை ஆராயவும் இதுவே போதுமானதாக இருந்தது. சகோதரர்களின் பொறாமைக்கு அதுவும் காரணமாக அமைந்தது. தேவன் அவனை 'என் இருதயத்திற்கு ஏற்றவன்' என்று அழைத்ததில் ஆச்சரியமில்லை!

தாவிது அபிஷேகம் செய்யப்படுவதற்கு முன்பு, சாமுவேல் தீர்க்கதரிசியால் இதேபோன்ற ஒரு பலிவிருந்தில் சவுல் ராஜாவாக (மீண்டும் தனிப்பட்ட முறையில்) அபிஷேகம் செய்யப்பட்டிருந்தான். உண்மையில் சொல்லப்போனால், சவுல் தனது தந்தையின் காணாமல் போன கழுதைகளைத் தேடிக்கொண்டிருந்தான். அப்போது அவனுடைய வேலைக்காரன் சாமுவேலை (தீர்க்கதரிசி) சந்தித்து அவரிடம் உதவி கேட்கும்படி பரிந்துரைத்தான். அவர்கள் சாமுவேலைத் தேடிக் கண்டுபிடித்தபோது (தேவனுடைய வழிநடத்துதலால்), சவுல் பலியிட அழைக்கப்பட்டு ராஜாவாகத் தனிப்பட்ட முறையில் அபிஷேகம் செய்யப்பட்டான். கர்த்தர் ஏற்கனவே முந்தைய நாளில் சாமுவேலுக்கு இதைப் பற்றி அறிவித்திருந்தார். 'ராஜாவாக அபிஷேகம் செய்வது' என்ற நடைமுறையை அந்த நாட்களில் எவரும் அறிந்திருக்கவில்லை. லேவியர்களின் ஆசாரியத்துவத்தில் கர்த்தருடைய ஆலயத்தின் பணியில் ஈடுபட உள்ள லேவியர்களை அபிஷேகம் செய்வது வழக்கமான நடைமுறையாக இருந்தது. இது 'கர்த்தருக்குப் பரிசுத்தம்' அல்லது, 'கர்த்தருக்கென்று அர்ப்பணிக்கப்பட்டதாகக்' காணப்பட்டது.

ஈசாய் தனது இளைய மகனை பலிவிருந்துக்கு அழைக்காமல் புறக்கணித்ததற்காகப் பலர் குற்றம் சாட்டுகிறார்கள். ஆனால் தாவீது ஒரு பொறுப்பான மேய்ப்பனாக இருந்தான் என்பதையும், அவன் தன் மேய்ப்பன் பணியில் தீவிரமாக இருந்தான் என்பதையும் அவர்கள் கருதுவதில்லை. மேய்ச்சல் என்பது ஆடுகளுக்குத் தீவனம் தருவதற்காக வீட்டிலிருந்து நீண்ட இடைவெளியில் விலகி இருக்கும் பணியாகும். ஈசாய் தனது 'அன்பான' மகனை ஆடுகளை கவனித்துக் கொள்ளுமாறு சொல்லிவிட்டு, மீதமுள்ள ஏழு பேரை பலிவிருந்துக்கு அழைத்துச் சென்றிருப்பார் என்று எண்ணுவது எனக்கு மிகவும் அபத்தமாகத் தெரிகிறது. வேத ஆதாரத்தின் அடிப்படையில் ஈசாயின் குணத்தை ஆராய்ந்தால், இது பொருந்தாது. இது முற்றிலும் அபத்தமாக இருக்கிறது! மேலும், ஈசாயிடம் வேறு ஏதேனும் பிள்ளைகள் இருக்கிறார்களா என்று கேட்கப்பட்டபோது, இளையவன் மந்தையில் உள்ள ஆடுகளை மேய்த்து வருகிறான் என்று உடனடியாக பதிலளித்தான். தாவீது உண்மையில் தனது

தந்தையால் நிராகரிக்கப்பட்டிருந்தால், ஈசாய் சாமுவேலின் முன் அவனது பெயரைக் கூடச் சொல்லியிருக்க மாட்டான் என்று என்ன தோன்றுகிறது. உண்மையில், தாவீது தனது வேலை புறக்கணிக்கப்பட்டு விடக்கூடாது என்பதற்காக மேய்ச்சலில் தங்கியிருந்தான் என்று நான் நம்புகிறேன்! இது தாவீதின் குணத்துடன் மிகவும் பொருந்துகிறது. எல்லாவற்றிற்கும் மேலாக, ஆடுகளைக் காப்பாற்ற அவன் சிங்கங்களையும் கரடிகளையும் எதிர்த்தான்!

பெரும்பாலானவர்கள் மனிதர்களின் கண்களுக்கு முன்பாக தங்கள் நேர்மையைக் காட்டுவதில் ஆர்வமாக உள்ளனர். ஆனால் கர்த்தர் தாவீது தனது சிறிய மந்தையை நடத்திய அணுகுமுறையை கனம் பண்ணினார். அவனுடைய கீழ்ப்படிதல் மனப்பான்மையின் காரணமாகப் பெரிய காரியங்கள் அவனால் நிறைவேற்றப்படும் என்பதை அறிந்திருந்தார். தேவன் எப்பொழுதும் அதை அறிந்திருந்தார்! மேலும், இது தேவன் சாமுவேலுக்கும், நமக்கும் ஒரு முக்கியமான பாடத்தை கற்பித்த ஒரு முக்கிய நிகழ்வாகும். கர்த்தர் சாமுவேலை நோக்கி, **"நீ இவனுடைய முகத்தையும், இவனுடைய சரீரவளர்ச்சியையும் பார்க்கவேண்டாம்; நான் இவனைப் புறக்கணித்தேன்; மனுஷன் பார்க்கிறபடி நான் பாரேன்; மனுஷன் முகத்தைப் பார்ப்பான்: கர்த்தரோ இருதயத்தைப் பார்க்கிறார்" என்றார் (1 சாமுவேல் 16:7).** சாமுவேல் தாவீதை அழைத்துவரும்படி ஈசாயிடம் கூறினார். அவர்கள் அனைவரும் அவன் வரும் வரை காத்திருந்தனர். பின்னர், அவன் தந்தை மற்றும் மூத்த சகோதரர்கள் உட்பட அனைவரின் முன்னிலையிலும் சாமுவேல் தாவீதை அபிஷேகம் செய்தான். இதன் மூலம் தாவீது **"மாபெரும் காரியத்திற்காகத் பிரித்தெடுக்கப்பட்டவன்"** என்று அறிந்து கொள்ள முடிகிறது. அது உண்மையில் தேவனிடமிருந்து கிடைத்த கனம். **இப்போது தான் அபிஷேகிக்கப்பட்டதின் நோக்கத்தைக் கண்டுபிடித்து அதைத் தொடர வேண்டிய பொறுப்பு அவன் மீது இருந்தது.**

தாவீதின் மூத்த மூன்று சகோதரர்கள் சவுலின் படையில் படைவீரர்களாக இருந்ததால். வீரர்களாக, அவர்கள் சிறந்த உடலமைப்புடையவர்களாக இருந்திருக்க வேண்டும். தங்கள் உயரத்திலும், அந்தஸ்திலும் கூட பெருமைப்பட்டிருக்கக் கூடும். சாமுவேல் அந்த ஏழு குமாரர்களையும் நிராகரித்து தாவீதின் வருகையை எதிர்பார்த்தது அவனது சகோதரர்களால் நன்றாக ஏற்றுக்கொள்ள முடியவில்லை. கர்த்தர் தாம் யார் எப்படிப்பட்டவர் என்பதை சாமுவேலுக்கும் (மற்றும் உலகின் மற்றவர்களுக்கும்) வெளிப்படுத்தினார்.

மனிதனின் புறத்தோற்றத்தை அவர் ஒருபோதும் பார்ப்பது இல்லை; மாறாக, அவர் இருதயத்தை மட்டுமே பார்க்கிறார் என்று வெளிப்படுத்தினார்.

ஈசாய்க்கு கொஞ்ச ஆடுகள் மட்டுமே இருந்தன (1 சாமுவேல் 17:28), தாவீது அவற்றின் பொறுப்பாளனாக நியமிக்கப்பட்டிருந்தான். தாவீது தன் தந்தையின் ஆடுகளைப் பராமரித்த விதத்தைப் பற்றி வேதாகமத்திலிருந்து அதிகம் அறிந்து கொள்ள முடியும். அவன் மிகவும் பொறுப்பான மேய்ப்பனாக இருந்ததால், அந்த மந்தை மிகவும் ஆசீர்வதிக்கப்பட்டிருக்கும். அவனது சகோதரர்கள் சவுலைப் பின்தொடர்ந்து இராணுவத்தில் தங்களை முன்னேற்றிக்கொள்ள வகைத்தேடிருக்கலாம் (அல்லது அவர்களின் உடலமைப்பின் காரணமாக இராணுவத்தில் சேர்க்கப்பட்டிருக்கலாம்). ஆனால் தாவீது தனது தந்தையால் தனக்கு அளிக்கப்பட்டிருந்த பொறுப்பில் அடங்கியிருந்து, அதில் உண்மையாக இருந்தான். நாம் கொஞ்சத்தில் எவ்வளவு உண்மையுள்ளவர்களாக இருக்கிறோம் என்பதை தேவன் எப்போதும் பார்க்கிறார். நம்மிடம் ஒப்படைக்கப்பட்டிருக்கும் மற்றொருவருக்குச் சொந்தமானதை நாம் எவ்வளவு பொறுப்புடன் கையாளுகிறோம் என்பதையும் அவர் பார்க்கிறார். **பிறருக்குச் சொந்தமானதில் அல்லது கொஞ்சமாக இருப்பதில் நாம் உண்மையாக இருக்கிறோம் என்று நிரூபிக்கும் வரை, நமக்குச் சொந்தமாகவோ அல்லது அதிகமாகவோ எதிர்பார்க்க முடியாது.** இது ஒரு எளிய குணாதிசய சோதனை. நமது பிள்ளைகளின் வளர்ப்பிலும் இது பொருந்தும். நாம் கொடுக்கும் சின்ன சின்னக் காரியங்களில் நம் பிள்ளைகள் உண்மையாயிருக்கும்வரை, கைப்பேசி, வீட்டுச் சாவி போன்ற பெரிய எதையும் கொடுக்க மாட்டோம். அப்படிக்கொடுத்தால் அது மூடத்தனம்.

வனாந்தரத்தில் மந்தையை மேய்த்துக்கொண்டிருந்த அந்த இளைஞனைத் தேவன் கவனித்துக் கொண்டேயிருந்தார். அவன் ஆடுகளை மேய்த்த விதம் தேவனால் கனமாக எண்ணப்பட்டது. அவன் எல்லா சகோதரர்களின் முன்னிலையிலும் சாமுவேலால் அபிஷேகம் செய்யப்பட்டான். கர்த்தருடைய ஆவியானவர் அந்த நாளிலிருந்து தாவீதின் மேல் வந்து இறங்கியிருந்தார். அதற்குப் பிறகு அவன் பெற்ற தாலந்துகளின் வரிசைப் பட்டியலை நாம் காணலாம். தாவீது உடனடியாக தனது மேய்ப்பன் பணியைச் செய்யத் திரும்பிச் சென்றுவிட்டான். ஆனால், தேவனின் இயற்கைக்கு அப்பாற்பட்ட வல்லமை தனது ஆடுகளைக் காட்டு மிருகங்களிடமிருந்து சிறப்பாகப் பாதுகாக்க உதவுவதையும், இசை வாசிப்பதில் தேறினவனாகவும், பராக்கிரமசாலியாகவும்,

யுத்தவீரனாகவும், காரிய சமர்த்தனாகவும், சௌந்தரியமுள்ளவனாகவும் ஆக்கியதை அவன் கண்டான் (1 சாமுவேல் 16:18). இறுதியாக பொல்லாத ஆவி சவுலின் மேல் இறங்குகையில், அது அவனை விட்டு நீங்கி சொஸ்தமாவதற்கு தாவீது சுரமண்டலத்தை வாசிக்கும்படியாக வரவழைக்கப்பட்டன. அவன் தன் கையினால் அதை வாசித்தால் சவுலுக்குச் சவுக்கியமுண்டாகும். பின்னர் சவுலின் '**ஆயுத தாரியாக**' அமர்த்தப்பட்டான். ஆயினும்கூட, அவ்வப்போது அவன் பெத்லகேமில் தனது தந்தையின் ஆடுகளை மேய்க்கச் செல்வதுண்டு.

ஒரு சந்தர்ப்பத்திலே சவுலும் இஸ்ரவேல் மனுஷரும் ஒருமித்துக் கூடி, ஏலா பள்ளத்தாக்கிலே பாளயமிறங்கி, பெலிஸ்தருக்கு எதிராக யுத்தத்திற்கு அணிவகுத்து நின்றார்கள். ராட்சசனான கோலியாத் ஒரு பெரும் சவாலை அவர்களுக்கு முன் வைத்தான். அந்த நேரத்தில் ஈசாய் படையில் இருக்கும் தன் மூன்று குமாரர்களுக்கும் சில உணவு பதார்த்தங்களையும், ஆயிரம் பேருக்கு அதிபதியானவனுக்கும் சில பால் கட்டிகளைக் கொடுத்து, அவன் சகோதரர் சுகமாயிருக்கிறார்களா என்று விசாரித்து, அவர்களிடத்தில் அடையாளம் வாங்கிக் கொண்டு வரச் சொல்லி தாவீதை அனுப்பி வைத்தான். எனவே, தாவீது பொறுப்புடன் தனது சிறிய மந்தையை வேறொருவனிடத்தில் ஒப்படைத்துவிட்டு, மறுநாள் அதிகாலையில் சகோதரர்களைப் பார்க்கச் சென்றான். அங்குச் சென்றதும், அந்த பெலிஸ்தியன் நிந்திப்பதைக் கேட்டான். தாவீது, தேவனுடனான உடன்படிக்கையில் இணைக்கப்பட்டிருந்தபடியால் அந்த பெலிஸ்தியனின் சவாலுக்கு தன் நியாயமானக் கோபத்தை வெளிப்படுத்தினான். இது அவனைக் கையிலே கவணை எடுத்துக்கொண்டு, கூழாங்கல்லுகளைத் தெரிந்தெடுத்து பெலிஸ்தியனான கோலியாத்திடம் சண்டையிடத் தூண்டியது. பிறகு, அவன் சவுலின் படையில் சேர்க்கப்பட்டு படைத்தலைவனாக நியமிக்கப்பட்டான். அவன் இதற்குப்பின்பு ஆடுகளை மேய்க்கத் திரும்பவில்லை. ஆனால் அவனது வாழ்வின் அடுத்த கட்டத்திற்கு அடியெடுத்து வைத்தான். இந்த நேரத்தில், தாவீது தனது தந்தையின் சில ஆடுகளை மேய்ப்பதில் பெற்றிருந்த நல்ல அனுபவங்களைத் தேவனுக்கும் தனக்கும் இடையிலான உறவுடன் தொடர்புபடுத்தினான்.

குறிப்பாக அந்த நாட்களில் ஒரு மேய்ப்பனாக இருப்பது என்பது அவ்வளவு எளிது அல்ல. ஒருவருக்கு இந்த வேலையில் ஆர்வம் இல்லையென்றால், அவர் அதில் வெற்றிபெற வழியே இல்லை என்று நான் நிச்சயமாக நம்புகிறேன். அந்த கால மேய்ச்சலும், இன்றைய மேய்ச்சலும் மாறுபட்டதாக

உள்ளது. இன்று, பெரும்பாலான மேய்ப்பர்கள் கால்நடைப்பண்ணை வைத்திருக்கிறார்கள், மேலும் விவசாயமும் செய்கிறார்கள். வருடம் முழுவதும் ஒரே இடத்தில் தங்குவதற்குத் தேவையான தீவனத்தையும் வைத்திருக்கிறார்கள். பெரும்பாலான ஆடுகள் கம்பளி, இறைச்சி மற்றும் பால் போன்ற குறிப்பிட்ட தேவைகளுக்காக வளர்க்கப்படுகின்றன. ஒரு சில நவீன மேய்ப்பர்கள் தங்கள் ஆடுகளைச் செல்லப்பிராணிகளாகக் கூட வளர்க்கலாம். ஆனால் அப்படிப்பட்டவர்கள் எண்ணிக்கையில் குறைவு. ஆனால் இப்போது, இந்த தொழில் முழுமையாக வணிகமயமாக்கப்பட்டுள்ளது. ஆடுகளுக்கும் மேய்ப்பர்களுக்கும் இடையே உள்ள அன்பின் பிணைப்பு கிட்டத்தட்ட மறைந்துவிட்டது. அந்த நாட்களின் மேய்ப்பர்களின் பழக்கவழக்கங்களையும், ஆடுகளைப் பற்றிய சில உண்மைகளையும் உங்களுக்குத் தெரியப்படுத்த விரும்புகிறேன், இந்த சங்கீதத்திலிருந்து கிடைக்கப்பெறும் வெளிப்பாடுகள் மிகவும் பயனுள்ளதாக இருக்கும்.

சில சமயங்களில், நாம் நமது பொறுப்புகள் மற்றும் கடமைகளைச் சரியாக ஆற்றாமல், தேவனை நம் மட்டத்தில் வைக்க முயல்கிறோம். நம் வாழ்வில் தேவனுடைய நற்குணத்தைப் பாராட்டவும், ஒப்புக்கொள்ளவும் முடிவதில்லை. இனி நாம் தேவனுடைய கிருபையுடன் இணைந்து செயல்பட வேண்டும் என்பதற்கு இந்த நிலை ஒரு அறிகுறி என்பதை ஏற்றுக்கொண்டால், நம்மால் அவரது அன்பையும் அறிந்து கொள்ள முடியும். தேவனுடைய வழிநடத்துதலுக்கும் அவருடைய உண்மையுள்ள விடுதலைக்கும் கீழ்ப்படிவதனால் கிடைக்கும் பலன்கள், ஒருவேளை நாம் கீழ்ப்படியாமலிருந்து, மனந்திரும்பி அவரிடம் திரும்பும்போது கிடைக்கும் பலன்கள் இந்த சங்கீதத்தில் அழகாக வெளிப்படுத்தப்பட்டுள்ளன. இந்த சங்கீதம் தேவனின் கொடை, வழிநடத்துதல், மீட்பு, விடுதலை, திருத்தம், ஆறுதல், உடன்படிக்கை, அபிஷேகம், வெற்றி, உண்மை, ஆதரவு, நன்மை, அன்பு மற்றும் நித்தியமான உறவு போன்றவைபற்றி எடுத்துரைக்கிறது.

இந்த சங்கீதத்தில் கவனிக்க வேண்டிய மற்றொரு முக்கியமான விஷயம் என்னவென்றால், தாவீது தேவனைக் குறிப்பிடும் போதெல்லாம் (அவர்/ தேவன்/அவருடைய/நீங்கள்/உங்கள்), போன்ற நேர்மையான வார்த்தைகளை பயன்படுத்துகிறான். அவன் தன்னைப்பற்றி (நான்) குறிப்பிடும் போது, சில எதிர்மறையான வார்த்தைகள் வெளிப்படுகின்றன (உதாரணமாக, நான் மரண இருளின் பள்ளத்தாக்கில் நடந்தாலும்). தேவன் நம்மைத் தொடர்ந்து நல்ல

விஷயங்களுக்குள் வழிநடத்துவார்; ஆனால், நாம் நம் வாழ்க்கையை நிர்ணயிக்க முடிவு செய்யும் போது, அது இறுதியில் ஆபத்தாக முடிகிறது. இருந்தாலும் நாம் ஒத்தாசைக் கேட்டு அவருடைய பக்கம் திரும்பினால், நம்மை அதிலிருந்து விடுவிப்பதற்குத் தேவன் உண்மையுள்ளவராக இருக்கிறார்.

1. கர்த்தர் என் மேய்ப்பராயிருக்கிறார்; நான் தாழ்ச்சியடையேன்.

தாவீது மேய்ப்பனாகத் தனது தொழிலை நன்கு அறிந்திருந்தான். மேலும், ஆடுகளின் இயல்பையும் அறிந்திருந்தான். தாவீது மேய்ப்பர்களாக இருந்த தன் முன்னோர்களுடன் விருப்பத்துடன் தன்னை அடையாளப்படுத்திக் கொண்டான். அந்நாட்களில், இந்த தொழில் யூதர்கள் அல்லாதவர்களால் பெரிதும் மதிக்கப்படவில்லை. கிட்டத்தட்ட அனைத்து புறஜாதியினரும் (யூதர்கள் அல்லாதவர்கள்) தங்கள் ஆடுகளைப் பராமரிக்க தங்கள் குலம் மற்றும் இனத்திற்கு வெளியே உள்ளவர்களை வேலைக்கு அமர்த்துவார்கள். ஏனெனில், இந்த தொழிலும் அதை செய்பவர்களும் அருவறுப்பாகக் கருதப்பட்டனர். இவ்வளவு இன வேறுபாடுகள் இருந்தபோதிலும், தேவனுடைய பிள்ளைகள் புறஜாதியினர் மத்தியில் உயர்த்தப்பட்டிருந்தனர். எடுத்துக்காட்டாக, யோசேப்பு மற்றும் தாவீது. தாவீது இந்த சங்கீதத்தை தேவனுடைய நன்மையின் வெளிப்பாடு மற்றும் அவருடைய நற்குணத்தின் உறுதிப்பாட்டிலிருந்து எழுதினான்.

நம்மில் பெரும்பாலோருக்கு, மேய்ப்பன் மற்றும் ஆடு பற்றிய கருத்து தெளிவாக இருக்காது; நம்மில் பெரும்பாலோர் நவீன கால அர்த்தத்தில் அதை தொடர்புப்படுத்துகிறோம். இந்த சங்கீதத்தை விளக்குவதில் அவற்றின் மகத்தான முக்கியத்துவத்தை நாம் கவனிக்கத் தவறிவிடுகிறோம். எனவே, நாம் மேற்கொண்டு செல்வதற்கு முன், மேய்ப்பர்கள் மற்றும் ஆடுகளைப் பற்றிய சில அடிப்படை உண்மைகளை எனது ஆராய்ச்சியிலிருந்து முன்வைக்க விரும்புகிறேன்.

மேய்த்தல்/மேய்ப்பவர்:

✡ இது ஒரு பரவலான தொழில். ஆசியாவின் சிறிய பகுதியில் தோன்றிய மிகப் பழமையான தொழில்களில் ஒன்றாகும் (5,000 ஆண்டுகள் பழமையானது).

✡ ஒரு மேய்ப்பன் மந்தையைப் பராமரிக்கவும் (கவனிக்கவும்), கூட்டமைக்க (வழிநடத்தவும்), உணவளிக்கவும் (பாதுகாக்கவும்) வேண்டும்.

✡ பெரிய மந்தைகளை ஒரு மேய்ச்சலில் இருந்து அடுத்த மேய்ச்சலுக்குக் கொண்டு செல்ல வேண்டியிருந்தது, அதற்கு அதிக பராமரிப்பு தேவைப்பட்டது.

✡ மேய்ப்பனின் கடமை மந்தையை கட்டுக்கோப்பாக வைத்திருப்பது, அவற்றை வேட்டையாடுபவர்களிடமிருந்து பாதுகாப்பது, அதற்கு மயிர்கத்தரிப்பதற்காக கொண்டுசெல்வது, பால் கறந்து பாலாடைக்கட்டி தயாரிப்பது, ஆட்டுக்குட்டிகளைப் பிரசவிப்பதில் உதவுவது, ஆடுகளை சீர்படுத்துவது போன்று இன்னும் பல இருக்கின்றன.

✡ அவர்கள் பொருளாதாரத்தின் ஒரு முக்கிய அங்கமாக இருந்தனர் மற்றும் பொதுவாக ஊதியம் பெறுபவர்களாக இருந்தனர்.

✡ அவர்கள் பெரும்பாலும் இடம்பெயர்ந்து வாழ்ந்ததால், சமுதாயத்திலிருந்து தனிமைப்படுத்தப்பட்டனர். இது பொதுவாகக் குழந்தைகள் இல்லாத தனிமையான ஆண்களின் வேலையாகவோ அல்லது பெரும்பாலும் நிலத்தைச் சுதந்திரமாகப் பெறாத இளைய மகன்களுக்கு வழங்கப்படும் வேலையாகவோ இருந்தது. மற்ற சமூகங்களில், ஒவ்வொரு குடும்பத்திலும் கடின உழைப்பில் அதிகம் உதவ முடியாத குடும்ப உறுப்பினர் (இளைஞர்கள்/முதியவர்கள்) இருப்பார்கள். எனவே, அவர்கள் மந்தையை மேய்க்கும் பொறுப்பில் வைக்கப்படுவார்கள்.

✡ அவர்கள் பொதுவாகக் குழுக்களாக வேலை செய்வார்கள். ஒரு பெரிய மந்தையைக் கவனித்துக்கொள்வார்கள் அல்லது ஒவ்வொருவரும் தங்கள் சொந்த மந்தைகளைக் கொண்டு வந்து தங்கள் பொறுப்புகளை ஒன்றிணைப்பார்கள். இப்படிச் செய்வது, வேட்டையாடுபவர்கள் மற்றும் திருடர்களிடமிருந்து தங்கள் மந்தையைத் திறம்படப் பாதுகாப்பது அவர்களுக்கு எளிதாக இருக்கும்.

✡ ஒரு இடத்திலிருந்து மற்றொரு இடத்திற்கு நகரும் போது, அவர்கள் மக்கள் வசிக்கும் இடங்களை கடந்து செல்ல நேரிட்டால், வரும் நாட்களில் தனிமையான இடங்களில் தங்கியிருக்க நேரிடும்போது

தேவைப்படும் உணவு மற்றும் தண்ணீர் பைகளை அப்போது மீண்டும் நிரப்பி, தேவையானதை சேகரித்து வைத்துக்கொள்வார்கள்.

✡ பழங்கால மேய்ப்பர்களில் பெரும்பாலோர் தங்கள் மந்தையை தாழ்வான இடங்கள் மற்றும் பள்ளத்தாக்குகளை விட கரடுமுரடான மலைப்பகுதிகளில் மேய்ச்சலுக்கு அழைத்துச் செல்ல வேண்டியிருந்தது. ஏனெனில், பின்னாளில் அவை விவசாய நோக்கங்களுக்காக பயன்படுத்தப்படும்.

மேய்ப்பனாக இருப்பது எளிதான காரியமல்ல. நிச்சயமாக இல்லை. இந்த தலைப்பில் என் ஆராய்ச்சியின் பெரும்பகுதி இணையத்தில் இருந்தாலும், என் வீட்டைச் சுற்றியுள்ள புல்வெளிகளில் ஆட்டு மந்தையுடன் ஒரு மேய்ப்பவளைப் பார்க்கும் சிலாக்கியம் எனக்கு கிடைத்தது. அவளுடைய வழக்கமான வாழ்க்கை எனக்கு நிறைய விளக்கமளித்தது. நான் மக்கள் தொகை குறைவான பகுதியில் வசிக்கிறேன். புல்வெளி, புதர்கள் மற்றும் முள் மரங்கள் நிறைந்த பகுதியில் வசிக்கிறேன். ஒரு குறிப்பிட்ட வயதானவள் (இன்னும் இருக்கிறாள்) தனது ஆட்டு மந்தையுடன் இந்த இடத்திற்கு அடிக்கடி வருவாள். அவள் அருகில் மேய்ச்சல் காண்பித்து ஒவ்வொரு மாலையும் மீண்டும் தன் வீட்டிற்குத் திரும்பினாலும், பகல் முழுவதும், அவளுடைய வழக்கமான வாழ்க்கை மேய்ப்பனின் வாழ்க்கையைப் பற்றிய நல்ல கண்ணோட்டத்தை எனக்குக் காண்பித்துக் கொடுத்தது. இது தேவனால் தெய்வீகமாக ஏற்பாடு செய்யப்பட்டது என்று நான் உறுதியாக நம்புகிறேன். இது பல விஷயங்களை நன்கு புரிந்துகொள்ள எனக்கு உதவியது.

ஏறக்குறைய ஒவ்வொரு நாளும் அவள் காலை உணவிற்குப் பிறகு சிறிது நேரம் கழித்துத் தான் வருவாள். ஒரு உணவு கூடை மற்றும் கையில் ஒரு நீண்ட தடிமனான குச்சியுடன், ஒரு விசித்திரமான தொனியில் சத்தமிடுவாள். நான் நினைக்கிறேன், அவளுடைய ஆட்டு மந்தை நிச்சயமாக அந்த சத்தத்தைப் புரிந்துகொள்ளும் என்று. முள் மரங்களில் ஒன்றின் அடியில் நிழலைத் தேடி மணிக்கணக்கில் அமர்ந்து கொள்ளுவாள், முள் மரத்தின் நிழல் விழாமல் இருக்கும் போது தன்னுடைய இளைப்பாறும் இடத்தை மாற்றிக் கொள்வாள். எப்போதாவது, அவள் மகிழ்ச்சியுடன் மேய்ந்து கொண்டிருக்கும் அல்லது ஓய்வெடுக்கும் தன் மந்தையைக் கூப்பிடுவாள். நோய்வாய்ப்பட்ட மற்றும் தேவையற்ற மூலிகைகள் எதுவும் இல்லை என்று உறுதிப்படுத்தப்பட்ட உணவை தன் மந்தைக்கு அளிக்க அவள் அந்த இடத்தைச் சுற்றி வருவாள்.

இடையில் சிறு தூக்கம் போடுவாள். பெரும்பாலான நேரங்களில், அவள் எல்லா இடங்களிலும் பரவியிருக்கும் தன் மந்தையை மட்டும் கவனித்துக் கொண்டிருப்பாள். அவ்வப்போது வானத்தையோ, மக்கள் அல்லது சுற்றிச் செல்லும் வாகனங்களையோ பார்த்துக் கொண்டிருப்பாள். தெருநாய்களிடம் அவள் மிகவும் எச்சரிக்கையாக இருப்பாள். அவற்றை உடனடியாக விரட்டத் தயங்க மாட்டாள். சில சமயங்களில், அவள் என் வீட்டிற்கு அருகில் வரும்போது, எங்கள் கண்கள் சந்திக்க நேரிடும். நட்புடன் ஒரு வணக்கம் சொல்லி, ஒரு சிறிய தற்செயலான உரையாடலைத் தொடங்கி, பின்னர் சென்றுவிடுவாள். அவள் என்னிடம் பணம், உணவு அல்லது வேறு எதையும் கேட்டதில்லை. அவள் எப்போதும் சுயச்சார்புடையவளாகத் தோன்றினாள். தன் மந்தையைப் பற்றி பாசமாகப் பேசுவாள். அவள் மிகவும் அடிப்படையான கைப்பேசியே வைத்திருந்தாள். அவளுடைய மந்தை புல்வெளிகளை மேய்ந்துக் கொண்டிருக்கும்போது அவள் வேறு எதிலாவது நேரத்தை வீணடிப்பதை நான் ஒருபோதும் பார்த்ததில்லை. அவள் மகிழ்ச்சியுடன் அவளுடைய தொடர்பு எண்ணை பகிர்ந்து கொண்டாள். நான் எப்போதாவது ஒரு விருந்துக்கு ஆடு வாங்க விரும்பினால் அவளைத் தொடர்பு கொள்ளும்படி கூறிச் சென்றாள்!

என் வீட்டைச் சுற்றியுள்ள புல்வெளியில் அனைத்து வகையான பாம்புகள் (விஷமுள்ள மற்றும் விஷமில்லாத), எலிகள், பச்சோந்திகள், ஒரு சிறிய கருப்பு ஆமை மற்றும் கீரிப்பிள்ளை ஆகியவை வசிக்கின்றன! இந்த உயிரினங்களைத் தவிர, கட்டுப்பன்றிகளின் ஒரு குழுவும், இந்த பன்றிகளைக் கொன்று தின்பதற்காக எப்போதும் வேட்டையாடிக் கொண்டிருக்கும் தெரு நாய்களின் கூட்டம் அங்கு உள்ளன. அது பார்ப்பதற்குக் கொடூரமான காட்சியாக இருக்கும். என் நகரம் பெரும்பாலும் வெப்பமாகவும் ஈரப்பதமாகவும் இருக்கும். பருவமழையின் போது, அங்கு பொதுவாக வெள்ளம் ஏற்படும், காரணம் அதற்குமுன்பு அது ஒரு ஏரி படுக்கையாக இருந்தது.

இந்த மேய்ப்பர்களின் உழைப்பை நம்மில் பெரும்பாலோர் கவனிக்காமல் இருக்கிறோம். நாம் ஒரு பார்வையுடன் சென்றால், அவள் செய்யும் பல விஷயங்களை நாம் புரிந்து கொள்ளத் தவறிவிடுவோம். இந்த நகர வேட்டையாளர்களிடமிருந்து அவள் மந்தையைப் பாதுகாப்பது மட்டுமல்லாமல், தன்னையும் பாதுகாக்க வேண்டும். அந்த இடத்தை சுற்றி அவள் அவ்வப்போது நடப்பது கால்களை அசைப்பதற்காக மட்டும் அல்ல, தனது மந்தையின் ஆடுகள் அறியாமல் எதையும் தின்றுவிடாமலும், அந்த

இடத்தில் விஷத் தன்மை கொண்ட மூலிகைகள், புதர்கள், பழங்கள் அல்லது பூக்கள் எதுவும் இல்லை என்பதை உறுதிப்படுத்திக் கொள்ளவதற்காகவும் தான். சில சமயங்களில், நிழலில் அமர்ந்திருக்கும்போது, அவள் மடியில் குட்டி ஆடுகளை வைத்துக்கொண்டு, அன்புடன் தேற்றுவதை நான் கண்டிருக்கிறேன். சூரிய அஸ்தமனத்துக்குச் சற்று முன், அவள் ஒரு குறிப்பிட்ட தொனியில் மந்தையை அழைப்பாள். உடனே அவளுடைய மந்தை ஒரு குறிப்பிட்ட இடத்திலிருந்து அந்த புலத்தை விட்டு வெளியேறத் துவங்கும். அவள் தன் கடைசி ஆடு வெளியேறும் வரைக்கும் காத்திருந்து, பின்னர் தன் மந்தையைப் பின் தொடர்ந்து வீட்டுக்குத் திரும்புவாள். அவளுடைய மந்தை வீடு திரும்புவதற்கான வழியை நன்கு அறிந்திருந்தன. அவைகள் தன்னம்பிக்கையுடன் தங்கள் தலைவிக்கு முன்னாக சென்றன.

ஒரு நாடோடி மேய்ப்பனின் வேலையைப்பற்றி நீங்கள் சிந்திக்கவும் புரிந்து கொள்ளவும் நான் கொஞ்சம் பகிர்ந்துள்ளேன் என்று நம்புகிறேன். செருப்பு தைப்பவர்கள், மேய்ப்பர்கள் அல்லது மருத்துவர்கள் என எந்த சரியான தொழிலும் மரியாதைக்குரியது என்று நான் தனிப்பட்ட முறையில் நம்புகிறேன். சில தொழில்கள் ஒன்றிலொன்று சிறந்தவையாக இருந்தாலும், முடிவில், நீதிமொழிகள் 16:26 இல் எழுதப்பட்டிருப்பது போல "பிரயாசப்படுகிறவன் தனக்காகவே பிரயாசப்படுகிறான்; அவன் வாய் அதை அவனிடத்தில் வருந்திக் கேட்கும்" என்ற வசனம் தான் நிலைநிற்கிறது. எந்த ஒரு சரியான தொழிலாக இருந்தாலும் அதை முதலில் நாமும் மதித்து பின் நம் பிள்ளைகளும் மதிக்குமாறு வீட்டிலேயே கற்றுத் தர வேண்டியது அவசியம். இது எதிர்காலத்தில் பல சிக்கல்களைத் தவிர்க்கும். உலகம் சில தொழில்களை அவற்றின் உண்மையான மதிப்பிற்கு அப்பால் உயர்த்துகிறது. சிறார்களின் வாழ்க்கை போட்டிப் பந்தயத்தில் ஈடுபட வேண்டும் என்பதாக நிரலாக்கம் செய்யப்பட்டு வாழ்க்கையை வீணடிக்கப்படுகிறது. அத்தகைய மென்மைகளால் பாரபட்சம் காட்டப்படும் அபாயம் எந்த நிலையிலும் தவிர்க்கப்பட வேண்டும். மாறாக, நம் பிள்ளைகள் தேவனுடைய சத்தத்திற்கும், அவருடைய வழிநடத்துதலுக்கும் செவிகொடுத்து தங்கள் தொழிலில் செழித்தோங்கும்படி நாம் நம்முடைய பிள்ளைகளுக்குக் கற்பிக்க வேண்டும். முடிவெடுப்பதில் அவர்களின் பங்கு மிக முக்கியமானது. தேவனுக்கேற்ப வளர்ப்பதும் ஆலோசனை வழங்குவதும் நிச்சயமாகவே தேவையானது.

நான் ஏற்கனவே குறிப்பிட்டது போல, ஒரு மேய்ப்பனின் வாழ்க்கை அவ்வளவு எளிதானது அல்ல. பேரார்வத்துடன் இணைந்து செயலாற்றினால் மட்டுமே தொழிலில் சாதிக்க முடியும். இது யார் மீதேனும் திணிக்கப்பட்டால், அது உண்மையாகவே அவர்களுக்கு இழுவையாக மாறும். ஏனெனில், இந்த தொழிலில் 'ஒரு நாளைக்கு இருபது நான்கு மணி நேரமும், வாரத்தில் ஏழு நாட்களும், வருடத்தில் முந்நூற்று அறுபத்தைந்து நாட்களும்' மந்தையைப் பராமரிக்க வேண்டியது அவசியம். மேய்ப்பனுக்கு ஓய்வு தேவைப்பட்டால், நியாயமான வேறொருவர் தன் மந்தையைப் பார்த்துக்கொள்வாரா என்பதையும் உறுதிப்படுத்த வேண்டும்.

இன்று, இந்த தொழில் பிரதான வணிகமாக மாறியுள்ளது. மேய்ப்பனுக்கும் அவனுடைய மந்தைக்கும் இடையே அதிக பிணைப்பு இல்லை. தயார் செய்யப்பட்ட உணவு கிடைக்கிறது. மேலும் பசுமையான மேய்ச்சல் நிலங்களுக்கு அழைத்து செல்வதற்குப் பதிலாக தொட்டிகளிலே தீவனம் அளிக்கப்படுகிறது. இப்பொழுது இருக்கும் மேய்க்கும் தொழிலைப் பார்த்தால், சங்கீதத்தில் தாவீது பகிர்ந்து கொண்ட ஒரு மேய்ப்பனின் நிஜ வாழ்க்கை அனுபவத்தை நம்மால் இழக்க நேரிடும். மத்திய கிழக்கில் இருக்கும் இன்றைய நாடோடி மேய்ப்பர்கள் பழைய நாட்களின் மேய்ப்பர்களைப் போலவே இன்றும் உள்ளனர். மேலும், அவர்கள் தங்கள் மந்தையின் தேவைகளைக் கவனித்துக்கொண்டு இரண்டு மாதங்களுக்கு விடுப்பு எடுக்கிறார்கள். அவர்கள் தங்கள் மந்தையை வனாந்தரங்கள், மலைகள், பள்ளத்தாக்குகள் மற்றும் காட்டுப்பாதைகள் வழியாக வழிநடத்துகிறார்கள். மேலும் காட்டு மிருகங்கள், பாம்புகள், தேள்கள், திருடர்கள், கடுமையான வானிலை போன்றவற்றிலிருந்து அச்சுறுத்தல்களையும் ஆபத்தையும் எதிர்கொள்கின்றனர். நவீனக் கால மேய்ப்பர்களுடன் ஒப்பிடும்போது இந்த நாடோடிகள் தங்கள் மந்தையுடன் நல்ல உறவைப் பகிர்ந்து கொள்கிறார்கள்.

தாவீது தனது சிறிய மந்தையைப் பாதுகாக்கும் போது அடிக்கடி தன் உயிரைப் பணயம் வைத்தான். தாவீது பெற்றிருந்த அபிஷேகம் நிச்சயமாக அவனை மிக உயர்ந்த இடத்திற்குக் கொண்டு சென்றது. ஒரு நல்ல மேய்ப்பனாக இருக்க வேண்டும் என்ற அவனது இதயத்தில் உள்ள ஆசை நிச்சயமாகத் தேவனுக்கும் முக்கியமானதாகத் தான் இருந்தது. அவர் சாமுவேலை அபிஷேகம் செய்ய அனுப்பினார். மேலும் அவன் விசேஷித்த வேலைக்காகப் பிரித்தெடுக்கப்பட்டவன் என்பதை சாமுவேல் மூலம்

அவனுக்குத் தெரியப்படுத்தினார். அபிஷேகத்துடன் சேர்ந்து வல்லமையும் கிடைக்கப் பெற்றான்! அதனால் ஜனங்கள் அவனை வல்லமை நிறைந்த பராக்கிரமசாலியாகப் பார்த்தனர். ஒருபுறம் சிங்கங்களையும், கரடிகளையும் அடக்கினவனாகவும், மறுபுறம், சுரமண்டலம் வாசிப்பதில் தேறினவனாகவும், மிக இனிமையான மெல்லிசையை இசைக்கக் கூடியவனாகவும் திகழ்ந்தான். இதில் சிறப்பம்சம் என்னவெனில், தாவீது இந்த உண்மையை அறிந்திருந்தான். மேலும் அதை கோலியாத்திற்கு எதிராக அவன் எதிர்கொண்ட சவாலில் பயன்படுத்தினான். அவன் தனது வாழ்நாளில் பெற்ற எந்த ஒரு வெற்றிக்கும் தன்னைப் பெருமைப்படுத்திக் கொண்டதே இல்லை. வெற்றியின் முழு ஆதாரம் தேவன் தான் என்பதை அவன் அறிந்திருந்தான். தேவன் கொடுத்த அபிஷேகமே தன்னை இவ்வளவு உயர்வுக்குக் கொண்டுவர முடியும் என்றால், அபிஷேகத்தைக் கொடுத்த தேவனின் அன்பு எவ்வளவு வல்லமை வாய்ந்ததாக இருக்கக் கூடும்? இந்த எண்ணம் தான் ஒவ்வொரு தேவப்பிள்ளைகளுக்கும் அவசியம் தேவையானது. தேவனின் அபிஷேகம் தாவீதை ஒரு மேய்ப்பனாக அவனது தொழிலில் செழிக்கச் செய்தது. மேலும் அந்த வழியில் புதிய பதவிகளை அறிமுகம் செய்தது. தேவன் அவனை அடுத்த ராஜாவாக ஆயத்தப்படுத்திக் கொண்டிருந்தார்.

தாவீது தனது ஆடுகளின் மீது மிகுந்த பாசத்தையும் பொறுப்பையும் கொண்டிருந்தான். மேலும் அவனது தந்தை கொடுத்த வேலையில் பொறுப்பானவனாகவும் தன்னை வளர்த்துக் கொண்டான். ஒரு ஆட்டைக் காப்பாற்றுவதற்காக அவன் சிங்கத்துடனும், கரடியுடனும் சண்டையிட்டான் என்பதிலிருந்து இது எத்தனை சரி என்பதை நம்மால் யூகிக்க முடியும்! ஒரு விலங்கைக் காப்பாற்றுவதற்காக நம்மில் எத்தனைபேர் உயிரைப் பணயம் வைக்க முன்வருவோம்? தாவீது அதைச் செய்தான்! வெறும் கவணை மட்டுமே கொண்டு இந்த காட்டு மிருகங்களுக்கு எதிராகக் கர்த்தருடைய அபிஷேகம் எப்படி வெற்றியைக் கொண்டு வந்தது என்பதை அவன் பார்த்தான். கீழ்க்கண்ட இந்த நற்பண்புகள் அனைத்தும் - அதாவது அன்பான கவனிப்பு, கடமை, பொறுப்பு, இரக்கம் போன்றவை இன்றும் முக்கியமானவை. அதுமட்டுமல்லாது, இது நம் வாழ்வின் ஒவ்வொரு அம்சத்திற்கும் முற்றிலும் பொருந்தவும் கூடியது. மனிதர்கள் மீது தேவன் அளவற்ற அன்பு வைத்திருக்கிறார் என்ற தாவீதின் புரிதலானது அவனது வாழ்க்கை முழுவதும் தேவனையே சார்ந்திருக்கும்படி செய்தது. மேலும் அவன் எழுதிய மற்ற சங்கீதங்களிலும் இதைக் காணலாம்.

சவுலின் ஆயுத தாரியாகவும், வாத்தியம் வாசிப்பவனாகவும் நியமிக்கப்பட்ட பிறகு, தாவீது சிறிய இடைவேளை எடுத்துக்கொண்டு பெத்தலகேமில் உள்ள தனது குடும்பத்தினருடன் இருந்துவர அனுமதிக்கப்பட்டான். இப்படிப்பட்ட இடைவேளை கிடைத்தால், நம்மில் பெரும்பாலோர் சோம்பேறித்தனமாகப் படுத்துக் கொண்டிருப்போம். நமக்கும் வேலைக்கும் எந்த சம்பந்தமும் இல்லை என்பது போல இருப்போம். ஆனால் தாவீது அப்படி இருக்கவில்லை. அவன் திரும்பிச் சென்று தன் தந்தையின் ஆடுகளை மேய்ப்பான். மீண்டும், அவன் சவுலிடம் செல்ல வேண்டிய வேளை வரும்போது, தனது மந்தையை மற்றொரு நபரிடம் பொறுப்புடன் ஒப்படைத்துச் செல்வான். தாவீது இப்படிப்பட்ட நாட்களிலெல்லாம் ஒரு கணநேரத்தையும் விரயம் செய்யவில்லை. தன்னால் முடிந்தவரை வாழ்க்கையைப் பற்றிக் கற்றுக்கொண்டே இருந்தான். கிடைக்கப்பெறும் இந்த அனுபவமும், அறிவும் தன்னை முன்னோக்கிச் செல்ல உதவும் என்பதை அவன் அறிந்திருந்தான். சின்ன விஷயங்களிலும் விசுவாசமாக இருந்தான். என்னால் நிச்சயமாகக் கூற முடியும் அவன் எங்கே இருந்தாலும், மந்தையைப்பற்றி நினைத்துக் கொண்டே இருந்திருப்பான் என்று. ஆண்டவர் இயேசு, யோவான் 10:11 லிருந்து 18 வரை நல்ல மேய்ப்பனாக இருப்பதைப் பற்றி விளக்கியபோது, இந்தப் பார்வையை கொண்டிருந்தார். எனவே, நம்முடைய தேவனுடனான உறவில் நாமும் வளர, இந்த சங்கீதத்தை நன்கு புரிந்துகொள்வது நமக்கு மிகவும் பயனுள்ளதாக இருக்கும்.

ஆடுகள்:

ஆடுகள் முட்டாள்கள் அல்லது அற்பமானவை என்று மக்கள் சொல்வதை பொதுவாக கேட்டிருக்கிறேன். ஆம், சில சமயம் மனிதர்களும் கூட மூடத்தனமாகதான் இருக்கிறார்கள் என்பதைக் காண்பிக்கத்தான் இந்த ஒப்பீடு என்று நினைக்கிறேன், நானும் கூட அதை நம்பிக்கொண்டு தான் இருந்தேன்! ஆனால், இந்த தலைப்பைப் பற்றி ஆராய்ச்சி செய்துகொண்டிருந்தபோது தேவன் எனக்குக் கொடுத்த வெளிப்பாடுகளுக்காகத் தேவனுக்கு நான் நன்றி செலுத்துகிறேன். அது உங்களையும் நிச்சயம் வியப்பில் ஆழ்த்தும் என்று நான் நம்புகிறேன். தேவன் படைத்த எந்த ஒன்றும் முட்டாள்தனமானதோ, அற்பமானதோ, பொருத்தமற்றதோ இல்லை என்பதை நான் உறுதியாக நம்புகிறேன். தேவனுடைய கரத்தின் கிரியைகள் அனைத்தும் ஆறு நாட்களில் படைக்கப்பட்டன, அவை ஒவ்வொன்றும் அவரது ஞானத்தின் வெளிப்பாடு.

அவரது ஞானம் அர்த்தமற்ற விஷயங்களை உருவாக்குவதில்லை. ஆம், 'வீழ்ச்சி' நிகழ்ந்தது, அது அனைத்து படைப்புகளையும் சமமாகப் பாதித்தது. ஆனால் மனிதக்குலத்தின் மனதைத் தேவன் தொடர்ந்து மேம்படுத்தியுள்ளார். இப்போது விண்வெளியைக் கூட ஆராய்ச்சி செய்கிறோம்! எண்ணற்ற சிறந்த கண்டுபிடிப்புகள் மற்றும் சாதனைகள் நிகழ்ந்துள்ளன. பாவமானது நம் ஆவியைத் தேவனிடமிருந்து பிரித்தது. பிறக்கும் குழந்தைகளும் கூட தேவனற்ற ஆவியுடன் தான் பிறக்கிறார்கள் (மரித்த/பாவமுள்ள ஆவி). இருப்பினும், தேவன் மனிதக்குலத்தின் மீது தமது அன்பையும் இரக்கத்தையும் தொடர்ந்து வெளிப்படுத்திக்கொண்டே தான் இருக்கிறார். மேலும், அவர்களை மகிமையான முறையில் செயல்பட அனுமதிக்கிறார். துரதிருஷ்டவசமாக, மனிதன் தேவனை மகிமைப்படுத்த வேண்டிய இடத்தில் எல்லாம் அவரை புறக்கணித்து, தனக்கே எல்லா புகழையும் எடுத்துக் கொள்கிறான்.

வீழ்ச்சியடைந்த நிலையிலும் கூட செம்மறி ஆடுகள் பின்வரும் அம்சங்களைக் கொண்டுள்ளன:

- ✡ ஆடுகள் புல், தழை உண்ணும் விலங்கினம் (Herbivores) ஆகும். இவை தனித்துவமான பல பண்புகளைக் கொண்டுள்ளன.

- ✡ இவை மிக எளிதாக வீட்டு விலங்குகளாக மாற்றிக் கொள்ளக்கூடியவை. மேலும், இவை கால்நடை குடும்பத்தைச் சேர்ந்தவை.

- ✡ இவற்றிற்குச் சிறந்த பக்கவாட்டு பார்வை, மணம் மற்றும் சுவை அறியும் கூர்மையான உணர்வு, நல்ல புலனுணர்வு உள்ளது. மேலும், இவை நன்றாகத் தொடர்புகொள்ளக்கூடியவை (தங்களுக்குள்).

- ✡ முதிர்ந்த ஆடுகளுக்கு முப்பத்திரண்டு பற்கள் உள்ளன, அதில் இருபது பற்கள் உதிர்ந்து, மறுபடியும் முளைக்க கூடியவை. இது கிட்டத்தட்ட மனிதர்களுக்கு இருப்பதைப் போன்றது!

- ✡ ஆட்டின் முக்கிய அம்சம் அதன் கம்பளியாகும். இறைச்சி மற்றும் பால் ஆதாரமாக இருப்பதைத் தவிர, ஆடுகளை வளர்ப்பதற்கு இதுவே முக்கிய காரணமாக இருந்து வருகிறது.

- ✡ ஆட்டின் தோலாடையை, பொருட்கள் செய்யப் பயன்படும் பதனிட்ட தோலுடன் ஒப்பிட முடியாது. இது கம்பளியாட்டு முடியுடன் சேர்ந்து பதனிடப்படுகிறது (இடைவார் என்று அழைக்கப்படுகிறது). இது ஒளி மற்றும் நிலையான மின்சாரத்தை எதிர்க்கும் மற்றும் சில மின்கடத்தும்

பண்புகளையும் கொண்டுள்ளது. ஒப்பீட்டளவில் அரிதிற் கடத்தியாகச் செயல்படுகிறது.

✡ கம்பளியின் மற்றும் ஆடுகளின் தரம் அதன் அடிப்படையில் வகைப்படுத்தப்படுகின்றன. பிற வண்ணங்களை விட வெள்ளை கம்பளிக்கே எப்போதும் முன்னுரிமை அளிக்கப்படுகிறது. அதன் நெசவு நயம் அதைக் கொண்டு எதைத் தயாரிக்கலாம் என்பதைத் தீர்மானிக்கிறது. உதாரணமாக, அடர்த்தியான மற்றும் அதிகமாகச் சுருண்ட கம்பளி ஜவுளி பொருட்களுக்குப் பயன்படுத்தப்படுகிறது. அதே சமயம் நீளமான, முடி போன்ற கம்பளிகள், கம்பளங்கள் செய்யப் பயன்படுத்தப்படுகின்றன.

✡ இவை வீட்டு விலங்குகளாக மாற்றப்பட்டு யூத சமூகத்தால் பலியிடும் விலங்குகளாகப் பயன்படுத்தப்பட்டுள்ளன. ஏனெனில், அவை யூத மரபு (கோஷர்/Kosher)உணவாகும். இன்றும் பல மதங்கள் ஆடுகளைப் பலியிடும் வழக்கத்தைக் கொண்டுள்ளன.

✡ ஆடுகளின் ஆயுட்காலம் பத்து முதல் பன்னிரண்டு ஆண்டுகள், அதிகபட்சம் இருபது ஆண்டுகள்.

✡ இவற்றின் பக்கவாட்டு பார்வை மிகவும் கூர்மையானது; முகம் முடியால் (கம்பளி குருட்டுத்தன்மை) மறைக்கப்படாவிட்டால், தலை திருப்பாமலேயே 270-320 பாகை வரை பார்க்க முடியும்.

✡ செம்மறி ஆடுகள் இருட்டிலிருந்து நன்கு வெளிச்சம் உள்ள பகுதிகளுக்குச் செல்ல முனைகின்றன. மற்றும் ஏதேனும் தொந்தரவு ஏற்படும் போது மேல்நோக்கிச் செல்ல விரும்புகின்றன.

✡ அவை வரலாறு முழுவதும் பல்வேறு நோக்கங்களுக்காக வளர்க்கப்படுகின்றன: கம்பளிக்காக (ஆடைகள், தரைவிரிப்புகள் மற்றும் மேற்சட்டைகள்), பால் மற்றும் பால் பொருட்கள் மற்றும் இறைச்சிக்காக.

✡ **உணவு முறை:** இவை புல் உண்பவை அதாவது அவைகள் தலையைக் கீழே வைத்து புல் மற்றும் மூலிகைகள் போன்ற தரைமட்ட தாவரங்களை உண்பவை.

✡ இவற்றிற்கான உணவுகள் குறைவாகவே உள்ளது. மேய்ப்பன் மந்தையை மேய்ச்சலுக்கு அனுப்புவதற்கு முன் ஆடுகளுக்கு

நச்சுத்தன்மையுள்ள (தக்காளிச் செடிகள் போன்ற) தேவையற்ற தாவரங்கள் இருக்கின்றனவா என்று கவனமாகக் கண்டறிய வேண்டும். ஆடுகள் பொதுவாகத் தாவரங்களைத் தரையில் மிக நெருக்கமாக மேய்கின்றன. பிற கால்நடைகளை விட அதிகமாகவும் வேகமாகவும் மேய்கின்றன. எனவே, தாவரங்கள் மீண்டும் தழைக்க நேரம் தேவைப்படுகிறது. திட்டமிட்ட சுழற்சி மேய்ச்சலும் அவசியம். அவை ஆக்கிரமித்திருக்கும் தாவரங்களை மேய்வதினால் களைக்கொல்லியாகவும் செயல்படுகிறது!

✡ **நடத்தை:** செம்மறி ஆடுகள் ஒரே நேரத்தில் நான்கு அல்லது அதற்கு மேற்பட்ட ஆடுகளுடன் மந்தையாக இருப்பதற்கு நன்கு அறியப்பட்டவை. மேலும் அவை புதிய மேய்ச்சலுக்காக ஒரு தலைவரைப் பின்பற்ற வலுவாகவும் இயற்கையாகவும் விரும்புகின்றன. அவைகள் வாழும் பிரதேசத்தைப் பாதுகாப்பதில்லை. ஆனால் சொந்த வரம்புகளை உருவாக்குகின்றன. மந்தையிலிருந்து பிரிக்கப்படும்போது ஒரு ஆடு மன அழுத்தத்திற்கு உள்ளாகலாம். சில மந்தைகள் வலிமையை வெளிப்படுத்துகின்றன அதாவது, அவை வாழ்நாள் முழுவதும் ஒரு சிறிய உள்ளூர்ப் பகுதியிலே வாழ்கின்றன.

✡ அவற்றின் முதன்மை பாதுகாப்பு வழிமுறை தப்பி ஓடுவது. இருப்பினும், சிக்கிய ஆடுகள் தாக்கும், குழம்பால் முட்டும், உடைக்கும், ஆக்ரோஷமான போக்கை வெளிப்படுத்துவதன் மூலம் அச்சுறுத்தும், குட்டி ஆடுகளும் கூட. இருப்பினும், இயற்கையை வேட்டையாடுபவர்கள் இல்லாத பகுதிகளில், ஆடுகள் இத்தகைய நடத்தையை வெளிப்படுத்துவதில்லை.

✡ அவை உணவைச் சார்ந்து வாழ்பவை தீவன வாளிகள் மூலம் கொண்டு செல்ல முடியும்.

✡ அவைகள் சண்டை, அச்சுறுத்தல்கள் மற்றும் போட்டித்திறன் மூலம் யார் ஆதிக்கம் செலுத்த வேண்டும் என்று தீர்மானிக்கின்றன. சில சமயங்களில் கொடுமைக்காரர்களாக மாறுகின்றன. இதில் கொம்பின் அளவு ஒரு முக்கிய இடம் வகிக்கிறது. பொதுவாக, ஒரே அளவு கொம்பு கொண்ட செம்மறி ஆடுகள் யார் ஆதிக்கம் செலுத்த வேண்டும் என்பதைத் தீர்மானிக்கச் சண்டையில் நுழைகின்றன.

✡ **புத்திசாலித்தனம் மற்றும் கற்றல் திறன்:** ஆடுகளால் தனிப்பட்ட மனிதனையும் ஆட்டின் முகத்தையும் அடையாளம் கண்டு ஆண்டுகளாக நினைவில் வைத்திருக்க முடியும். தற்காலிக மற்றும் முன்பக்க மடல்களில் உள்ள அவைகளுக்கு நரம்பியல் அமைப்புகள், வலது மூளை அரைக்கோளத்தின் அதிக ஈடுபாட்டுடன் மனிதர்களைப் போலவே இருக்கின்றன. அவை முகபாவனைகள் மூலம் உணர்ச்சி நிலைகளை வேறுபடுத்தலாம். அவைகளுக்குக் கொடுக்கப்பட்ட பெயர்களுக்குப் பதிலளிக்கவும், விலங்கு பயிற்சி பெற்று பதிலளிக்கவும் அவற்றைப் பயிற்றுவிக்க முடியும்.

✡ **குரல் எழுப்பல்கள்:** குரல் எழுப்பல்கள், உறுமல் விடுதல், குறுகுதல், கர்ஜனை மற்றும் மூச்சு விடுதல் ஆகியவை குரல் எழுப்பல்களின் வழக்கமான முறைகளாகும். தொடர்பு கொள்வதற்காக, அவை பொதுவாகக் உறுமல் விடுகின்றன. சிலவை துன்பம், மனச்சோர்வு அல்லது பொறுமையின்மை ஆகியவற்றைத் தெரிவிக்கக் சில சமிக்ஞை செய்கின்றன. அவை வலியிலும், தனிமையிலும் அல்லது பிரசவிக்கும்போதும் மௌனமாக இருக்கும். அரவணைப்பிற்காக, அவைகள் முணுமுணுக்கின்றன. மேலும் ஆக்கிரமிப்பைக் காட்ட அவைகள் உறுமல் விடுகின்றன.

✡ இவை இனிப்பு மற்றும் புளிப்புச் சுவைகளை விரும்பி, கசப்பான உணவை நிராகரிக்கின்றன. பலவகையான தாவரங்கள் நமக்கு நல்லது ஆனால் ஆடுகளுக்கு நச்சுத்தன்மை கொண்டவை. எனவே, மேய்ப்பன் தன் மந்தையை அழைத்துச் செல்லும் புல்வெளிகளைக் கவனமாகக் கண்காணிக்க வேண்டும்.

✡ ஒரு ஆடு நோய்வாய்ப்பட்டால், அது தனது உடலை வேட்டையாடக் காத்திருக்கும் விலங்கினங்களின் பார்வையிலிருந்து தப்புவித்துக்கொள்ள வெளியே தெரியும் தனது நோயின் அறிகுறிகளை மறைக்க முயலும்.

✡ **இனப்பெருக்கம்:** பொதுவாக, ஆடுகளின் குழு ஒற்றை கிடாவினால் இனச்சேர்க்கை செய்யப்படுகிறது (மேலாதிக்கமான அல்லது வளர்ப்பவரால் தேர்ந்தெடுக்கப்பட்டது). ஆடுகள் ஆறிலிருந்து எட்டு மாதங்களில் முதிர்ச்சியடைகின்றன, மற்றும் கிடாக்கள் நான்கிலிருந்து ஆறு மாதங்களில் முதிர்ச்சியடைகின்றன. சுமார்

எட்டு சதவீதம் ஆடுகள் ஓரினச்சேர்க்கையில் ஈடுபடுகின்றன. இதன் கர்ப்ப காலம் ஐந்து மாதங்கள், மற்றும் பிரசவம் ஒன்றிலிருந்து மூன்று மணி நேரம் வரை நீடிக்கும். பொதுவாக, ஒற்றை அல்லது இரட்டை ஆட்டுக்குட்டிகள் பிறக்கும். ஆட்டுக்குட்டிகளைப் பிரித்தெடுப்பதில் அல்லது இடமாற்றம் செய்வதில் மேய்ப்பன் உதவ வேண்டும். பிறந்த குட்டிகள் ஒரு மணி நேரத்திற்குள் நிற்கவும் சாப்பிடவும் ஆரம்பிக்கின்றன. அவைகள் தாய் ஆட்டால் ஏற்றுக்கொள்ளப்படாவிட்டால், அவைகளுக்கு புட்டிப்பால் கொடுக்கப்பட வேண்டும் அல்லது மற்றொரு ஆடு மூலம் வளர்க்க வேண்டும். செம்மறிக்கு இரண்டு முலைகள் மட்டுமே உள்ளன.

✡ செம்மறி ஆடுகளின் நோய்களுக்குச் சிகிச்சை அளிக்க வேண்டும் என்று வருகையில், குணப்படுத்துவதை விட நோய் வராமல் தடுப்பதே சிறந்தது. இவற்றிற்குப் பல தடுப்பூசிகள் உள்ளன. ஒட்டுண்ணி தொற்றுக்கான தடுப்பு முறைகளை மேற்கொள்ள வேண்டும். ஆனால் பழங்காலத்தில் இவை கிடைக்கவில்லை. எனவே, நோய்களைத் தடுக்க அவர்களின் சொந்த தீர்வு நடவடிக்கைகள் மேற்கொள்ளப்பட்டன. ஆர்ஃப், ஆந்த்ராக்ஸ் போன்ற சில நோய்கள் மனிதர்களுக்கும் பரவுகின்றன.

✡ ஆடுகளை வேட்டையாடும் குழுவில் ஓநாய், பூனைகள், கரடிகள், பறவைகள் மற்றும் காட்டுப் பன்றிகள் ஆகியவை அடங்கும். நவீனத்திற்கு முந்தைய காலங்களில், வேட்டையாடுவதைத் தடுக்க மேய்ப்பர்கள் மந்தையுடன் தங்கியிருப்பதையே சிறந்த வழியாகப் பயன்படுத்தினர்.

✡ வெட்டப்பட்ட செம்மறி ஆடுகள் இறைச்சி, மெழுகுவர்த்திகள் மற்றும் சோப்பு தயாரிக்கப் பயன்படும் கொழுப்பு போன்றவை அடங்கும். எலும்பு மற்றும் குருத்தெலும்பு ஆகியவை செதுக்கப்பட்ட பொருட்களைத் தயாரிக்கவும், பசை மற்றும் ஜெலட்டின் தயாரிக்கவும் பயன்படுத்தப்படுகின்றன. இசைக்கருவிகள், அறுவைசிகிச்சை தையல் மற்றும் டென்னிஸ் உந்துகணைகளுக்கான சரங்களை உருவாக்கக் குடல்கள் பயன்படுத்தப்படுகின்றன. கம்பளியில் உள்ள லானோலின் என்ற நீர்புகா பொருள் அழகுசாதனப் பொருட்களுக்குப் பயன்படுத்தப்படுகிறது. பழைய நாட்களில் ஆட்டுக்கடாவின்

கொம்பு, ஷோஃபர் மிகவும் முக்கியத்துவம் வாய்ந்தது. இது ஒரு இசைக்கருவியாகவும், அபிஷேக எண்ணெய்க்கான கொள்கலனாகவும் பயன்படுத்தப்பட்டது.

✡ உலகம் செம்மறி ஆடுகளையும், வெள்ளாடுகளையும் தொடர்ந்து ஒப்பிடுவதால், இது தொடர்பாகவும் சில மாறுபட்ட தகவல்களை வழங்க விரும்புகிறேன். செம்மறி ஆடுகளும் வெள்ளாடுகளும் தனித்தனியான இனங்கள். அரிதாக இவ்விரண்டிலுமிருந்து கலப்பினங்கள் உருவாகினாலும், அவை எப்போதும் இனப்பெருக்கம் செய்ய இயலாது. கீழே உள்ள அட்டவணை ஆடுகளுக்கும் வெள்ளாடுகளுக்கும் உள்ள அடிப்படை வேறுபாடுகளைக் காட்டுகிறது. மேலும், தேவனின் உண்மையான பிள்ளைகளுக்கும் மாய்மாலம் செய்பவர்களுக்கும் இடையிலான சில பண்புகளை விளக்க இந்த வேறுபாடு ஏன் பயன்படுத்தப்படுகிறது என்பதை நன்கு புரிந்துகொள்ள உதவும்.

செம்மறி ஆடுகள்	வெள்ளாடுகள்
இவைகள் மேய்ந்து திரியும் விலங்குகள் (மேலே விளக்கப்பட்டுள்ளது).	தாவரங்களைத் தேடும் விலங்குகள். அதாவது உயரமாக இருக்கும் தாவரங்களை மேய்ச்சல் செய்யும்.
புல் மற்றும் மென்மையான தாவரங்களை விரும்புகின்றன.	செடிகள் மற்றும் மரங்களின் மரத்தாலான பகுதிகளை விரும்புகின்றன. ஆனால் புல்லையும் உண்ணும்.
வால் கீழ்நோக்கி தொங்கும்.	வால் மேல்நோக்கி நிற்கும்.
தாடி இல்லை.	தாடி உள்ளது.
மேல் உதடு பிரிந்திருக்கும்.	மேல் உதடு பிரியவில்லை.
இயற்கையாக கொம்பில்லாதவை.	இயற்கையாக கொம்பில்லாதவை என்பது மிகவும் அரிது.
இனப்பெருக்க காலத்தில் தனித்துவமான அல்லது வலுவான வாசனை இல்லை.	இனப்பெருக்க காலத்தில் தனித்துவமான மற்றும் வலுவான வாசனை உண்டு.
ஒரே மாதிரியான புல்வெளியில் நன்றாக சாப்பிடும்.	ஒரே மாதிரியான புல்வெளியில் அவ்வளவாக சாப்பிடாது.

செம்மறி ஆடுகளைப் பற்றிய அனைத்து தகவல்களையும் அறிந்த பிறகு, செம்மறி ஆடுகள் சில அம்சங்களில் தனித்துவமானது மற்றும் பல வழிகளில் மனிதர்களைப் போலவே இருப்பதை நீங்கள் மகிழ்ச்சியுடன் ஒப்புக்கொள்வீர்கள் என்று நான் நம்புகிறேன். மனிதர்களுக்கும் செம்மறி ஆடுகளுக்கும் உள்ள பற்களின் ஒற்றுமையைப் பற்றிப் படித்தபோது, எனக்கு ஆச்சரியமாக இருந்தது! தேவனுடைய ஞானம் வார்த்தைகளுக்கு அப்பாற்பட்டது! மேலே குறிப்பிட்டுள்ள விஷயங்களைப் படிக்கும்போது, சில அம்சங்களில், குறிப்பாக அவற்றின் நடத்தையில், செம்மறி ஆடுகளுடன் நம்மை அடையாளப்படுத்தியிருப்போம். செம்மறியாட்டினால் பேச முடியாது அவ்வளவே தான. ஏதாவது ஆபத்து ஏற்பட்டாலும் தப்பி ஓடுவது போன்ற சில பயமுறுத்தும் குணாதிசயங்களையும் இவை பெற்றிருக்கின்றன. மிக அரிதாகவே அதை வேட்டையாடுபவர்களுடன் சண்டை செய்கிறது; இந்த பண்பு பெரும்பாலான மனிதர்களுக்கும் பொருந்தும்.

இந்த விலங்கு, கோஷராக இருப்பதால், அந்த நாட்களில் கிட்டத்தட்ட எல்லா யூத குடும்பங்களிலும் இருந்தது. ஜனங்கள் பலி செலுத்துவதற்கு தங்களிடம் ஏற்கனவே இருக்கும் ஒன்றிலிருந்து எடுத்துச் செலுத்தும்படி தேவன் எளிதாக்கியிருந்தார். ஜனங்கள் காட்டில் எங்காவது ஒரு அரிய விலங்கைத் தேடிச் செல்ல வேண்டியதில்லை. அவர்கள் தங்களிடம் இருந்தால் தான் கொடுக்க முடியும். இதேபோல், மற்ற கோஷர் விலங்குகள் வீடுகளிலும் சந்தைகளிலும் எளிதாகக் கிடைத்தன.

தாவீது பத்சேபாளுடன் விபச்சாரம் செய்தபோது, நாத்தான் தீர்க்கதரிசி வந்து ஒரு மேய்ப்பனுக்கும் அவன் அவனுடைய ஒரே செல்ல ஆட்டிற்கும் இடையேயான அன்பான உறவை எடுத்துரைத்துரைத்தான். தாவீது இந்த அன்பைப் புரிந்துகொண்டு, அந்தக் கதையில் வந்த குற்றவாளியின் மீது மிகவும் கோபமடைந்தான் (நிஜ வாழ்க்கையில் அது தாவீது தான்). இன்று நாய்கள் மற்றும் பூனைகள் போன்றவற்றின் மீது இந்த வகையான அன்பைக் காட்டும் மக்கள் ஏராளமாக உள்ளனர். ஒரு மனிதனுக்கும் அவனுடைய செல்லப் பிராணிக்கும் இடையே பெரிய பிணைப்பு ஏற்பட வாய்ப்பு உள்ளது. சில சமயங்களில் அது நம் புரிதலுக்கு அப்பாற்பட்டது. அதைப் புரிந்து கொள்ள அனுபவம் தேவை என்று நினைக்கிறேன். ஆனால் தாவீது ஆடுகளுடனான உறவைப்பற்றி அறிந்திருந்தான், மேலும் அவற்றைப் பாதுகாப்பதற்கும் அதற்குத் தேவையானதை வழங்குவதற்கும் அவன் எந்த வரம்புகளையும் மீறுவான். இதனுடன், விசுவாசத்தினால் கிடைக்கும் புதிய உடன்படிக்கையின்

இரட்சிப்பைப் பற்றிய வெளிப்பாடும் அவனுக்கு இருந்தது. எனவே, அவன் இந்த தனித்தன்மை வாய்ந்த சங்கீதத்தை எழுதினான். அது வெளிப்படுத்துவதை நாம் உண்மையில் புரிந்து கொண்டால் அது நமக்குப் பயனளிக்கும்.

மனிதர்கள் ஒருவரிலொருவர் காட்டக்கூடிய மிகச் சிறந்த அன்பைவிட நம் பரலோகத் தகப்பன் எப்போதும் அதிகமான அன்போடு தான் இருக்கிறார். அவர் நம்மைப் படைத்தார் ஆனால் நாம்தான் விலகிச் செல்கிறோம். தினசரி வழக்கமாகத் தொடர்ந்து அப்படியே செய்துகொண்டிருக்கிறோம். அது நுட்பமாகவோ அல்லது வெளிப்படையாகவோ இருக்கலாம். இருப்பினும், நம் பலவீனங்களைத் தேவன் நன்கு அறிவார். அவர் எப்போதும் நம்மை உயர்ந்த இடத்திற்கு வந்து அனைத்தையும் அவரது பார்வையில் பார்க்க ஊக்குவிக்கிறார். அவர் நம்மைப் படைத்தார் என்பதற்காக அவர் நமக்குக் கடமைப்பட்டவர் அல்ல. தேவனுடைய பிள்ளைகளுக்கும் கடமைப்பட்ட வாழ்க்கை முறை இல்லை. நாம் சரியான அணுகுமுறையுடன் காரியங்களைச் செய்ய வேண்டும் அல்லது அவற்றைச் செய்யாமல் இருக்க வேண்டும். தம்முடைய படைப்பின் மீதுள்ள உண்மையான அன்பின் காரணமாக, அவர் தமது ஒரே பேரான குமாரனை மனிதக்குலத்திற்காக தந்தருளி, நாம் அவரை சேரக்கூடிய "வழியை" உண்டாக்கினார். இந்த உறவு இங்கே பூமியில் தொடங்குகிறது. **மேலும் அவரையும் அவருடைய குமாரனாகிய கிறிஸ்துவையும் அறிவதே நித்திய ஜீவன் (யோவான் 17:3)**, அது இங்கே பூமியிலேயே துவங்குகிறது. மற்றும் சரீர மரணத்திற்கு அப்பால் நித்தியம் வரை தொடர்கிறது.

ஒரு மேய்ப்பன் அவனது ஆடுகளின் மேல் கண்ணும் கருத்துமாய் இருப்பது போலவே சர்வவல்லமையுள்ள தேவனும் தம்முடைய பிள்ளைகள் மீது அளவற்ற அன்பும் அக்கறையும் காட்டுகிறார். மேலும் நம்மிடம் மிகுந்த இரக்கத்துடன் நடந்துகொள்கிறார். அவர் நமக்கு மிகச் சிறந்ததை வழங்குவது மட்டுமல்லாமல், நமக்கு நேரிடவிருக்கும் ஆபத்துகளையும் கண்காணிக்கிறார். ஆனாலும், சில சமயங்களில் நாமாகவே விருப்பத்துடன் சிக்கலில் ஈடுபடத் துணிகிறோம்! இந்த தருணங்களில், காணாமல் போன ஆடுகளின் உவமையில் அவர் தெளிவாகச் சொன்னது போல, அவர் நமக்கு உதவ எப்போதும் காத்துக்கொண்டு இருக்கிறார். அவர் திரும்பிச் சென்று காணாமல் போன ஆடுகளையும் மகிழ்ச்சியுடன் காப்பாற்றுவார். அவர் குழந்தைகளையும், சிறுவர்கள், பெரியவர்கள் மற்றும் முதியோர்களையும் உண்மையாகவே கவனித்துக் கொண்டே இருக்கிறார். அவரது அன்பு அனைத்து இனங்கள்,

பழங்குடியினர் மற்றும் நாடுகளுக்குப் பரவுகிறது. தேவனுடைய ஒவ்வொரு பிள்ளைகளுக்கும் அவருடைய அன்பும், நற்குணமும், நன்மையையும், கிருபையும் நூறு சதவீதம் வழங்கப்படுகிறது. ஆனால் அவர்கள் தங்களுக்காக அதைப் பெறத் தயாராக இருக்கும் அளவிற்கேற்ப அது அவர்களில் கிரியையை நடப்பிக்கிறது. தேவன் முற்றிலும் பாரபட்சமற்றவர். பெற்றுக்கொள்வதில் நமக்கு இருக்கும் தயக்கம் சார்ந்தே முடிவு வெளிப்படுகிறது.

நோயுற்ற மற்றும் வயதான ஆடுகளை மேய்ப்பன் கைவிடுவதில்லை. அவைகள் பிறந்தது முதல் இறக்கும் வரை மேய்ப்பனுடனே இருக்கின்றன. நோய்வாய்ப்பட்டவைகள் கவனித்துக் கொள்ளப்படுகின்றன, வயதானவை அன்புடன் பராமரிக்கப்படுகின்றன. நமது உடலளவிலும் அல்லது மனதளவிலும் சரி எந்த நிலையிலிருந்தாலும் நம்முடைய அப்பா பிதா நம்மீது அதிக அன்பும் அக்கறையும் கொண்டிருக்கிறார். நம்மை விட்டு அவர் விலக மாட்டார், கைவிடவும் மாட்டார் என்று வாக்குத்தத்தம் செய்திருக்கிறார். அவர் எப்போதும் தம்முடைய வார்த்தையில் உண்மையுள்ளவர்!

எல்லாவற்றிலும் தேவன் நமக்கு எல்லாமுமாக இருக்கிறார் என்ற இந்த வெளிப்பாட்டுடன் நாம் வாழ்க்கையை வாழும்போது, பிதாவினிடத்திலிருந்து யாதொரு நன்மையும் நமக்கு குறைவுபடாது. கர்த்தராகிய இயேசு பூமியில் வாழ்ந்த நாட்களில் பிதாவாகிய தேவனால் அவருக்கு காண்பிக்கப்பட்டிருந்த வழியைப்பற்றி நான் ஏற்கனவே கூறியிருக்கிறேன். நாம் எதிர்மறையான சூழ்நிலைகளுக்குச் செல்லக்கூடாது. மாறாக, இந்த அவருடைய நன்மை என் வாழ்வின் நிரம்பி வழியும் என்ற நிச்சயத்தை நம்பி, அவருடைய நன்மைகளை நம் வாழ்வில் பெற்றுக்கொள்ள விரும்பினால், நாம் நிச்சயமாக அவற்றைக் அடைய முடியும்.

2. அவர் என்னை புல்லுள்ள இடங்களில் மேய்க்கிறார்; அமர்ந்த தண்ணீர்களண்டையில் என்னைக் கொண்டு போய் விடுகிறார்.

உண்மையை சொல்ல வேண்டுமென்றால், கடந்த காலத்தில் இந்த வசனத்தை நான் படிக்கும் ஒவ்வொரு முறையும் (அதாவது, நான் உண்மையில் உட்கார்ந்து தியானம் செய்வதற்கு முன்பு), ஒரு மேய்ப்பன் தனது ஆடுகளை பசுமையான மேய்ச்சல் நிலங்களுக்கும், அமைதியான தண்ணீரண்டைக்கும் அழைத்துச்

செல்வார் அவ்வளவு தான் என்பதாகவே எண்ணம் கொண்டிருந்தேன். ஆனால் நான் அதைப் பற்றி தியானித்தபோது, இந்த வசனத்தைப்பற்றிய வித்தியாசமான கண்ணோட்டத்தை தேவன் வெளிப்படுத்தினார், அந்த வெளிப்பாடு மிகவும் அழகானது! இதுவரை, நான் கேட்ட எந்த போதனைகளிலும் இந்த வெளிப்பாட்டைக் காணவில்லை. எனவே இதைப் பகிர்ந்து கொள்வதில் நான் மிகவும் மகிழ்ச்சியடைகிறேன்.

ஒவ்வொரு மேய்ப்பனின் நோக்கமும் தனது மந்தைக்கு சிறந்த மற்றும் பாதுகாப்பான மேய்ச்சலைக் கண்டறிவதும், நன்னீர் குளங்கள், சுத்தமான ஓடைகளிலிருந்து வரும் குடிநீரை வழங்குவதும் என்பது நிதர்சனமான உண்மை தான். தேவன் தம்முடைய பிள்ளைகள் மீது அதிக அக்கறையுடனும் அன்புடனும் செயல்படுகிறார் என்பதை அறிந்திருந்தால், இங்கே புரிந்து கொள்ள வேண்டிய ஒன்று மிச்சம் உள்ளது. **தாவீது தனது மந்தையை மிகுந்த அக்கறையுடன் மேய்த்து, அவை சிறந்தவையாக இருக்க வேண்டும் என்று விரும்பியபோது, தேவனுடைய கிருபையே அவனது வேலையை "இளைப்பாறுதலில் இருந்து" செய்ய உதவியது.** இதை மேலும் விளக்க வேண்டும்.

ஆட்டு மந்தைகளை மேய்ச்சலுக்கு அழைத்துச் செல்லும்போது, அவை உடனடியாக தரையில் விழுந்து படுத்துக் கொள்ளாது. இந்த மேய்ச்சல் நிலங்களில் மகிழ்ச்சியுடன் உணவளிக்க அவைகள் பசியுடன் வழிநடத்தப்படுகிறது. பல்வேறு வகையான புல், பருப்பு வகைகள் மற்றும் மூலிகைகள் பச்சை மேய்ச்சல் நிலங்களை உருவாக்குகின்றன. இது அனைத்து அத்தியாவசிய ஊட்டச்சத்துக்கள் மற்றும் தாதுக்கள் அடங்கியது மற்றும் செம்மறி ஆடுகளுக்குச் சரியான உணவாகும். இது அவை வளர்க்கப்படும் நோக்கத்தை நிறைவேற்றுகிறது. போதுமான அளவு தீவனமளிக்கப்பட்ட செம்மறி ஆடுகள் நல்ல தரமான மற்றும் அளவு கம்பளியைத் தருகின்றன. நோய்களுக்கு எதிராக நல்ல நோய் எதிர்ப்புச் சக்தியைக் கொண்டுள்ளன. மேலும், நல்ல தரமான பால் மற்றும் இறைச்சியை வழங்குகின்றன. எனவே, அத்தகைய சத்தான மேய்ச்சல் நிலங்களுக்குக் கொண்டு வரப்படும்போது, அவை திருப்தியடையும் வரை உணவளிக்கின்றன. பின்னர் அடிப்படையில் தங்கள் முன்னங்கால்களை மடித்து, பின்னங்கால்களை நீட்டி, ஒரு பக்கத்தில் சாய்ந்து, தங்கள் இதயத்திற்கு திருப்தியளிக்கும் வகையில் உட்கார்ந்திருக்கின்றன. அவை உண்மையில் தங்கள் பக்கங்களில் படுத்துக் கொள்வதில்லை. ஏனெனில், இது எந்த அசைபோடும் விலங்குகளின்

செரிமான அமைப்புக்கும் பொருந்தாது. என் சிறு வயது முதல் இன்று வரை என் பகுதியில் பல மாடுகளைக் கவனித்து வருகிறேன். எந்தப் பசுவும் அதன் பக்கவாட்டில் படுத்து நான் பார்த்ததில்லை. அது இருந்திருந்தால், ஒன்று அது மிகவும் நோய்வாய்ப்பட்டிருக்கும், காயமடைந்திருக்கும் அல்லது அநேகமாக இறந்திருக்கலாம்.

'அவர் என்னைப் புல்லுள்ள இடங்களில் மேய்க்கிறார்' என்று தாவீது சொன்னபோது, தேவன் தன் மந்தைக்குத் தேவையான மிகச் சிறந்ததைக் கொடுத்துத் திருப்திப்படுத்தியது மட்டுமல்லாமல், தன்னுடைய மேய்க்கும் வேலையை "சிரமமில்லாமல்" செய்ய தேவன் அவனுக்கு உதவியிருக்கிறார் என்றும் அவன் அறிந்து கொண்டான். நீங்கள் இதைப் புரிந்து கொண்டிருப்பீர்கள் என்று நம்புகிறேன்.

அதை இப்படி விளக்குகிறேன். ஏ மற்றும் பி என்ற இரண்டு நபர்கள் தங்கள் வேலையைச் செய்கிறார்கள் என வைத்துக் கொள்வோம். திரு. ஏ என்பவர் தனது பலம், அறிவுத்திறன் மற்றும் தனித்திறமையைச் சார்ந்து வாழ்க்கையில் முன்னேறுகிறார்; திரு. பி முற்றிலும் தேவனைச் சார்ந்து, மன அழுத்தமின்றி தனது வேலையைச் செய்கிறார். திரு. பி. தேவன் ஏற்கனவே நான் நிறைவான வாழ்க்கை வாழ்வதற்கு வழியை உருவாக்கி, அதற்குத் தேவையான அனைத்தையும் செய்து முடித்துள்ளார் என்று அறிந்தும், வெற்றியை அடையும் வாழ்க்கையை நோக்கி நகர்வதைவிட, வெற்றியாளரின் கண்ணோட்டத்தில் வாழ்க்கையை அணுகுகிறார். ஆனால் நாள் முடிவில், திரு.A அகம்பாவம், சுய-பெருமை கொண்டவராக இருப்பார். மேலும் வெற்றியைத் தக்கவைத்துக்கொள்ள அவரது தோள்களில் நிறையச் சுமையைச் சுமப்பதால், மிகுந்த மன அழுத்தம் கொண்டிருப்பார். மிகவும் முக்கியமான நபர்களுக்காக இரவுகளில் தூக்கத்தைக் கட்டுப்படுத்தியும், நேரத்தைச் சுருக்கிக் கொள்ளவும் வேண்டியதாயிருக்கும். ஆனால் திரு. பி அமைதியாகவும், நிதானமாகவும், இன்னும் தனது வேலையில் மிகவும் வெற்றிகரமாகவும் இருப்பார். ஏனென்றால் அவன் தேவனிடத்திலிருந்து கிருபையையும் கைப்பிரயாசத்தின் மீது தேவ தயவையும் பெறுகிறான். தேவன் செய்து முடித்த வேலையில் அவன் இளைப்பாறுவதால் நல்ல ஆரோக்கியத்துடனும் மன அழுத்தமில்லாமலும் இருப்பான். மேலும் தனது அன்புக்குரியவர்களுடன் வாழ்க்கையை அனுபவிப்பான். தேவன் தனக்கு

வழங்கிய எல்லாவற்றிலும் அவன் திருப்தி அடைகிறான். அதனால் அவன் மற்றவர்களுக்கு ஆசீர்வாதமாகவும் இருக்கிறான்.

இது சாத்தியமே! நம் இரட்சகர் நமக்காகச் செய்து முடித்தவற்றில் இளைப்பாறி, மற்றும் அவர் நமக்காக பின்வருபவற்றை செய்வார்:

- ✡ சரியான கதவுகளைத் திறக்கிறது,

- ✡ தவறானவற்றை மூடுகிறது,

- ✡ எல்லாவற்றிற்கும் சரியான நேரத்தை அவர் தமது கரத்தில் வைத்திருக்கிறார்,

- ✡ அவர் நம்மீது அளவற்ற அன்பைக் காட்டுகிறார்,

- ✡ நம் வாழ்விற்குத் தேவையான அனைத்தையும் அருளுகிறார்,

- ✡ புல்லின் மீது இருக்கும் பனியைப் போல நமக்குத் தயவு புரிகிறார்,

- ✡ நம்மைச் சுற்றிப் பதுங்கியிருக்கும் ஆபத்துக்களை நாம் அடையாளம் காணத் தவறினாலும் அவர் அதை அறிந்து நம்மைப் பாதுகாக்கிறார்,

- ✡ சரியான இணைப்புகளையும் உறவுகளையும் நம் வாழ்வில் கொண்டு வருகிறார்,

- ✡ நமது பக்திவிருத்திக்கு எதுவல்லாத நபர்களையும், பொருட்களையும் அப்புறப்படுத்துகிறார்,

- ✡ கடைசியாக, நம்பிக்கையையும் எதிர்காலத்தையும் கொண்டிருப்பதே நமக்கான அவருடைய சித்தம் என்பதை அறிவது.

வார்த்தையில் நமக்குக் கொடுக்கப்பட்ட அவருடைய எல்லா வாக்குத்தத்தங்களையும் சேர்த்துக்கொண்டே போனால் இந்தப் பட்டியல் நீண்டுகொண்டே செல்லும். அவருடைய வாக்குத்தத்தங்கள் அனைத்தும் நம்முடைய கர்த்தராகிய கிறிஸ்து இயேசுகிறிஸ்துவுக்குள் 'ஆம்' என்றும் 'ஆமென்' என்றும் இருக்கிறது! நாம் விசுவாசமும் பொறுமையும் கொண்டிருந்தால், அவருடைய வாக்குத்தத்தங்கள் அனைத்தும் நம் வாழ்வில் நிறைவேறும். நம் வேலையை நிம்மதியாக, அழுத்தம் இல்லாமல் செய்ய முடியும். எனது சொந்த பலத்தைப் பயன்படுத்திப் பிள்ளைகளை வளர்ப்பதன் விளைவுகளை நான் பார்த்திருக்கிறேன். அது என்னை உண்மையில் விரக்தியடையச் செய்தது. பின்னர் நான் தேவனுடைய கிருபையைப் பெற்று பிள்ளைகளை

வளர்ப்பிற்காக ஜெபம் செய்தேன். அது எனக்குச் சந்தோஷத்தைக் கொடுத்து சிறப்பாகச் செயல்படவும் உதவியது. தேவ பலத்தினால் நாம் செய்ய வேண்டிய காரியங்களைச் செய்யும்போது அது மிகப்பெரிய மாற்றத்தை ஏற்படுத்துகிறது. இது வெறும் கோட்பாடு அல்ல, மாறாக நாம் பெற வேண்டிய 'அனுபவம்'. அதற்காக நம் ஆணவத்தை விட்டுவிட்டு, நமக்கு முன்பிருக்கும் பணியை நிறைவேற்ற அவரது கிருபையை மனத்தாழ்மையுடன் ஏற்றுக்கொண்டு, அவருக்கு எல்லா மகிமையையும் கொடுப்பதே மதிப்புக்குரியது!

பசுமையான மேய்ச்சல் நிலங்களில் ஓய்வெடுக்கும் ஆடுகளைப்பற்றியப் பார்வை மேய்ப்பனுக்கு தன் ஆடுகளின் மீது இருக்கும் நம்பிக்கையைப் பற்றி நிறையவே கூறுகிறது. ஒரு செம்மறி ஆடு அதன் நல்ல புறப் பார்வை, வாசனை உணர்வு மற்றும் செவிப்புலன் காரணமாக ஆபத்தை உணரலாம். ஆனாலும் கூட அவனுடைய மந்தையுடனான அவன் உறவின் காரணமாக, செம்மறி ஆடுகள் அவனால் அதிக பாதுகாப்பு உணர்வைக் கொண்டுள்ளன. மறுபுறம், தாவீது தன்னைப் பற்றி, கர்த்தர் என்னைப் புல்லுள்ள இடங்களில் மேய்க்கிறார் என்று குறிப்பிடுகையில், அவன் தனது மந்தை மகிழ்ச்சியுடன் உணவருந்தி ஓய்வெடுக்கும்போது, தேவன் தனக்கும் இளைப்பாற உதவி புரிகிறார் என்று தான் தெரிவிக்க விளைகிறான். அவன் தனது மந்தையை மேய்க்கும் போது வருத்தப்படுவதுமில்லை அழுத்தமாக உணர்வதும் இல்லை. இது முக்கியமானது. ஏனென்றால் ஒரு மேய்ப்பன் தன் மந்தைக்கு எந்த ஆபத்தும் வராமல் பார்த்துக் கொள்ள வேண்டும். ஆனால் பசுமையான மேய்ச்சல் நிலங்களில் அடி குறைவான புற்களே உள்ளன. எனவே பதுங்கி இருந்து வேட்டையாடுபவர்களைப் பற்றி அவன் கவலைப்பட வேண்டியதில்லை. இத்தகைய மேய்ச்சல் நிலங்களில் வேட்டையாடுபவர்கள் பதுங்கி அல்லது மறைந்து கொள்வது எளிதானது அல்ல. எனவே, பெரும்பாலான ஆபத்துகள் விலக்கப்பட்டுள்ளது. கரடுமுரடான மற்றும் வறண்ட நிலப்பரப்பில் அதிக வேட்டையாடுபவர்கள் வசிக்கின்றனர். ஏனெனில் பாறைகளால் மறைக்கப்படுவது, மறைந்திருந்து மந்தையைத் தாக்குவது எளிது. பசுமையான மேய்ச்சல் நிலங்களுக்கு அழைத்துச் செல்லப்படுவது பல வழிகளில் ஒரு ஆசீர்வாதமே. அருகிலேயே ஆரோக்கியமான நீர் ஆதாரம் இருப்பதன் நன்மையும் அங்கு உண்டு.

ஒரு மேய்ப்பன் தன் மந்தையை மேய்க்கும்போது எந்த வசதிக்காகவும் கனவு காணவோ ஏங்கவோ முடியாது. தனக்குக் கிடைத்ததை வைத்து

திருப்தி அடைய வேண்டும். மத்திய கிழக்கில் உள்ள மேய்ப்பர்கள் தங்கள் வேலையைச் செய்யும்போது, அதன் நிழலில் உட்கார்ந்து கொள்ள ஒரு சிறிய மரத்தைக் கண்டால் மிகவும் மகிழ்ச்சி அடைவார்கள். தன்னை தேவன் கவனித்துக்கொள்வது மிகவும் சிறப்பாக இருந்தது எனவும், வனாந்தரத்தில் ஓய்வெடுக்கும் இடம் கூட அவரால் கவனிக்கப்பட்டது என்றும் தாவீது கூறுகிறான்! அதுபோலவே, வேலையைச் சிறப்பாகச் செய்ய நாம் எடுக்கும் ஒவ்வொரு அடியிலும் தேவன் உடனிருந்து உதவி செய்கிறார். அவருடைய மகிமைக்காக நம்முடைய வேலையைத் திறம்படச் செய்ய அவர் நமக்குத் தேவையான வளங்களை வழங்குகிறார்.

பசுமையான மேய்ச்சல் நிலங்களைப் பற்றி சொல்லவேண்டிய ஒரு உண்மை என்னவென்றால், அவை இயற்கையானவை. செயற்கையானவை அல்ல. அங்குத் தாவரங்கள் யாராலும் நடப்படவில்லை. இந்த விலங்குகளுக்கு உணவளிக்க அந்த நிலப்பரப்பை மேய்ச்சல் நிலங்களாக ஆக்கியது தேவனே. இருப்பினும், இந்த நாட்களில் பண்ணைகளைச் சொந்தமாக வைத்து, தங்கள் ஆடுகளுக்காக இதுபோன்ற மேய்ச்சல் நிலங்களைப் பயிரிடுபவர்கள் உள்ளனர். ஆனால் பண்டைய காலத்தில் அப்படியாக இல்லை. இந்த மேய்ச்சல் நிலங்கள் தேவனால் ஏற்படுத்தப்பட்டவை மற்றும் பொதுவாக அவை வற்றாது (ஆண்டு முழுவதும் வளரும்). இது புதிய, சத்தானது மற்றும் ஆடுகளுக்கென்றே அனுதினமும் தயாரிக்கப்படும் அப்பம் போன்றது. இவை கால்நடைகளுக்கு அளிக்கப்படும் வைக்கோல் போல் அல்ல. ஆடுகள் வைக்கோலை விட மென்மையான புல்லை விரும்புகின்றன. அன்றன்றுள்ள ஆகாரத்தைத் தேவன் உண்மையாகக் கொடுத்தார் என்றும் அது, எப்போதும் சிறந்ததாக இருந்தது என்றும் தாவீது கூற விரும்புகிறான். தேவனே அவனுக்கு ஆதாரமாக இருந்தார்! பசுமையான மேய்ச்சல் நிலங்களானது பனி, மழை மற்றும் நல்ல நீர் ஆதாரம் ஆகியவற்றைக் கொண்டுள்ள நன்னீர் என்பதையும் குறிக்கிறது. நிலம் வளமாக இருந்தது. வசனத்தில் வரும் பனி தேவ தயவைக் குறிக்கிறது (நீதிமொழிகள் 19:12), மேலும் தேவனுடைய ஒவ்வொரு பிள்ளைகளும் அவர்கள் அதை அங்கீகரித்தாலும் இல்லாவிட்டாலும் தேவன் அவர்களைத் தமது தயவால் ஆசீர்வதித்திருக்கிறார். நாம் தேவனுடைய தயவைக் கொண்டிருக்கிறோம் என்பதை நாம் அறிந்திருந்தால், நம்மில் பெரும்பாலோரின் வாழ்க்கை மிகவும் வித்தியாசமாக இருந்திருக்கக் கூடும். மனிதர்களின் அங்கீகாரம் மற்றும் கைதட்டல்களுக்காக ஏங்குவதற்கு பதிலாக, நாம் தேவனுடைய மகத்தான செயல்களைச் செய்ய துணிவோம். பசுமையான

மேய்ச்சல் நிலங்கள் விரும்பத்தக்கவை! அவை ஓய்வெடுப்பதற்கான அழைப்பு! இந்த பார்வையானது வரவேற்கத்தக்கதாகவும், மிகுந்த மகிழ்ச்சியை ஏற்படுத்துவதாகவும் இருக்கிறது.

பசுமையான புல்வெளிகளுக்குப் பிறகு அமர்ந்த நீர்கள் குறிப்பிடப்படுகின்றன. மற்ற மொழிபெயர்ப்புகளும் இதை அமைதியான நீர், அமைதியான ஓடைகள், ஓய்வுள்ள நீர், புத்துணர்ச்சியூட்டும் நீர் மற்றும் அமைதியான புதிய நீர் குளங்கள் என்று அழைக்கின்றன. இப்படிக் கேட்பதே எவ்வளவு இனிமையானது! நம்மில் எத்தனை பேர் கொந்தளிப்பான மற்றும் ஆக்ரோஷமான நீர்நிலைகளுக்கு அருகில் நடப்பதையோ அல்லது அருகில் நிற்பதையோ பாதுகாப்பாக கருதுகிறோம்? அதன் சத்தம் நம்மை நடுங்கச் செய்யும். அப்படிப்பட்டவை அருகாமையில் எங்கும் நிற்கலாகாது. ஆனால், அமர்ந்த, அமைதியான நீரோடைகள் என்ற எண்ணமே நமக்கு ஒரு வரவேற்பு உணர்வையும் அமைதியான உணர்வையும் தருகிறது. வேகமான படகு சவாரிக்கு ஏங்குபவர்கள் இருக்கிறார்கள், ஆனால் நான் அல்ல! பெரும்பாலான மக்கள் எந்த நாளும் அமைதியான நீரோட்டத்தை விரும்புவார்கள், அனுபவிப்பார்கள் மற்றும் நேசிப்பார்கள் என்று நான் நம்புகிறேன்.

இந்த அமைதியான தண்ணீர் மனிதனையும் மிருகத்தையும் வரவேற்கிறது. மேய்ப்பனுக்கும் அவனுடைய மந்தையைப் பொறுத்தவரை, பசுமையான மேய்ச்சல் நிலங்களும் அசைவற்ற தண்ணீரும் இணைந்திருப்பது பூமியில் சொர்க்கமாக இருக்கும்!! இந்த நீரால் பல நோக்கங்கள் பூர்த்தி செய்யப்படும் - குடிப்பதற்கும், அவனது தண்ணீர் பையை நிரப்புவதற்கும், அவனது ஆடுகளைச் சுத்தம் செய்வதற்கும், அதே போல் தன்னையும் சுத்தம் செய்வதற்கும் பயன்படும். இந்த நீரைச் சுற்றியுள்ள மேய்ச்சல் நிலங்கள் எப்போதும் பசுமையாக இருக்கும். இது பல நாட்களுக்கு இருவருக்கும் தேவையான வாழ்வாதாரத்தைத் தொடர்ந்து வழங்கும். இது அவர்களின் அனைத்து தேவைகளும் சந்திக்கப்பட்டதற்குச் சமமாகும்.

பரிசுத்த வேதாகமத்தில் தண்ணீர் மிகவும் முக்கியமானது. அதன் பயன்பாடு பன்முகத்தன்மை கொண்டது. கர்த்தராகிய இயேசு, நான் கொடுக்கும் தண்ணீரைக் குடிக்கிறவனுக்கோ ஒருக்காலும் தாகமுண்டாகாது; நான் அவனுக்குக் கொடுக்கும் தண்ணீர் அவனுக்குள்ளே நித்தியஜீவகாலமாய்

ஊறுகிற நீரூற்றாயிருக்கும் என்றார். நிறைவான வாழ்க்கையைப் வேண்டும் என்ற தாகம் கொண்ட நாம் அனைவரும் அவரிடம் வருமாறு அழைக்கப்படுகிறோம். அவர் நம்மை ஜீவத்தண்ணீரால் திருப்திப்படுத்துவார். இனி நாம் வாழ்க்கையில் விரக்தி அடைய மாட்டோம். கர்த்தராகிய இயேசு தம்மை விசுவாசிக்கிற யாவருக்கும் வாக்குத்தத்தம் பண்ணின ஜீவத் தண்ணீர், இந்த பரிசுத்த ஆவியானவரே (யோவான் 7:38,39). பரிசுத்த ஆவியானவரின் வழிநடத்துதல் என்னவென்றால், கிருபை மற்றும் வல்லமையை தொடர்ந்து எல்லா நேரத்திலும் நமக்கு வழங்குவதே. நம்மால் செய்ய முடியாததில் கவனம் செலுத்துவதை விட, கர்த்தராகிய கிறிஸ்து நமக்குப் போதுமானவர் என்றும், நம்மைப் பெலப்படுத்துகிறவர் என்றும் அவர் மூலமாக அவருடைய பரிபூரண சித்தத்தை நாம் நிறைவேற்ற முடியும் என்றும் பரிசுத்த ஆவியானவர் தொடர்ந்து நமக்கு நினைப்பூட்டுகிறார். பரிசுத்த ஆவியானவரின் உண்மையான வல்லமையை நாம் ஒவ்வொருவரும் உணர்ந்திருப்போம் என்று நம்புகிறேன்! பூமியில் உள்ள அதிக சக்திவாய்ந்த ஒரு மனிதனிடம் இருக்கும் ஒட்டுமொத்த சக்தியைவிட இது நிச்சயமாக மிகப் பெரியது! கர்த்தர் எதைச் செய்ய வேண்டுமென்று நம்மிடத்தில் விரும்புகிறாரோ அதை நாம் செய்யலாம். பரிசுத்த ஆவியானவர், நம் வாழ்வில் கர்த்தரின் நல்ல சித்தத்தை நிறைவேற்றக்கூடிய தீராத ஆற்றல் மற்றும் வல்லமையின் மூல ஆதாரமாக இருக்கிறார். நாம் இரட்சிக்கப்பட்டதும் ஒவ்வொருவருக்கும் முதல் தவணையாகத் தேவன் கொடுத்தது இவரையே. கர்த்தர் வாக்குறுதியளித்த எல்லாம் நம்முடையதே (எபேசியர் 1:14). எனவே, நாம் தேவனை விசுவாசிப்பதற்கும் அவரிடமிருந்து நன்மையைப் பெறுவதற்கும் ஆரம்பப் புள்ளி, பரிசுத்த ஆவியின் வரத்தைப் பற்றி அறிந்திருப்பதும், அவருக்குள் ஞானஸ்நானம் பெறுவதும் ஆகும். எப்பொழுதாவது ஒரு குவளையிலிருந்து ஒரு டம்ளர் தண்ணீரை அருந்துவதற்கும், நதியில் மூழ்கி நீச்சல் அடிப்பதற்கும் ஒரு பெரிய வித்தியாசம் இருக்கிறது. நீச்சலடிப்பது நம்மை எல்லா வகையிலும் திருப்திப்படுத்துகிறது. கர்த்தராகிய இயேசுவே, யோவானால் தண்ணீர் முழுக்கு ஞானஸ்நானத்தை எடுத்தபின், பிதா அருளிய பரிசுத்த ஆவியானவரின் ஐக்கியம் கிடைக்கப்பெற்ற பிறகே, தமது பூமிக்குரிய ஊழியத்தைத் தொடங்கினார். அதன் மூலம் ஒவ்வொரு விசுவாசிக்கும் முன்னோடியானார். பரிசுத்த ஆவியின் வல்லமையின்றி நம்மில் எவரும் நம் வாழ்வுக்கான தேவனின் நோக்கத்தைத் திறம்பட நிறைவேற்ற முடியாது. அவர் நம்மில் வாழ வந்தபிறகு நம்மை விட்டு விலகுவதில்லை (யோவான் 14:16). இதுவே பழைய

உடன்படிக்கைக்கும் புதிய உடன்படிக்கைக்கும் உள்ள முக்கிய வேறுபாடு. இந்த ஜீவ நீரூற்றுள்ள ஆறுகள் நம்மைச் சுற்றியுள்ள பல உயிர்களுக்கு உணவளிக்க நமக்குள்ளிருந்து பாய்கின்றன (நீதிமொழிகள் 21:1). இது ஒரு சிற்றலை விளைவை ஏற்படுத்துகிறது.

தேவனுடைய வார்த்தையே விசுவாசிகளைத் தொடர்ந்து சுத்தப்படுத்தும் தண்ணீர். வார்த்தைக்கு அந்த வல்லமையுள்ளது. வார்த்தை நம் இதயங்களுக்குள் செல்லும்போது, அது தேவையற்ற அனைத்தையும் வெளியேற்றுகிறது. உடலை அசுத்தத்திலிருந்து சுத்தம் செய்ய நாம் குளிக்கும் முறையைப் போலவே, வார்த்தை நம் இதயத்தை அனைத்து அழுக்குகளிலிருந்தும் தூய்மைப்படுத்துகிறது. எனவே, தேவனுடைய வார்த்தையைத் தியானிப்பதன் மூலம் ஒரு விசுவாசி தனது மனதைத் தினமும் புதுப்பிக்க ஊக்குவிக்கப்படுகிறார் (ரோமர் 12:2). தண்ணீர் எவ்வாறு நம் தாகத்தைத் தணித்து, உடலில் புத்துணர்ச்சியூட்டுகிறதோ, அதுபோலவே அவருடைய வார்த்தை நம்மைப் புத்துணர்ச்சியூட்டுகிறது. இதையெல்லாம் நன்றாகப் புரிந்து கொள்ளவேண்டுமாயின் அதை அனுபவிப்பது அவசியம். அதனால்தான் தாவீது சங்கீதம் 34:8-ல், "ஆ, கர்த்தர் நல்லவர் என்பதை ருசித்துப் பாருங்கள்!" என்று கூறுகிறான்.

ஒருமுறை இதை விளக்க ஒரு பரிசோதனை செய்ததைப் பார்த்தேன். அது அருமையாக இருந்தது. இந்த கருத்தை விளக்கும் நபர் ஒரு வெளிப்படையான ஜாடியில் கருப்பு நிற தண்ணீரை வைத்திருந்தார். பின்னர் மற்றொரு ஜாடியிலிருந்து சுத்தமான தண்ணீரை வண்ண நீர் நிறைந்த ஜாடியில் ஊற்றினார். விளைவு, மிகவும் கணிக்கக்கூடியதாக இருந்தது. தெளிவான நீர் விரைவாக அனைத்து வண்ண நீரையும் படியச் செய்து. மிக விரைவில், முழு கண்ணாடியும் படிக தெளிவான அழகான தண்ணீரைக் காட்டியது! இப்பொழுது உங்களுக்குப் புரிந்திருக்கும் என்று நம்புகிறேன். இதை விட சிறப்பாக விளக்க முடியாது! ஒரு சாதாரண குழாய் நீரும், ஒரு ஜாடியும் மட்டுமே அதைச் செய்ய முடியும் என்றால், **தேவனுடைய வார்த்தை** அதைக்காட்டிலும் எவ்வளவு அதிகமாக இருக்க முடியும்?

நாம் முழுமையாக அர்ப்பணித்து, நம் வாழ்வின் பொறுப்பைத் தேவனிடம் ஒப்படைக்கும்போது, "பசுமையான மேய்ச்சல் நிலங்கள் மற்றும் அமர்ந்த தண்ணீர்களண்டையில் அவர் நம் வாழ்க்கையைக் கொண்டு போய் விடுகிறார்". நாம், ஒவ்வொரு முறையும், தேவனிடம் ஒப்புக்கொடுத்ததைத் திரும்பப்

பெற முயற்சிக்கும்போது, சில நேரங்களில் நாம் நம்மை தேவனிடத்தில் ஒப்புக் கொடுத்ததை மறந்து, துணிகரமாக அதிக பசுமையான மேய்ச்சல் நிலங்களையும், தேவனற்ற இரைச்சலான தண்ணீரையும் நோக்கமாகக் கொண்டிருக்கும்போது அடிக்கடி சிக்கல் எழுகிறது. அப்போதுதான் நாம் மூடத்தனமாகத் தொல்லையை வருவித்துக் கொள்கிறோம் (நீதிமொழிகள் 27:8). ஆபிரகாமிடமிருந்து பிரிந்து ஒரு தேசத்தை தேர்ந்தெடுக்கும் பாக்கியம் லோத்துவுக்குக் கொடுக்கப்பட்டபோது, சோதோம் கொமோரா நகரம் பொல்லாதது என்று அறியாமல், யோர்தானின் பசுமையான சமவெளிகளைத் தேர்ந்தெடுத்தான். முன்னோக்கி நகர்ந்தாலும், அவன் வாழ்க்கையில் துயரங்கள் என்றுமே குறைவில்லை!

நீதிமொழிகள் 19:3 கூறுகிறது, "மனுஷனுடைய மதியீனம் அவன் வழியைத் தாறுமாறாக்கும்; என்றாலும் அவன் மனம் கர்த்தருக்கு விரோதமாய்த் தாங்கலடையும்". அவர் நம்மைத் திருத்தும் போது நாம் அவரை புறக்கணித்து வெளியேற முனைகிறோம். ஆனால் நமது செயல்களின் விளைவுகளை நாம் அறுவடை செய்யும்போது மட்டுமே, ஒரே இரவில் எல்லாவற்றையும் அவர் தீர்த்து வைப்பார் என்று எதிர்பார்க்கிறோம்! ஆயினும் கர்த்தர் உண்மையுள்ளவராயிருக்கிறார். நாம் உண்மையாய் அவருடைய நாமத்தைத் தொழுதுகொள்ளும்போது நம்மை விடுவிக்கிறார்! நாமே நமது சொந்த லட்சியத் திட்டங்களை உருவாக்குகிறோம். நம் வாழ்க்கைக்கான அவருடைய சித்தம் என்ன என்பதை அறிய ஒருபோதும் நாடுவதில்லை. ஏறக்குறைய எல்லா நேரங்களிலும், நமது பிரகாசமான யோசனைகள் நம்மை ஆழமான சிக்கலில் சிக்க வைக்கின்றன. நம்முடைய திட்டங்களைத் தேவன் ஆசீர்வதிக்கும்படி கேட்கிறோம். நம் பிள்ளைகள் நம்மிடம் கேட்டால், அது நிச்சயமாக அவர்களுக்குத் தீங்கு விளைவிக்கும் என்று தெரிந்தும் கூட, நாம் அத்தகைய சுய அழிவு எண்ணங்களை ஆசீர்வதிக்க மாட்டோம். அப்படியானால், இப்படிப்பட்ட சுயநல ஆசைகளைத் தேவன் ஆசீர்வதிக்க வேண்டும் என்று நாம் ஏன் இவ்வளவு பிடிவாதமாக இருக்கிறோம்? ஒரு படி மேலே போய் தேவன் என் ஜெபங்களுக்குப் பதிலளிக்கவில்லை என்றும் தைரியமாகப் பறைசாற்றுகிறோம். நம்மைப் புனிதர்களாகவும் தேவனை தீயவர் என்றும் காட்டுகிறோம். எவ்வளவு பெரிய வெட்கக்கேடு இது!

இப்படிப்பட்ட சுயநலமும், தன்னைத்தானே அழித்துக்கொள்ளும் ஜெபங்களும் பலிக்காமல் போவதே நமக்கு நன்மை பயக்கும் என்பதை நாம்

புரிந்து கொள்ள வேண்டும். நமக்கு எது சிறந்தது என்பதைத் தேவன் அறிவார். அவருடன் நெருங்கிய உறவைக் கொண்டிருப்பதில் நாம் மகிழ்ச்சியடையும் போது (வார்த்தையைப் படிப்பதன் மூலமாகவும், தியானிப்பதன் மூலமாகவும், அவருடன் வாழ்வதன் மூலமாகவும்), அவர் தம் விருப்பங்களை நம் இதயங்களில் வைத்து, நம் எண்ணங்களை அந்த திசையில் வழிநடத்துகிறார். அந்த விதானத்தில் ஜெபித்த ஜெபங்களை அவர் ஆசீர்வதிக்கிறார், இதனால் அவருடைய நல்ல திட்டங்களை அவர் நிறைவேற்றும்போது அவற்றின் நன்மைகளை நாமும் அனுபவிப்போம். இது நம் அறிவுத்திறன் அல்லது புத்திசாலித்தனத்தால் வரக்கூடிய எதையும் விட அதிகமாக உள்ளது.

3. அவர் என் ஆத்துமாவைத் தேற்றி, தம்முடைய நாமத்தினிமித்தம் என்னை நீதியின் பாதைகளில் நடத்துகிறார்.

அ. அவர் என் ஆத்துமாவைத் தேற்றுகிறார்.

மறுசீரமைப்பு/சீர்திருத்துதல் பற்றிய தேவனுடைய வழிநடத்துதல் நான் தனிப்பட்ட முறையில் பெற்ற மற்றும் அனுபவித்த மிக அழகான வெளிப்பாடுகளில் ஒன்றாகும். இது எந்த மனிதனும் வழங்கக்கூடிய எதையும் விட அதிகமாக உள்ளது. நான் என் வாழ்நாள் முழுவதும் ஒரு கிறிஸ்தவளாக இருந்தபோதிலும், என் சொந்த மூடத்தனத்தின் காரணமாக, என் இருபதுகளின் நடுப்பகுதியில் நான் நிறையப் பிரச்சனைகளில் விழுந்த போது, விடுதலை மற்றும் மறுசீரமைப்பு இரண்டும் மிகவும் தேவைப்பட்டது. தேவன் தம்முடைய வார்த்தைக்கு என் கண்களையும், காதுகளையும், இருதயத்தையும் திறந்தபோதுதான் என் வாழ்க்கையில் இது நடந்தது. அவருடைய வார்த்தையை நான் ஆழமாக ஆராய்ந்தபோது, என்னை மன்னிக்கவும், விடுவிக்கவும், மீட்டெடுக்கவும் அவர் விரும்புகிறாரென்று உறுதி செய்தேன். பின்னர் அதை நம்புவதற்கும், விசுவாசத்தில் அறிக்கையிடுவதற்கும் அவர் எனக்குக் கிருபை கொடுத்தார். நாளடைவில் அது என் பழக்கமாக மாறியது. இதை நான் இன்றும் கடைப்பிடித்து அதன் பலன்களை அறுவடை செய்கிறேன். நாம் விசுவாசித்தால் தேவன் தம்முடைய பிள்ளைகள் ஒவ்வொருவருக்கும் நியமித்துள்ள நல்ல வாழ்க்கையை நாம் வாழ முடியும் என்பதில் சந்தேகமில்லை.

தேவனுடைய மறுசீரமைப்பு உலகில் இருக்கும் மறுசீரமைப்பு தரத்தை விட மிக உயர்ந்த மட்டத்தில் உள்ளது. ஒப்பீட்டு செய்து பார்க்கையில், உலகம்

இழப்பிற்கு மிகக் குறைவாகவே ஈடுசெய்கிறது. உலகத்தால் மீட்டெடுக்க முடியாது. **மறுசீரமைப்பு தேவனுக்கு மட்டுமே சொந்தமானது என்று நான் உறுதியாக நம்புகிறேன். அவரே அதனுடைய காப்புரிமை பெற்றவர்!** யாராவது எதையாவது இழந்தால், உலகம் அதை அதே அல்லது மோசமான நிலையில் தேடித் திருப்பித் தரும், அதிகமாகத் தராது. மிக அரிதாகவே திருப்தி அளிக்கின்ற அளவில் பண இழப்பீடுகள் கொடுக்கப்படுகின்றன.

எப்படியாயினும், மறுசீரமைப்பு பற்றிய வேதாகம கருத்து வியக்க வைக்கிறது! நொறுங்குண்ட ஒவ்வொரு நபரும் தேவனுடைய உண்மையான அன்பைப் பற்றிக் கொண்டால், அவர்களை மீட்டெடுக்க அவரும் தயாராக இருக்கிறார் என்பதை அறிந்தால், உலகம் இன்று மிகச் சிறந்த இடமாக இருக்கக் கூடும். தேவனின் மறுசீரமைப்பு, இழந்ததை மாற்றுவதோடு மட்டுமே நின்றுவிடுவது இல்லை. இழப்பின் அளவைப் பொருட்படுத்தாமல், அதைப் பெறத் தயாராக இருந்தால், நம்மை கூடுதல் நன்மைகளிடத்தில் கொண்டு செல்கிறது.

தேவனின் மறுசீரமைப்பு பன்மடங்கானது. ஆதாமும் ஏவாளும் இலைகளைப் பயன்படுத்தி தங்கள் நிர்வாணத்தை மறைக்க முயன்றபோது, தேவன் அவர்களுடைய பாவங்களை மன்னிப்பதற்காகத் தோட்டத்தில் முதல் பலியைச் செலுத்தினார். மேலும், அவர்களின் நிர்வாணத்தை மறைப்பதற்காக உறுதியான, பயனுள்ள மற்றும் நிலையான ஆடையை வழங்க அவர் மிருகத்தின் தோலைப் பயன்படுத்தினார். இது ஒரே கல்லில் இரண்டு பறவைகளை வீழ்த்துவதற்குச் சமம். அவர் பாவத்தை மட்டும் கையாளவில்லை, ஆனால், பாவத்தின் (நிர்வாணம்) விளைவுகளையும் கையாண்டார். ஆதாமும் ஏவாளும் தோல் அங்கியை ஏற்க மறுத்து, தங்களை மறைத்துக்கொள்ள அங்கிருந்த இலைகளைப் பயன்படுத்துவதில் விடாப்பிடியாக இருந்திருந்தால் (அறியாமை அல்லது வெளிப்படையான பெருமை காரணமாக) நஷ்டம் அவர்களுக்குத்தான். இது இன்றும் நமக்குப் பொருந்தும். மனுகுலம் இயற்கையாகப் பெறக்கூடியதை விட அதிகமாகவே தேவன் மனுகுலத்திற்கு வழங்கியுள்ளார். தன்னைத் தாழ்த்தி, இரட்சிப்பின் ஒரு பகுதியான மறுசீரமைப்பின் பரிசைப் பெறுகிறவனே வாழ்வடைவான்.

தேவன் உலகத்தைப் படைத்தபோது, வாழ்க்கையின் ஒவ்வொரு அம்சத்திற்கும் அவருடைய எண்ணமானது தனித்துவமானதாக இருந்தது.

நிர்ணயிக்கப்பட்ட தரநிலை சரியானது மற்றும் யாராலும் எந்த நேரத்திலும் சவால் செய்ய முடியாததாகும். அவர் இந்த நிர்ணயிக்கப்பட்ட தரநிலைகளை வேதாகமத்தில் சட்டங்களாகவும், கட்டளைகளாகவும் ஏற்படுத்தினார். உதாரணமாக, திருமணம் ஒரு ஆணுக்கும் பெண்ணுக்கும் இடையில் இருக்க வேண்டும், மற்றும் வாழ்நாள் முழுவதும் நீடிக்க வேண்டும். தேவனால் நிர்ணயிக்கப்பட்ட இந்த தரத்திலிருந்து விலகிச் செல்லும் எதுவும் ஒரு வக்கிரமாகும். மேலும் உலகம் சாத்தானின் தூண்டுதலின் கீழ் இந்த வக்கிரத்தை ஆர்வத்துடன் பின்தொடர்கிறது. அவர் உருவாக்கிய முதல் தம்பதி மூலம் திருமணத்திற்கான வரைபடத்தை அவர் நமக்குக் கொடுத்தார். மேலும் தெய்வீக திருமணத்திற்கான உட்பிரிவுகளைக் கூறினார். அவை கர்த்தராகிய இயேசுவால் மீண்டும் வலியுறுத்தப்பட்டன. அதுபோலவே, தேவன் மறுசீரமைப்பிற்கான தம்முடைய தராதரங்கள், தகுதிகள் மற்றும் தேவைகள் அனைத்தையும் தம்முடைய சட்டங்களாக வார்த்தையில் கொடுத்தார். பழைய ஏற்பாட்டிலிருந்து அதைப் பார்ப்போம்; புதிய ஏற்பாட்டின் ஒரு உதாரணத்துடன் அதைப் பின்பற்றுவோம்.

கர்த்தருடைய இருதயம் எப்போதும் அவருடைய ஜனங்களுக்காக இருக்கிறது; அவர் அவர்களுக்காக எல்லாவற்றையும் செய்வார். லேவியராகமம் 6:1 லிருந்து 7 வரை, தேவன் 'மறுசீரமைப்புச் சட்டத்தை' நிறுவினார். இங்கு இன்னொருவரால் அநீதி இழைக்கப்பட்டவரே பாதிக்கப்பட்டவர் ஆவார். வசனங்கள் 2,3ல் சொல்லப்பட்டவர் அதாவது கர்த்தருக்கு விரோதமாக அநியாயம் செய்து, தன் வசத்தில் ஒப்புவிக்கப்பட்ட பொருளிலாவது, கொடுக்கல் வாங்கலிலாவது, தன் அயலானுக்கு மாறாட்டம்பண்ணி அல்லது ஒரு வஸ்துவைப் பலாத்காரமாய்ப் பறித்துக்கொண்டு அல்லது தன் அயலானுக்கு இடுக்கண்செய்து அல்லது காணாமற்போனதைக் கண்டடைந்தும் அதை மறுதலித்து, அதைக்குறித்துப் பொய்யாணையிடுபவர் குற்றவாளியாவார். தேவன் நிர்ணயித்த மீட்டுக் கொள்ளும் தரநிலை என்பது பொருளின் முழு மதிப்புடன் அதன் மதிப்பில் ஐந்தில் ஒரு பங்கு கூடுதலாக கொடுப்பதே. மொத்தத்தில், அது நூற்றிருபது சதவீதம் ஆகும். வேறு வார்த்தைகளில் கூறுவதானால், பாதிக்கப்பட்டவர் இருபது சதவீதம் லாபம் ஈட்டினார்! இந்த கூடுதல் இருபது சதவீதம் இழப்பீடு தேவனுடைய சட்டத்தின் கீழ் இருந்தது மற்றும் கிட்டத்தட்ட அனைத்து யூதர்களாலும் அறியப்பட்டது. ஆனால், அவர்களில் எத்தனை

பேர் இந்த தரநிலையை நடைமுறையில் பின்பற்றினார்கள் என்று எனக்கு தெரியவில்லை.

புதிய ஏற்பாட்டில் மறுசீரமைப்பு என்ற கருத்தை நாம் படிக்கும் போது, நம் இரட்சகர் தம் அற்புதங்கள் அனைத்திலும் இதைத் தெளிவாக நிரூபிப்பதைக் காண்கிறோம். லூக்கா 6:6 லிருந்து 11 வரை சூம்பின வலது கையுடைய ஒரு மனிதனை அவர் குணப்படுத்தினார். இந்த அதிசயத்தின் அமைப்பே, பயனற்ற பாரம்பரியங்கள் மற்றும் ஓய்வுநாளின் அர்த்தத்தைத் தவறாகப் புரிந்துகொண்ட மனிதர்கள் கர்த்தராகிய இயேசுவின் நற்குணத்தைச் சோதித்த இடமாகும். கர்த்தராகிய இயேசு பின்வாங்காமல் முன்னே சென்று அந்த மனிதனைக் குணப்படுத்தினார். வசனம் பத்து வெளிப்படையாகக் கூறுகிறது: அவர்களெல்லாரையும் சுற்றிப்பார்த்து, அந்த மனுஷனை நோக்கி: "உன் கையை நீட்டு" என்றார். அப்படியே அவன் தன் கையை நீட்டினான், உடனே அவன் கை மறுகையைப்போலச் சொஸ்தமாயிற்று. நம் ஆண்டவர் அவனைக் குணப்படுத்தியது மட்டுமல்லாமல், அவனுடைய வாழ்வாதாரத்தை மீட்டெடுத்தார். மேலும், அவனுக்கும் அவனது குடும்பத்திற்கும் உணவளிக்கும் திறனை அவனுக்கு வழங்கினார். அதுதான் நம் ஆண்டவருடைய இயல்பு! அவர் தொழுநோயாளிகளைக் குணப்படுத்தியபோது, அவர்கள் குணமடைந்தனர் (லூக்கா 17:19); நான் நம்புகிறேன், நுண்ணுயிரிகளால் உண்ணப்பட்ட அவர்களின் விரல்கள் மீண்டும் சாதாரண ஆரோக்கியமான விரல்களாக வளர்ந்தன என்று. வேறு வார்த்தைகளில் கூறுவதானால், அவர் அவர்களின் ஆரோக்கியத்தையும் வாழ்வாதாரத்தையும் திரும்பக் கொடுத்தார்.

இந்த மறுசீரமைப்பு வரம் அவர் மீட்டெடுத்த மக்கள் மீது குறிப்பிடத்தக்கத் தாக்கத்தை ஏற்படுத்தியது. மிகச் சிறந்த உதாரணம், லூக்கா 19ல், வரும் எரிகோவைச் சேர்ந்த பிரதான வரி வசூலிப்பவனான குள்ளமான சகேயு. இவன் பெரும்பாலும் ஒரு யூதன். கர்த்தர் கடந்து செல்லும்போது அவரைக் காண முயன்றான். இயேசுவிடம் ஏதோ ஒன்று இருந்தது, அது கெட்ட பெயருடைய மக்களை ஈர்த்தது மற்றும் அவர்களைப் பரிசுத்த வாழ்க்கை வாழ ஊக்குவித்தது. அந்த நாட்களில் வரி வசூலிப்பவர்கள் மிகவும் கெட்ட பெயரைக் கொண்டிருந்தனர். மேலும் அவர்கள் குடிகாரர்களுக்கும், வேசிகளுக்கும் சமமாகக் கருதப்பட்டனர். அவர்கள் தங்கள் சொந்த மக்களால் (யூதர்கள் நிமித்தமாக) வெறுக்கப்பட்டனர். ஏனெனில், அவர்களின் வேலை சுயவிவரம

நிமித்தமாக, இது அவர்களை ரோம அரசாங்கத்திற்கு விசுவாசமானவர்களாக ஆக்கியது மற்றும் அவர்கள் நியமிக்கப்பட்டதை விட அதிகமாக மிரட்டி பணம் பறித்தனர். கர்த்தராகிய இயேசு குற்றவுணர்வு நிறைந்த மக்களின் இருதயங்களை ஒரு காந்தம் போல ஈர்த்தார். மனந்திரும்புதலின் மூலம் தேவனுடன் இணைந்த வாழ்க்கையை வாழக்கூடிய வாய்ப்பைப் பெற்றுத் தரும் ராஜ்யத்தினுடைய கொள்கைகளை அன்றைய மக்கள் மற்றும் மதத் தலைவர்களால் வெறுக்கப்பட்ட மக்களுக்கு அவர் கற்பித்தார்.

சகேயு "அவருக்கு முன்னால் ஓடி ஒரு காட்டத்தி மரத்தில் ஏறி" அவர் கடந்து செல்லும்போது அவரைக் கண்டான்! அரசு அதிகாரிகள் மரம் ஏறுவதைப் பார்த்திருக்கிறீர்களா? இல்லை என்று உறுதியாகக் கூற முடியும். கண்ணியமான மக்கள் அரிதாகவே மரங்களில் ஏறுகிறார்கள். பொதுவாகக் குழந்தைகள் மரம் ஏறுபவர்கள், ஏனென்றால் மற்றவர்கள் தங்களைப் பற்றி என்ன நினைப்பார்கள் என்பதைப் பற்றி அவர்கள் கவலைப்படுவதில்லை. ஆனால் சகேயு கர்த்தராகிய இயேசு கிறிஸ்துவினுடைய தரிசனத்திற்காக இந்த உள்ளார்ந்த குழந்தைத்தனத்தை வெளிப்படுத்தினான்! அவன் குள்ளமாக இருந்தால் என்ன? **மேற்கொள்ள எப்போதும் ஒரு வழி இருக்கிறது, விடைபொதுவாக நம் கண்களுக்கு முன்பாக மேலோங்கி நிற்கிறது.** நம்பிக்கையிழந்த மக்கள் வினோதமான விஷயங்களைச் செய்கிறார்கள். அதில் ஒன்று சகேயு செய்தது போல நன்மைக்காக, அல்லது யூதாஸ் ஸ்காரியோத்து செய்தது போல தீமைக்காக இருக்கலாம். நாம் புத்திசாலித்தனமாகத் தேர்வு செய்ய வேண்டும். நமது விரக்தியை நேர்மறையாகப் பயன்படுத்துவதற்கு சகேயு ஒரு சிறந்த உதாரணம். **தேவனைப் பாருங்கள்!** அவர் நம்மை ஒருபோதும் கைவிட மாட்டார். கர்த்தராகிய இயேசு 'அந்த இடத்திற்கு வந்தபோது, அவர் அவனைப் பார்த்து, பெயர் சொல்லி அழைத்தார்'! சகேயு இதை எதிர்பார்க்கவில்லை என்று நினைக்கிறேன். இன்னும் என்ன? அன்றைய தினம் சகேயுவின் வீட்டில் தங்கும்படி அவரை அழைத்துக்கொண்டுபோனான்! நான் உறுதியாக எண்ணுகிறேன், சகேயு தனது விரக்தியைச் நேர்மறையாகப் பயன்படுத்தினான். அதன் பலனாக தேவனிடத்திலிருந்து கிடைக்கப்பெற்ற அங்கீகாரம் அவனை வியப்பில் ஆழ்த்தியது! கர்த்தரைச் சுற்றிக் கூடியிருந்த கூட்டத்திலிருந்து, சகேயுவுக்கு இந்த அங்கீகாரத்தைக் கர்த்தர் கொடுத்தார். ஏனென்றால் அவன் தெளிவான புரிதலைப் பெற, தனது பெருமையையும், மரியாதையையும் தியாகம் செய்தான். கர்த்தரைச் சூழ்ந்திருந்த திரளான

ஜனக்கூட்டத்தின் மத்தியில் சகேயு மரத்தின்மேல் உட்கார்ந்திருந்தது தனித்துவமான ஆராதனையாக (கர்த்தரைக் காண விடாமுயற்சியுடன்) இருந்தது. இது உங்களுடன் ஆழமாகப் பேசும் என்று நான் முழு மனதுடன் நம்புகிறேன்.

இப்போது, கர்த்தரின் இந்த கிருபையான நடவடிக்கை எவ்வாறு சகேயுவின் வாழ்க்கையில் ஒரு சிற்றலை விளைவை ஏற்படுத்தியது என்பதை நாம் காணலாம். ஆண்டவர் அவனைச் சீக்கிரம் இறங்கி வரச் சொன்னார், உடனே அவன் கீழ்ப்படிந்து, இறங்கி, மகிழ்ச்சியுடன் கர்த்தரை ஏற்றுக்கொண்டான். இந்த நிகழ்வின் ஒவ்வொரு பகுதியும் சிறப்பு வாய்ந்தது. இருந்தாலும் ஒன்று மட்டும் கவனிக்கத்தக்கதாக இருக்கிறது மற்றும் அது சகேயுவிற்கு ஆழமான தாக்கத்தை ஏற்படுத்தியிருக்கக் கூடும் என்றே நான் நினைக்கிறேன். சகேயு என்ற பெயருக்கு "தூய்மை அல்லது சுத்தம்" என்று அர்த்தமாம். ஆனால் தொழிலில் என்னமோ நேர்மாறாக தான் இருந்தான். ஆனால் அது ஒருபோதும் தேவனுடைய அழைப்பிலிருந்து அவனை வெகு தூரத்தில் வைக்கவில்லை. அவர் அப்போதும் அவனைப் பெயர் சொல்லியே அழைத்தார். உன்னதமான நிலைக்கு வரும்படி கர்த்தர் அவனுக்கு அழைப்புவிடுத்தார். ஏனென்றால் அவனும் ஆபிரகாமின் குமாரன்தானே? வரி வசூலிப்பவர்கள் மீது யூதர்கள் வெறுப்பும் எரிச்சலும் கொண்டிருந்ததால், யாராவது அவனை சகேயு என்று அழைத்திருப்பார்களா என்று நினைக்கதான் தோன்றுகிறது. காரணம், அவன் தொழிலுக்கும் அவன் பெயருக்கும் சம்மந்தமே இல்லை. ஆண்டவர் அவனை இறங்கி வா என்று சொன்னதும் சகேயுவிற்கு கையும் காலும் தரையில் இருந்திருக்காது என்று தான் நான் நினைக்கிறேன். ஆனால் பாருங்கள் சகேயு அவர் சொன்ன மாத்திரத்தில் நம்முடைய கர்த்தராகிய இயேசு கிறிஸ்துவின் கிருபையைப் பெற்றுக்கொள்ளும்படி தன் வீட்டின் கதவையும், தன்னுடைய இருதயத்தையும் கூட திறந்து கொடுத்தான். கிருபை உள்ளே வந்ததும் அவன் உலகமே மாறியது, ஆம் அவன் கொடுப்பவன் ஆனான்! அவன் கர்த்தருக்கு முன்பாக எழுந்து நின்று, தன்னிடமுள்ள எல்லாவற்றிலும் பாதியை ஏழைகளுக்குக் கொடுக்கிறேன் என்றும், எதையாகிலும் அநியாயமாக வாங்கியிருந்தால் அதை 'நான்கு மடங்காக' திருப்பி கொடுக்கிறேன் என்றும் அறிவித்தான். இது லேவியராகமம் புத்தகத்தில் உள்ள மறுசீரமைப்பு சட்டத்திற்கு நம்மை மீண்டும் அழைத்துச் செல்கிறது. இங்குதான் கிருபை நியாயப்பிரமாணத்தை காட்டிலும்

மேலானதாக காணலாம். கூடுதலாக இருபது சதவீதம் சேர்க்கப்பட்டு இழப்பை ஈடுகட்ட வேண்டும் என்று நியாயப்பிரமாணம் கட்டளையிட்டது. இதனால் அது இங்கு நூற்றிருபது சதவீதம் ஆக மாறியது. அது சகேயுவின் தரத்தை நானூறு சதவீதம் ஆக உயர்த்தியது! சகேயுவினால் பாதிக்கப்பட்டவர்களுக்கு, 'ஆஹா! ஒருவழியா நாம இழந்த பணம் எல்லாம் நாலு மடங்கு திரும்பி வரப்போகுது' என்று இருந்திருக்கும்! அவனால் பாதிக்கப்பட்டவர்கள் தலைசுற்றி கீழே விழுந்திருக்கவும் கூடும். மற்ற வரி வசூலிப்பவர்களால் பாதிக்கப்பட்டதை விட "சகேயுவால்" பாதிக்கப்பட்டதற்காகத் தேவனுக்கு நன்றி செலுத்தியிருப்பார்கள். ஏனென்றால் அவர்கள் நான்கு மடங்கு ஆதாயம் பெறுகிறார்கள். இப்படித்தான் கிருபையினால் வரும் மறுசீரமைப்பு, நியாயப்பிரமாணத்தினால் வரும் மறுசீரமைப்பைக் காட்டிலும் மிகப் பெரியது. ஒப்பிடவே முடியாதது. கர்த்தராகிய இயேசு மறுசீரமைப்பின் தரத்தை உயர்ந்த நிலைக்கு உயர்த்தினார். அவர் கிருபையை விலைமதிப்பற்றதாக ஆக்கினார்! கிருபையானது, இழப்பீடு மற்றும் மறுசீரமைப்பின் தரத்தை உயர்த்தியது.

கிருபையினால் கிடைக்கும் மறுசீரமைப்பைப் பற்றி அறிந்து கொண்ட நாம், அதை மனிதர்களிடத்தில் எதிர்பார்க்கும் தவறை ஒருபோதும் செய்யக்கூடாது. மனிதன் ஒருபோதும் தேவனுடைய தரத்திற்கு இணையாக இருக்க முடியாது. அவரிடம் செல்லுங்கள்! அவர் உங்களை மீட்டுக் கொள்ளட்டும்! அவரது மறுசீரமைப்பு எவருடைய புரிதலுக்கும் அப்பாற்பட்டது. தவற விட்டுவிடாதீர்கள்!

தேவனுடைய சித்தம் நம்மை மீட்டெடுப்பது என்பதை இப்போது நாம் உறுதியாக நம்புகிறோம். மறுசீரமைப்பின் தொடக்கப் புள்ளியை நாம் அறிந்து கொள்வது முக்கியம். இழப்பு எப்பேர்பட்டதாக இருந்தாலும் (சரீர, ஆத்தும, ஆவி, உணர்ச்சி, நிதி போன்றவை), மறுசீரமைப்பு எப்போதும் ஒருவரின் **புரிதலில்** தொடங்குகிறது. இது யோவானுடைய அறிவிலிருந்து (யோவான் 10:10-ல்) தொடங்குகிறது. இது ஒவ்வொரு இழப்பும் எதிரியான சாத்தானிடமிருந்து வருகிறது என்று வெளிப்படையாகக் கூறுகிறது. நம் வாழ்வில் நடக்கும் எல்லா தவறான காரியங்களுக்கும் தேவனைக் குறை கூறுவதை நிறுத்தி, நம்மைப் பற்றிய அவருடைய எண்ணங்கள் எப்போதும் நமக்கு நம்பிக்கையையும், எதிர்காலத்தையும் தருகின்றன என்பதை நம் இருதயங்களில் அறிந்தால் (எரேமியா 29:11), நாம் தேவனிடமிருந்து கிருபையைப் பெற்று, அவருடன் கைகோர்த்து வேலை செய்யலாம்.

நம்முடைய இழப்பை மீட்டெடுக்க அவரை அனுமதிக்கலாம். சில நேரங்களில் இழப்பு ஒரு நபரின் உயிராக இருக்கலாம். இந்த விஷயத்தில், இழப்பீடு பெறுவது சாத்தியமில்லை என்று நாம் நினைக்கலாம். ஆனால் இதுபோன்ற சந்தர்ப்பங்களிலும்கூட, ஒன்றுக்கு மேற்பட்ட முறை கர்த்தராகிய இயேசு யவீருவின் மகளையும், நாயீன் என்னும் ஊர் விதவையின் மகனையும், லாசருவையும் மரித்தோரிலிருந்து எழுப்பி முன்மாதிரியைக் காண்பித்தார். அவருடைய அப்போஸ்தலர்களும் அவ்வாறே செய்தார்கள். அது சாத்தியமற்றது அல்ல என்பதை அவர் நமக்குக் காட்டினார். இன்றும் கூட, மரித்தோரிலிருந்து உயிர்த்தெழுப்பப்பட்ட பல உயிருள்ள சாட்சிகளை நான் கேட்டிருக்கிறேன்!

தானியேல் புத்தகம் நான்காம் அதிகாரத்தில், கிழக்கே ராஜ்யத்தை ஆண்ட பாபிலோன் ராஜாவான நேபுகாத்நேச்சார், மறுசீரமைப்பைப் பற்றிய ஒரு அற்புதமான வெளிப்பாட்டை நமக்குத் தருகிறான். இந்த மறுசீரமைப்பு கருத்து நடைமுறையில் என் வாழ்க்கையில் நடந்ததற்கு இணையாகவே உள்ளது. எனவே இதற்கு நான் சாட்சியாக இருக்கிறேன். அவனுக்குக் கிடைத்த கனம், மகிமை மற்றும் செல்வம் அனைத்திற்கும் தானே ஆதாரம் என்று நினைத்த அவனது அகந்தையைக் கர்த்தர் ஒரு சொப்பனத்தின் மூலம் எச்சரித்தார். இந்தச் சொப்பனத்தை தானியேல் விளக்கினான். அந்த எச்சரிப்பு இன்னும் தெளிவாகக் கூறப்பட்டது. ஆனாலும், கிட்டத்தட்ட ஒரு வருட காலம் அவன் அதை அலட்சியம் செய்து தொடர்ந்து ஆணவத்தால் மூழ்கினான். ஒரு நல்ல நாளில், அவன் தன்னைத்தானே மகிமைப்படுத்தும்படி தன்னுடைய வாயைத் திறந்தான், உடனே தேவன் சொன்ன வார்த்தை நிறைவேறியது. அவன் மிருகமாக மாற்றப்பட்டு, மனுஷரிடமிருந்து விரட்டப்பட்டான். வெளியின் மிருகங்களோடே தங்கி, எருதுகளைப்போல புல்லைத் தின்றான், கழுகின் இறகுகள் போல அவனது தலைமுடியும், பறவையின் நகங்கள் போன்ற நகங்களும் வளரும் வரை அவனது உடல் வானத்தின் பனியால் நனைந்தது. அவனது பெருமையெல்லாம் கரைந்து போகும் வரைக்கும் ஏழு வருடங்கள் ஒரு மிருகத்தின் உடலில் சிக்கிக் கொண்டிருந்தான்.

ஏழு ஆண்டுகளுக்குப் பிறகு, **"அவன் வானத்தை நோக்கித் தன் கண்களை ஏறெடுத்தான்"**, அது நிறைய நமக்கு கற்றுத் தருகிறது! பூமியில் அரசாட்சி செய்த ஒருவனுக்கு அவனது பார்வை கீழ்நோக்கி இல்லாவிட்டாலும், மற்றவர்களை ஒருபோதும் உயர்வாகப் பார்க்காமல் இழிவாகப் பார்ப்பது

போன்ற கீழ்நோக்கு பார்வையாகவாவது இருந்திருக்கும். ஆனால் இப்போது அவன் தன்னை மகிமைப்படுத்தியதின் பாவத்தை உணர்ந்தான் (சாத்தானின் பாவத்தைப் போன்றது). வானத்தையும் பூமியையும் உண்டாக்கின தேவனைப் பார்த்தான். அவன் திரும்பப் பெற்ற முதல் காரியம் அவனுடைய அரசாட்சியோ அல்லது ராஜ்ஜியமோ அல்ல, மாறாகப் "புரிதல்" (தானியேல் 4:34). **புரிந்துகொள்வது என்பது தேவனை அறிவதாகும்** (நீதிமொழிகள் 9:10). அவரே மகிமைக்குப் பாத்திரர், அவரைத் தவிர வேறு யாரும் இல்லை என்பதை ஒப்புக்கொள்வது. நேபுகாத்நேசரின் பெருமை, அவனுடைய வெற்றிக்காகத் தேவனை இழிவுபடுத்தியது. நாசியில் சுவாசத்தை வைத்தது தேவன் தான் என்பதையும், அவரே எல்லா கனத்திற்கும் மகிமைக்கும் பாத்திரர் என்பதையும் அவன் இறுதியாக உணர்ந்தான். இதை அவன் உணர்ந்தபோது, அவன் செய்த அடுத்த காரியம் தேவனைப் புகழ்ந்து நன்றி செலுத்தியதுதான். தேவனுடனான அவனது உறவு மீட்டெடுக்கப்பட்டவுடன், மற்ற அனைத்தும் - நியாயம், மகிமை, அவனது ராஜ்யம், கனம் மற்றும் மகிமை போன்றவை - மீட்டெடுக்கப்பட்டன. ஏழு ஆண்டுகளுக்கு முன்பு அவனை விரட்டியடித்த அவனது ஆலோசகர்களும் பிரபுக்களும் அவனிடம் திரும்பி வந்தனர். ராஜ்ஜியமும் இன்னும் சிறந்த மகிமையும் மேலும் கிடைத்தது. அவன் தேவனை நம்பிய ஒரு இரட்சிக்கப்பட்ட புறஜாதி ராஜா என்று நான் நம்புகிறேன்!

இந்த பகுதியை நாம் புரிந்து கொள்ளும்போது, நாமும் அதே மனப்பான்மையைக் கொண்டிருக்க வேண்டும். நமது இழப்பின் நடுவில் அவர் செய்த நன்மைகளுக்கு நன்றியுடன் இருப்பதே நம்மைப் பெருகச் செய்யும். இது அவரையும், அவரது ராஜ்யத்தையும், அவருடைய நீதியையும் தேட நம்மை வழிநடத்துகிறது. பின்னர் மத்தேயு 6:33-ல் உள்ள வாக்குத்தத்தம் வாழ்வில் நிறைவேறுகிறது. தேவனுடைய மறுசீரமைப்பு நம் வாழ்வில் நடைமுறைக்கு வருகிறது. பெருமையை எல்லாம் தூக்கி எறிய வேண்டும். வேதாகமத்தில் உள்ள ஒவ்வொரு பரிசுத்தவான்களும் தேவனுடைய தன்மையை அறிந்து கொண்டனர். கடினமான சூழ்நிலையிலும் கூட, தேவனுடைய ஆசீர்வாதங்களைப் அவர்கள் பன்மடங்கு பெற்றனர்.

எனக்கும் இந்த அனுபவம் இருந்தது. எனது சொந்த மூடத்தனத்தினால் நான் ஒரு பெரிய குழப்பத்தில் சிக்கினேன். ஆனால் **கர்த்தரின் அன்பும் உண்மையும்** என்னை நெருங்கி ஈர்த்தது. முதலில் அவருடனான எனது உறவை அவர் மீட்டெடுத்தார் மற்றும் என்னை ஒரு புதிய நிலைக்குக்

கொண்டு வந்தார். நான் அதிக நேரத்தை அவருடன் ஜெபத்திலும் அவருடைய வார்த்தையைப் படிப்பதிலும் செலவழிக்கத் தொடங்கியபோது, அவருடைய வார்த்தை எனக்கு முதலில் அவருடைய நீதியில் நிலைநிறுத்தப்படவும், பின்னர் அவருடைய வாக்குத்தத்தங்களை விசுவாசத்தால் பெற்றுக்கொள்ளவும் கற்றுக் கொடுத்தது. இந்த மறுசீரமைப்பு அழகாக இருந்தது, அது இன்றுவரை தொடர்கிறது! பொல்லாங்கானால் பாதிக்கப்பட்ட அனைவரும் தேவன் உங்களை மீட்டெடுக்க அனுமதிக்குமாறு நான் ஊக்குவிக்கிறேன்.

<u>ஆ. தம்முடைய நாமத்தினிமித்தம் என்னை நீதியின் பாதைகளில் நடத்துகிறார்.</u>

நீதி என்பது தேவனுடைய நிறுவப்பட்ட தன்மை. இது அவரது அனைத்து நற்பண்புகளுடனும் கைகோர்த்துச் செல்கிறது - அவரது பரிசுத்தம், அவரது இரக்கம், அவரது அன்பு மற்றும் அவரது நீதி. தேவனை அறியாதவர்கள் சாட்டும் எதிர்மறையான ஒவ்வொரு தடயத்தையும் அகற்றுகிறது. அவர் முழுமையின் உச்சம்! எக்காலத்திலும் எவரும் தங்கள் விரலை தேவனை நோக்கி நீட்டி, நீர் கெட்டவர் என்று குற்றம் சாட்ட முடியாது.

'வீழ்ச்சி' தேவனுக்கு முன்பாக மனிதனைத் தன் நிலையை இழக்கச் செய்தது. தேவன் எப்பொழுதும் போலவே சிங்காசனத்தில் அமர்ந்திருந்தார். பாவம் என்ற பெரிய தடையால் மனிதன் அவரிடமிருந்து தள்ளப்பட்டான். தேவன் ஒருபோதும் பின்வாங்கவில்லை என்பதை எப்போதும் நினைவில் கொள்ளுங்கள். அவர் இருக்கும் இடத்திலேயே உண்மையுடன் இருந்து, நாம் திரும்பி வருவதற்காகக் காத்திருக்கும்போது நாம்தான் பின்வாங்கினோம் (லூக்கா 15:11-32). எனவே, அப்பாவியான, மாசற்ற மிருக பலிகளைச் செலுத்துவதன் மூலம் மனிதன் அவரிடம் திரும்பி வர அவர் ஒரு வழியை ஏற்படுத்தினார் (இது நமது இரட்சகரின் மரணத்திற்கு நிழலாட்டம்). இந்த பலிகள் மூலம், பாவம் இரத்தத்தால் மட்டுமே மூடப்பட்டது, ஆனால் (பழைய உடன்படிக்கையின் கீழ்) அகற்றப்படவில்லை. மேசியா சிலுவையில் மரிக்கும்போது பாவங்கள் முற்றிலுமாக நீக்கப்பட்டது. கர்த்தர் கிருபையாக மனுஷன் தமக்கு முன்பாக வருவதற்கு ஒரு வழியை உண்டாக்கினார். கர்த்தராகிய இயேசு சிலுவையில் மரித்தபோது, நம்முடைய பாவங்கள் அனைத்தும் நீக்கப்பட்டன (முற்றிலும் நீக்கப்பட்டன) மற்றும் பாவத்தின் தடை நன்மைக்காக உடைத்தெறியப்பட்டது! நாம் தேவனிடம் திரும்பவும்,

அவருக்கு முன்பாக குற்றமற்றவர்களாக நிற்கவும் **நமது இரட்சகர் 'வழி'** ஆனார்.

வீழ்ச்சிக்கு முன்பு, ஆதாமும் ஏவாளும் சரியான சூழலில் வாழ்ந்தனர். அவர்கள் எப்போதும் தேவனுடன் நட்புறவில் இருந்தார்கள், அவரிடத்தில் நேரடியாகப் பேசினார்கள், பரிபூரண ஆரோக்கியத்துடன் வாழ்ந்தார்கள், தேவைகள் அனைத்தும் சந்திக்கப்பட்டது. அவர்களுக்கு எந்தக் குறைவும் இருந்ததில்லை. மகிழ்ச்சி, அமைதி, அன்பு மற்றும் ஒருவர் கற்பனை செய்யக்கூடிய அத்தனை நல்ல விஷயங்களாலும் அவர்கள் வாழ்க்கை நிறைந்திருந்தது. நீதியின் பாதை இந்த அனைத்து அம்சங்களாலும் வகைப்படுத்தப்படுகிறது. ஆதாமும் ஏவாளும் தங்கள் 'தேவையை' அறியவில்லை, ஏனென்றால் அவர்களுக்கு எந்த தேவையும் இருந்ததில்லை. பிதா உண்மையுடன் அவர்களுக்கு எல்லாவற்றையும் வழங்கியிருந்தார். தேவன் அவர்களுக்குக் கொடுத்த நீதி அவர்களிடம் இருந்தது, ஆனால் அவர்களுடைய கீழ்ப்படியாமையினால் அதை இழந்துவிட்டார்கள். அதன் பின்னர் அவர்களுக்கு இரண்டு பிரச்சனைகள் வந்தன: ஒன்று பாவம் என்று அழைக்கப்படும் இடறல், மற்றொன்று நீதியின் இழப்பு.

இந்த இரண்டு சிக்கல்களையும் தீர்க்க, அண்டச் சராசரங்களைப் படைத்த சர்வஞானத்தையும் கொண்ட தேவன், பூமியைச் சிருஷ்டிப்பதற்கு முன்னதாகவே தீர்வை வழங்கினார். அதாவது, தேவ ஆட்டுக்குட்டி, அன்பான குமாரன், மாம்சத்தில் வந்து இரண்டையும் சமாளித்து என்றென்றைக்குமாய் சரிசெய்வார். அவர் பாவத்தின் வல்லமையை ஒழிப்பது மட்டுமல்லாமல், மனிதன் இழந்த நீதியையும் திரும்ப நிலைநாட்டுவார் என்பதாகும். ஆம்! இவை இரண்டும் அவரால் சிலுவையில் நிறைவேற்றப்பட்டன.

கர்த்தர் பூமியில் ஒரு பரிபூரண வாழ்க்கை வாழ்ந்தார். பாவம் ஆதாமால் கருத்தரித்தபோதோ அல்லது பிறப்பின்போதோ குமாரனுடைய மாம்சத்திற்குள் ஊடுருவ முடியவில்லை. ஏனென்றால் 'வார்த்தை' மரியாளைக் கர்ப்பமாக்கியது. ஆணின் விந்தணுவிற்கோ, பெண்ணின் கருமுட்டைக்கோ குமாரனுடைய கருவுறுதலில் எந்த சம்பந்தமும் இல்லை. அது **முழுக்க வார்த்தையால் மட்டுமே உண்டானது.** மேசியாவை உலகிற்குக் கொண்டு வருவதற்கான தேவதூதரின் வார்த்தையை மரியாள் முழு மனதுடன் ஏற்றுக்கொண்டபோது, 'வார்த்தை' அவளுடைய வயிற்றில் மாம்சமாயிற்று.

சர்வ சிருஷ்டியும் தோன்றிய விதத்தைப் போலவே தேவனுடைய வாயிலிருந்து புறப்பட்ட வார்த்தையால் அதுவும் ஆயிற்று! அது எளிது! தேவன் "வெளிச்சம் உண்டாகக்கடவது" என்று சொன்னார், வெளிச்சம் உண்டாயிற்று! அவ்வளவு எளிது! ஆனாலும் கர்த்தர் இந்த உலகத்தில் மனிதனாகப் பிறக்க ஒரு கன்னிகை தேவைப்பட்டாள். அவர் எல்லா சூழ்நிலைகளையும், முரண்பாடுகளையும் தாண்டி தமது திட்டத்தை முழு மனதுடன் ஏற்றுக்கொள்ளும் அந்த 'ஒரே பெண்' வரும்வரை கர்த்தர் காத்திருந்தார் - அவளே மரியாள். அவளுடைய கணவனைச் சமாதானப்படுத்தும் பொறுப்பைத் தேவன் ஏற்றுக்கொண்டார். அவள் பாவமற்ற மேசியாவை இந்த உலகத்திற்குக் கொண்டு வந்தாள். பிறந்தது முதல், அவர் மனிதனாக இறக்கும்வரை ஒரு பரிபூரண மற்றும் பாவமற்ற வாழ்க்கை வாழ்ந்து, நியாயப்பிரமாணத்தின் ஒவ்வொரு வார்த்தையையும் நிறைவேற்றினார். இதன் மூலம் நியாயப்பிரமாணத்தின் நீதியான சட்டதிட்டங்களை நிறைவேற்றி நீதியை 'சம்பாதிக்க' ஒரே மனிதனாக வந்தார். அவர் நீதிக்கு சட்டப்படி சொந்தக்காரர்.

அவர் காட்டிக் கொடுக்கப்பட்டு சிலுவையில் அறையப்படுவதற்குச் சற்று முன்பு, அவர் அந்த கடைசி விருந்தில் புதிய உடன்படிக்கையை அமல்படுத்தி, புதிய உடன்படிக்கையின் அடையாளமாக இராப்போஜனத்தை ஏற்படுத்தினார். பின்னர் அவர் பிதாவின் சித்தத்தின்படி முன்னேறிச் சென்று சிலுவை மரணத்திற்குத் தம்மை ஒப்புக்கொடுத்தார். இது தான் தெய்வத்துவத்தின் பரிமாற்றத்திற்கான இடமாக இருந்தது. யூதாஸ் அவரைக் கைது செய்ய போர்ச்சேவகரை அழைத்து வந்தபோது, இரட்சகர் ஆதி மனிதனாகிய ஆதாம் முதல் உலகம் முடிவதற்கு முன் பிறக்கப்போகும் கடைசி மனிதன் வரை 'முழு உலகத்தின் பாவத்தையும்' சுமக்க ஆரம்பித்தார். நியாயத்தீர்ப்பு, வாரினால் அடிகள், பரியாசம், சாட்டையடி, முள் கிரீடம், கல்வாரி நடை, இறுதியாகச் சிலுவையில் அறையப்படுதல் என அத்தனையும் அரங்கேறியது. அவர் ஆறு மணி நேரம் வேதனையுடன் சிலுவையில் தொங்கினார். இது எந்த மனித புரிதலுக்கும் அப்பாற்பட்டது. நம்முடைய நியாயமான தண்டனையின் உச்சமே சுமார் பதினெட்டில் இருந்து இருபது மணி நேரம் ஆகும். நியாயமாக மனிதர்கள் அடைய வேண்டிய நித்திய ஆக்கினியாய் நமது கர்த்தரின் மாம்சத்தில் (சரீரம் மற்றும் ஆத்துமாவில்) முழுமையாக நிறைவேறியது. இந்த இடத்தில்தான் அவர் நமக்காக பரிமாற்றம் செய்தார். ஆம், நம்முடைய தண்டனையை சுமந்து, நம்முடைய

பாவங்களுக்கு ஈடாக அவருடைய நீதியை நமக்குத் தந்தார்! உலக வரலாற்றில் வேறு எந்த உன்னதமான பரிமாற்றமும் இதற்கு அருகில் கூட வர முடியாது என்று நான் உறுதியாக கூறுகிறேன்! அழுகிய முட்டைகளுக்கு தங்கத்தை யார் பரிமாற்றம் செய்வார்கள்? ஆயினும் நம் ஆண்டவர், நம்மீது வைத்திருந்த அன்பின் காரணமாக, ஒருபோதும் இல்லாத அளவிற்கு சிறந்த பரிசை நமக்குக் கொடுத்தார்! நம்முடைய பாவங்களினிமித்தம் அவர் மரித்து, நம்மை நீதிமான்களாக்கும்படிக்கு உயிர்த்தெழுந்தார்.

பாவ மன்னிப்பு மட்டும் ஏன் போதாது என்பதை இன்னும் புரிந்து கொள்ளாதவர்களுக்கு, இதை எளிமையான முறையில் விளக்க விரும்புகிறேன். நன்றாக உடையணிந்த ஒருவர் தடுமாறி சேற்றில் விழுவதைக் கற்பனை செய்து பாருங்கள். சுத்தம் செய்வதற்காக, அவர் வீட்டிற்குச் சென்று, அழுக்குத் துணிகளை அகற்றி, குளிக்க வேண்டும். அதற்குப் பிறகு, நம்மில் எத்தனை பேர் ஆடைகளை அணிவதற்குப் பதிலாக நிர்வாணமாகச் சுற்றித் திரிவோம்? நாம் யாரும் அதைச் செய்ய மாட்டோம், இல்லையா? அழுக்கிலிருந்து நம்மைச் சுத்தம் செய்வது மட்டும் போதாது. நாம் புதிய ஆடைகளை அணிய வேண்டும். இதனால் மீதமுள்ள நாளை அனுபவிக்க முடியும். இதேபோல், சிலுவையில், நம் ஆண்டவர் பாவத்தை ஒரேதரம் கையாண்டார். நம்மீது பாவத்தின் அதிகாரம் முற்றிலும் அழிக்கப்பட்டது, மனிதனால் உருவாக்கப்பட்ட பெரிய தடை உடைக்கப்பட்டது. மனிதன் பத்து படிகள் பின்னாடியே தான் நின்றான், ஏனென்றால் தேவனுக்கு முன்பாக வருவதற்குச் சரியான உடை அவனுக்கு இல்லை. இரட்சகர் தம்முடைய நீதியை நமக்கு தரிப்பித்தபோது இந்த இடைவெளி மூடப்பட்டது. நம்முடைய கர்த்தராகிய இயேசு கிறிஸ்துவின் நீதியுடன் நாம் இப்போது பிதாவை அணுக முடியும்.

நாம் மறுபடியும் பிறக்கும் நாளில் நம் ஆண்டவரின் நீதியே நமது அடையாளமாகிறது. இனி நமது ஜென்ம சுபாவம் நமது அடையாளம் இல்லை. இந்த வரப்பிரசாதமான அடையாளம் மற்ற எந்த அடையாளத்தையும் விட உயர்ந்தது. ஏனென்றால் பரதீசும் தேவதூதர்களும் கூட இந்த அடையாளத்தை அங்கீகரிக்கிறார்கள். மேலும் இதன் காரணமாகப் பேய்கள் நடுங்குகின்றன. தொழில் ரீதியாக, நான் ஒரு மருத்துவர். ஆனால் இந்த கல்வி இந்த பூமிக்கு மட்டுமே பொருந்தும்; இன்னும் தெளிவாகச் சொல்வதானால், எனது பட்டம் இந்தியாவில் மட்டுமே அங்கீகரிக்கப்பட்டு ஏற்றுக்கொள்ளப்படுகிறது. இந்த பட்டத்தை வைத்து என்னால் வெளிநாட்டில் பயிற்சி செய்ய முடியாது. நான்

இன்னும் பல தகுதித் தேர்வுகளை எழுதி தேர்ச்சி பெற வேண்டும் மற்றும் அங்கு எனது தொழிலைப் பயிற்சி செய்ய அந்த நாடு குறிப்பிடும் கூடுதல் படிப்புகளையும் படித்தாக வேண்டும். இந்த பூமியில் கூட, ஒருவரின் பட்டம் மற்றும் வேலை சுயவிவரத்தை அங்கீகரிப்பதில் இடத்திற்கு இடம் நிறைய வேறுபாடுகள் உள்ளன. பரலோகம் மற்றும் தேவதூதர்களைப் பொறுத்தவரை, வேறு தொழிலைச் சேர்ந்த எனது சக சகோதர சகோதரிகளுடன் ஒப்பிடுகையில் எனது பட்டம் அவர்கள் முன் எனது அந்தஸ்தை ஒருபோதும் அதிகரிப்பதில்லை. நான் மருத்துவரா அல்லது செருப்பு தைப்பவளா என்பது பற்றி அவர்களுக்குக் கவலையில்லை. நான் தேவனுடைய பிள்ளையாயிருந்து, அவருடைய நீதியைப் பெற்றிருக்கிறேனா என்பதில் தான் அதிக அக்கறை கொண்டிருக்கிறார்கள். அப்போது தான் அவர்கள் எனக்காக வேலை செய்வார்கள். இந்த அடையாளத்தின் முக்கியத்துவத்தை உலகம் நன்கு பாராட்டவில்லை அல்லது புரிந்து கொள்ளவில்லை என்றாலும், பரிசுத்த வேதாகமத்தில் உள்ள பரிசுத்தவான்கள் இந்த அடையாளத்தின் வல்லமையை மறுபடியும் நிரூபித்துள்ளார்கள். இது மறுக்க முடியாதது! எபிரெயர் 4:16இல் சொல்வது போல, தேவனுடைய நீதியை நாம் உடுத்தியிருக்கும்போது, 'நாம் இரக்கத்தைப் பெறவும், ஏற்ற சமயத்தில் சகாயஞ்செய்யுங்கிருபையை அடையவும், தைரியமாய்க் கிருபாசனத்தண்டையிலே சேரக்கடவோம்'.

நீதிமானாக்கப்படுத்தல் ஒரு வரம். அதைப் பெறுவதற்கான ஒரே வழி அதைப் பெற்றுக்கொள்வது மட்டும் தான். கர்த்தராகிய இயேசு நேசத்திற்குரியவராகவும், தயவு பொருந்தினவராகவும் இருப்பதால், நாமும் தேவனுக்குப் பிரியமானவர்களாகவும், தயவு பெற்றவர்களாகவும் ஆகிவிடுகிறோம். இந்த நீதி நித்தியமானது. இரட்சிப்பில் தொடங்கி நித்திய நித்தியமாய் நீடிக்கிறது. இருப்பினும், பாவ மன்னிப்பு முதன்மையான தேவையாகும், அதைத் தொடர்ந்து அவருடைய நீதி நமக்குக் கிடைக்க வேண்டும். இவ்விரண்டுமே கைகோர்த்துச் செல்கின்றன, ஒன்றையொன்று பிரிக்க முடியாது.

இப்போது நாம் நீதிமான்களாக்கப்பட்டிருக்கிறோம், அதாவது தேவனுக்கு முன்பாக, கர்த்தராகிய ஆண்டவர் "அவருடைய நாமத்தினிமித்தம் நீதியின் பாதையில்" நம்மை உண்மையுடன் வழிநடத்துகிறார். பழிவாங்குவதற்கு நியாயமான காரணம் ஒன்று இருந்தாலும் பழிவாங்கவோ அல்லது தவறான பாதையில் நடக்கவோ கூடாது என்ற கட்டளையை நாம் பெற்றிருக்கிறோம். தேவன் "நீதியுள்ள தேவன்" என்று வேத வசனத்தில் பல இடங்களில்

அழைக்கப்படுகிறார். அது அவரது பெயர்களில் ஒன்று. அவருடைய திரு நாமம் நீதியுள்ளதால், அவருடைய பிள்ளைகளாகிய நாமும் நீதியாக வாழ வேண்டும். எவ்வளவுதான் நியாயப்படுத்தினாலும் வாழ்வதற்கான சுதந்திரத்தை நாம் பறிக்க முடியாது. வேதத்தில் உள்ள பரிசுத்தவான்களின் வாழ்க்கையை ஆராய நேரம் ஒதுக்கினால், நீதியின் பாதையை நன்கு புரிந்து கொள்ள முடியும். இப்போது நான் குறிப்பிடும் இந்த பாதையை ஒவ்வொன்றாகக் காட்சிப்படுத்த முற்படுகிறேன்:

- ✡ பதினேழு வயதில் **யோசேப்புக்கு** அவனது சகோதரர்கள் நியாயமற்ற மற்றும் கொடுமையான செயல் புரிந்த போதிலும், அவன் எகிப்தில் விற்கப்பட்டு, போத்திபாரின் மனைவியின் தவறான குற்றச்சாட்டிற்கு ஆளாகி மற்றும் கிட்டத்தட்ட இரண்டு ஆண்டுகள் பலரால் மறக்கப்பட்ட பிறகும், தேவன் ஒருநாள் அவனை எகிப்தில் இரண்டாவது பெரிய உயர்ந்த நிலைக்கு உயர்த்தியபோதும் கூட அவன் தனக்கு அநீதி இழைத்தவரில் ஒருவரையும் ஒருபோதும் பழிவாங்கவில்லை. தன் தகப்பனாகிய யாக்கோபின் மரணத்திற்குப் பிறகும் தன் சகோதரர்களிடம் இரக்கமும் தயவும் காட்டினான். அவன் பழைய காரியங்களைக் கைகளில் எடுத்துக்கொண்டு தனது செயல்களை நியாயப்படுத்தியிருக்க முடியும். ஆனால் அப்படிச் செய்யவில்லை! அவன் நீதியின் பாதையில் நடக்க விரும்பினான் (தன்னுடைய பழியை தீர்த்துக் கொள்ளாதது), ஏனென்றால் அவன் நீதியின் தேவனைச் சேவித்தான். அவர்களைப் பழிவாங்கவும், நீதி செய்யவும் அவன் தேவனை அனுமதித்தான்.

- ✡ தாங்கள் நேசித்த தாய் நாட்டையும், யூத சாம்ராஜ்யத்தில் தாங்கள் வகித்த அரச பதவிகளையும் இழந்து, பாபிலோன் தேசத்தில் அகதிகளாக நடத்தப்பட்ட **தானியேல், அனனியா, மீஷாவேல், அசரியா** ஆகியோர் அங்கிருந்த ஒழுங்குமுறையைப் பின்பற்றாமல், ராஜாவின் கட்டளையை மீறியதால் இந்தப் பாதையில் நடந்தனர். மேலும் ஏழு மடங்கு சூடேற்றப்பட்ட எரிகின்ற அக்கினி ஜுவாலைக்குள்ளும், பசியுள்ள சிங்கத்தின் கெபியிலும் தள்ளப்பட்டனர். அவர்கள் நீதியின் பாதையில் நடக்க விரும்பினார் (சமரசம் செய்யாமல், விளைவுகளைப் பொருட்படுத்தாமல்). ஏனென்றால் அவர்கள் நீதியும், பழிவாங்குதலும் தேவனுக்குரியது என்பதை அறிந்திருந்தனர்.

✡ ஒரு இளம் இளைஞனாக மகத்துவமான காரியத்திற்காக அபிஷேகம் செய்யப்பட்ட மேய்ப்பனான **தாவீது**, கர்த்தருடனான உடன்படிக்கையில் வல்லமையைக் கண்டான். அவன் ராட்சத கோலியாத்தின் தலையைத் துண்டித்திருந்தாலுமே கர்த்தருக்குப் பயந்ததால் சவுலுக்குத் தீங்கு செய்ய மறுத்துவிட்டான். சவுலும் கர்த்தரால் அபிஷேகம் செய்யப்பட்டிருந்தான், **ஆனால்** அவன் பொறாமையின் காரணமாகக் கடினமாக உழைக்கும் தாவீதை கிட்டத்தட்ட பதிமூன்று ஆண்டுகள் அநியாயமாகத் துன்புறுத்தினான். தாவீது நீதியின் பாதையில் நடக்க விரும்பினான், ஏனென்றால் அவன் நீதியின் தேவனைச் சேவித்தான் (கர்த்தர் மேல் நம்பிக்கை வைத்து கர்த்தருக்குப் பயந்து நடந்தான்). அவனை பழிவாங்கவும், சரிசெய்யவும் தேவனிடம் ஒப்புக்கொடுத்தான்.

✡ எகிப்தில் வளர்க்கப்பட்டதால் தன்னம்பிக்கையை வளர்த்துக்கொண்டு, தான் பிறப்பால் எபிரேயன் என்பதை அறிந்து, முன்னறிவிக்கப்பட்ட மீட்பனான **மோசே**, ஒரு எகிப்தியனைக் கொன்றுவிட்டு பார்வோனின் கோபத்திற்குப் பயந்து தப்பி ஓடினான். ஆயினும் நாற்பது ஆண்டுகளாக, அவன் வனாந்தரத்தில் நடந்து, கர்த்தருடைய வார்த்தை அவனைத் தேவனுடைய ஜனங்களை விடுவிக்க எகிப்துக்குத் திரும்பக் கொண்டுவரும்வரை தனது மாமனாரின் மந்தையைக் கவனித்துக் கொண்டிருந்தான். அவன் தைரியமாக பார்வோனுக்கு முன்பாக நின்று, வாக்குத்தத்தம் பண்ணப்பட்ட தேசத்தில் வாசம் செய்யும்படிக்கும், ஜீவனுள்ள உண்மையான ஒரே தேவனை ஆராதனை செய்யும்படிக்கும் இஸ்ரவேலரை விடுதலை செய்யும்படி பார்வோனுக்கு கட்டளையிட்டான். மோசேயைக் கொண்டு தேவன் சொன்ன வார்த்தையை கேளாதபடிக்கு பார்வோனுடைய இருதயம் கடினப்பட்டதினால் வாதைகளால் வாதிக்கப்பட்டான். நாற்பது ஆண்டுகளுக்கு முன்பு செய்தது போல் மோசே தனது கரங்களில் காரியங்களை எடுத்துக் கொள்ளவில்லை. கர்த்தர் தமது வழியில் நடத்தும்படி பொறுமையுடன் காத்திருந்து, இஸ்ரவேலின் சேனைகளை வெளியே கொண்டுவந்து, அவர்களை சீனாய் மலைக்கு வழிநடத்தி, வாக்குத்தத்தம் பண்ணப்பட்ட தேசத்திற்கு அழைத்து வரும்வரை அவன் பொறுமையுடன் காத்திருந்தான். பார்வோன் மீண்டும் தனது மனதை மாற்றிக்கொண்டே இருந்தான். கடைசியாக அவன் மீண்டும் அதைச்

செய்தபோது, முழு எகிப்திய இராணுவமும் செங்கடலில் மூழ்கியது. வனாந்தரத்தில் அவனுடைய சொந்த ஜனங்கள் பலமுறை அவனுக்கு எதிராகத் திரும்பினார்கள். இருந்தும் அவன் நீதியின் பாதையில் நடக்க விரும்பினான் ஏனென்றால் அவன் நீதியின் தேவனை (பொறுமை மற்றும் தைரியம்) சேவித்தான், மேலும் இஸ்ரவேலர்களை பாதுகாக்கவும், பழிவாங்கவும் அவரை அனுமதித்தான்.

✡ **அன்னாள்** பல ஆண்டுகளாகக் குழந்தை இல்லாமல் இருந்தாள். பலிசெலுத்த வந்த இடத்திலும் கூட அவளுடைய சக்களத்தி பெனினாளால் மிகவும் விசனப்படுத்தப்பட்டாள். ஆனாலும் தன் கணவன் எல்க்கானாவால் மிகவும் நேசிக்கப்பட்டாள். அதனால், சீலோவிலிருந்த ஆசரிப்புக் கூடாரத்தில் தன் காயப்பட்ட இருதயத்தையும், ஆத்துமாவையும் கர்த்தருக்கு முன்பாக ஊற்றிவிட அவள் விரும்பினாள். எல்லா கேலிகளும் பகிரங்கமாக இருந்தபோதிலும், அவள் மனிதர்களிடமிருந்து அனுதாபத்தை நாடவில்லை. ஆனால் தனது உணர்வுகளைப் பயன்படுத்தி, சேனைகளின் கர்த்தருக்கு முன்பாக தனது வழக்கை வைக்க விரும்பினாள்! ஆசரிப்புக் கூடாரத்தில் தேவனுடைய ஆலயத்திற்காக அர்ப்பணிக்கவும், அவளுடைய நிந்தையை நீக்கவும் அவள் ஒரு மகனைக் கேட்டாள். கர்த்தர் ஏலியின் வார்த்தையின் மூலம் அதை உறுதிப்படுத்தி அவளுடைய ஜெபத்திற்குப் பதிலளித்தார். அவள் தனக்கு வழங்கப்பட்ட வாக்குத்தத்தில் விசுவாசம் வைத்து வீடு திரும்பினாள். அவள் கர்ப்பவதியாகி குழந்தையைப் பெற்றெடுத்தாள். அந்த மகனே இஸ்ரவேலின் கடைசி நியாயாதிபதி, ஒரு தீர்க்கதரிசி, ஆசாரியன், ஞானதிருஷ்டிக்காரன், இராணுவத் தலைவன் மற்றும் இஸ்ரவேலின் முதல் இரண்டு ராஜாக்களை அபிஷேகம் செய்தவன்! அவளுக்குக் கிடைத்த வெகுமதி இன்னும் பெரியது! சாமுவேலைத் தவிர, தேவன் அன்னாளுக்கு மேலும் 5 பிள்ளைகளை (3 ஆண் 2 பெண்களும்) கொடுத்து ஆசீர்வதித்தார். சாமுவேலைப் பெற்றெடுக்கும் போது அவளுக்கு நூற்று முப்பது வயது (?) என்று ஆராய்ச்சியாளர்கள் கூறுகிறார்கள். அவள் நீதியின் பாதையில் நடக்க விரும்பினாள் (ஆறுதல் மற்றும் மென்மைக்காகத் தேவனைச் சார்ந்து), அவள் நீதியின் தேவனைச் சேவித்தாள். அவளுக்காக நிற்கவும் நிந்தையை மாற்றவும் அவரை அனுமதித்தாள்.

✡ அனாதையாக இருந்த **எஸ்தர்**, தன் மூத்த உறவினர் மொர்தெகாயின் கண்காணிப்பில் வளர்ந்ததால், கீழ்ப்படிதலையும் தாழ்மையையும் கற்றுக்கொண்டாள். பெர்சிய ராஜா உட்பட எல்லா ஜனங்களின் பார்வையிலும் தேவன் அவளுக்குக் கிருபை அருளினார். அவளது எளிமையும் பணிவும் பெர்சியாவின் ராணியாகத் தேர்ந்தெடுக்க ராஜாவைத் தூண்டியது. வழக்கம் போல யூத இனத்தை முற்றிலுமாக அழிக்கச் சாத்தான் தனது முகவர்களை முன்கூட்டியே தயாராக வைத்திருந்தான். இந்த நேரத்தில், எஸ்தர் தனது ஜனங்களுக்கு எதிராகத் தீட்டப்பட்ட திட்டங்களைப் பற்றி அறிந்திருக்கவில்லை. ஆனால் அந்த திட்டம் மொர்தெகாயால் அறிவிக்கப்பட்டு, 'நீ இப்படிப்பட்ட காலத்துக்கு உதவியாயிருக்கும்படி உனக்கு ராஜமேன்மை கிடைத்திருக்கலாமே, யாருக்குத் தெரியும்', என்று சொல்லப்பட்டபோது, அவள் பெர்சியாவின் ராஜாவுக்கு முன்பாக சென்று, அவளுடைய ஜனங்களாகிய எல்லா யூதர்களின் ஜீவனுக்காகவும் வேண்டிக்கொள்ளக் கிருபையையும் தைரியத்தையும் பெற்றாள். அழைப்பின்றி ராஜா முன் வந்து நின்றதற்காகத் தலை துண்டிக்கப்பட்டிருக்க வேண்டும் ஆனால் அதற்குப் பதிலாக, **"எதிரிகளிடமிருந்துளங்களைக்காப்பாற்றவேண்டும்"** என்றஅவளின் கோரிக்கை ராஜாவால் ஒப்புதல் அளிக்கப்பட்டு, அவன் ஆட்சி செய்த நூற்று இருபத்தேழு மாகாணங்களிலும் அதிகாரப்பூர்வமாக்கப்பட்டது. அவள் நீதியின் பாதையில் (தைரியம் மற்றும் தன்னலமற்ற) நடக்க விரும்பினாள், ஏனென்றால் அவள் நீதியின் தேவனைச் சேவித்தாள், மேலும் ஆயிரக்கணக்கான யூதர்களின் உயிரைக் காப்பாற்றவும், அவர்களைப் பாதுகாக்கவும் அவரை அனுமதித்தாள்.

✡ **ரூத்** ஒரு மோவாபியப் பெண்ணாகவும் ஒரு யூதத் தம்பதியின் மருமகளாகவும் இருந்து, தன் கணவன் மரித்த பின்பு, மாமியார் நகோமியோடு இணக்கமாயிருந்தாள். நகோமி தான் வாழ்க்கையில் எல்லாவற்றையும் இழந்து தன சொந்த வீட்டை விட்டு வெகு தொலைவில் இருந்தாள். ரூத் தன் பெற்றோர் வீட்டிற்குத் திரும்பிச் சென்றிருந்தால் அவர்களது பழக்க வழக்கங்கள் அவளை மறுமணம் செய்து கொண்டு ஒரு சிறந்த வாழ்க்கையை வாழ அனுமதித்திருக்கும். ஆனால் **ரூத் தனது ஜனங்கள் வணங்கிய அருவருப்புகளுக்குப் பதிலாக நகோமியின் தேவனைத் தெரிந்துகொண்டாள்.** தேவன்

அவளுடைய வாழ்க்கையை அவருடைய தயவாலும், நன்மையாலும் நிரப்பினார். கர்த்தர் இஸ்ரவேலின் மிகவும் உயரடுக்கு மற்றும் பணக்கார திருமணமாகாத ஒருவருடன் அவளுடைய இரண்டாவது திருமணத்தை ஏற்பாடு செய்தார். அவள் தாவீது ராஜாவின் கொள்ளுப்பாட்டி ஆனாள்! அவள் நீதியின் பாதையில் (தியாக அன்பு) நடக்க விரும்பினாள், ஏனென்றால் அவள் நீதியின் தேவனைச் சேவித்தாள், மேலும் அவளைப் பாதுகாக்கவும் தன் வாழ்க்கைக்கு வெகுமானம் அளிக்கவும் அவரை அனுமதித்தாள்.

✡ வாக்குத்தத்தம் பண்ணப்பட்ட தேசத்தின் நுழைவாயிலாக இருந்த தேசத்தில் அதிக பாலியல் ஒழுக்கக்கேட்டில் ஈடுபட்ட ராகாப் (ரூத்தின் மாமியார் மற்றும் போவாசின் தாய், மற்றும் தாவீது ராஜாவின் கொள்ளுப்பாட்டி), இஸ்ரவேலின் தேவனே, மேலே வானத்திலும் கீழே பூமியிலும் தேவனானவர், அவருடைய ஜனங்கள் கடக்கச் செங்கடலின் தண்ணீரைப் பிளந்து, யோர்தான் நதியின் கிழக்குப் பகுதியிலிருந்த இரண்டு பெரிய எமோரிய ராஜாக்களை கொன்றது, தன் ஜனங்களின் இருதயமெல்லாம் சோர்ந்து, இளைத்து, உருகிப்போனதையும், இஸ்ரவேலரின் பயங்கரம் அவர்கள்மேல் விழுந்ததையும் அவள் அறிந்தாள். இஸ்ரவேலின் தேவனே மெய்யான தேவன் என்று இரண்டு வேவுகாரர்களுக்கும் முன்பாக அவள் தைரியமாக அறிக்கையிட்டாள். தான் செய்த நன்மைக்கு பிரதிபலனாகத் தனது குடும்பத்தினரின் உயிரைக் காப்பாற்றுமாறு 'உண்மையான அடையாளத்தை' கேட்டாள். அவள் ஒரு விபச்சாரி என்பதால் அவளுடைய வீட்டார் அவளது நன்மதிப்பைப் பாராட்டினார்களா என்று கூட எனக்கு சந்தேகமாக இருக்கிறது. ஆயினும் அவள் வேவுகாரர்களிடம் அவர்களின் உயிருக்காகவும் கேட்டுக் கொண்டாள். வேவுகாரர்கள் அவளிடம் சிவப்புக் கயிற்றின் ஒரு பகுதியை (மீட்பின் அடையாளம்) ஜன்னலில் தொங்கவிடு, அதுவே அடையாளம் என்று அவர்கள் கூறினர். அதே கயிற்றின் வழியாக அவள் அவர்களைக் கீழே இறக்கிவிட்டாள். இந்தச் சிவப்புக் கயிறு அவளுடைய முழு வீட்டாரையும் இரட்சிப்பதற்கான ஒரு வல்லமையான அடையாளமாக மாறியது. பல ஆண்டுகளுக்குப் பிறகு, ராஜா லேமுவேலின் தாய், புத்தியுள்ள ஸ்திரீ தன் வீட்டார் அனைவருக்கும் இரட்டைப்புரை உடுப்பிருக்கிறதால், தன்

வீட்டாரினிமித்தம் குளிருக்குப் பயப்படவில்லை என்று அவனுக்குக் கற்பித்தாள் (நீதிமொழிகள் 31:21, மூல எபிரேய மொழிபெயர்ப்பு)! அவள் நீதியின் பாதையில் நடக்க விரும்பினாள் (சர்வவல்லமையுள்ள தேவனை விசுவாசித்து அவருடைய உடன்படிக்கைக்குக் கீழ்ப்படிவதையும் தெரிந்து கொண்டாள்). ஏனென்றால் அவள் நீதியின் தேவனை விசுவாசித்தாள், மேலும் அவளைப் பாதுகாக்கவும் தனக்கான வெகுமதி அளிக்கவும் அவரை அனுமதித்தாள்.

✡ யூதர்களின் முற்பிதாவான **ஆபிரகாம்** தனது தந்தை தேராகு, தனது மனைவி சாராள் மற்றும் தனது சகோதரனின் குமாரன் லோத்து ஆகியோருடன் ஆரானுக்கு சென்றான். என்ன காரணத்தினாலோ தேராகு ஆரானில் தன் பயணத்தை முடித்துவிட்டு அங்கேயே இறந்துபோனான். ஆனால் ஆபிரகாம் முன்னோக்கிச் சென்று, எப்போதும் சமாதானமான உறவுகளைத் தேடினான், தனக்குக் கொடுக்கப்பட்ட வாக்குத்தத்தை நம்பினான், கானான் தேசத்தில் தங்கினான். ஆபிரகாமும் சாராளும் (மலடியாக இருந்ததாலும்) நாட்கள் செல்லச் செல்ல விசுவாசத்தில் வளர்ந்து, இறந்துபோன தங்கள் இனப்பெருக்க அமைப்புகள் தேவனுடைய வல்லமையால் மீண்டும் உயிர்ப்பிக்கப்பட்டு, வாக்குத்தத்தம் பண்ணப்பட்ட தங்கள் குமாரனாகிய ஈசாக்கை பிறப்பித்ததைக் கண்டனர். வாக்குத்தத்தம் பண்ணினவர் உண்மையுள்ளவர் என்று நம்பினர். அவர்கள் இந்த பூமியை விட்டுச் செல்வதற்கு முன், தங்களிடமிருந்து திரளான ஜாதியும் தேசமும் பிறக்கும் என்றும், அதன் மூலம் உலகைக் இரட்சிக்க மேசியா வருவார் என்றும் அவர்கள் உறுதியாக விசுவாசித்தனர். ஆபிரகாம் மோரியா மலையில் ஈசாக்கை பலியிடுவதைக் கர்த்தர் தடுத்து நிறுத்திய பிறகு அவன் "பின்னோக்கிப் பார்த்தான்". அங்கு ஈசாக்கிற்குப் பதிலாகப் பலியிட தேவன் ஏற்படுத்தி வைத்திருந்த "ஆட்டுக்கடா"வைப் பார்த்தான். அவன் அங்கு ஆண்டவர் இயேசுவைப் பார்த்தான் (யோவான் 8:56)! அவன் நீதியின் வழியில் நடக்க விரும்பினான் (விசுவாசத்தில் வேரூன்றி, தேவனை முழுமையாக நம்பி), ஏனென்றால் அவர்கள் நீதியின் தேவனைச் சேவித்தனர். தன்னை முற்பிதாவாகவும் விசுவாசத்தின் சிறந்த எடுத்துக்காட்டாகவும் மாற்ற அவரை அனுமதித்தான்.

✡ பிறப்பால் ஒரு லேவியனாகவும், தொழிலால் வேதபாரகனாகவும் ஆசாரியனாகவும் இருந்த எஸ்றா, தான் அழைக்கப்பட்டதைக் குறித்து சிறிதும் சந்தேகிக்கவில்லை. ஒரு வேதபாரகனாகவும், ஆசாரியனாகவும் தனது அழைப்பை நிறைவேற்றத் தேவன் தன் இருதயத்தில் வைத்த விருப்பத்தை அவன் மதித்தான். செருபாபேலுடன் முன்பு திரும்பி வந்த ஜனங்களுக்குக் கர்த்தருடைய கட்டளைகளையும், நியாயப்பிரமாணங்களையும், நியமங்களையும் கற்பிப்பதற்காகத் தனது சக லேவியரையும் ஆசாரியர்களையும் (சுமார் 1500-2000 ஆண்கள்) தங்கள் குடும்பங்களுடன் அழைத்துக்கொண்டு யூதாவுக்கு குடியேற அனுமதிக்குமாறு அவன் தைரியமாக பெர்சிய ராஜாவிடம் கேட்டுக்கொண்டான். அவன் தேவனுடைய கரம் நன்மையாகவே அவன் மீது இருப்பதையும் அவருடைய தயவையும் ஒப்புக்கொண்டான். அவன் யூதாவுக்கு வந்து, அங்கே தேவனுக்கேற்ற ஒழுங்கையும், ஆராதனை முறைமையையும் கற்றுக் கொடுத்தான். சிறைப்பட்டுப் போன தேசத்தில் குடியேறிய இஸ்ரவேலர்களில் சிலர் அங்கே செழிப்பாக வாழ்ந்து வந்தனர். யூதாவுக்குத் திரும்பிச் சென்று எல்லாவற்றையும் மறுபடியும் ஆரம்பிப்பதன் மூலம் அதையெல்லாம் தியாகம் செய்ய அவர்கள் விரும்பவில்லை. ஆனால் செருபாபேல், எஸ்றா, நெகேமியா ஆகியோர் அப்படியல்ல. தேவனுடைய வார்த்தையைத் தம்முடைய ஜனங்களுக்குக் கற்பிக்க வேண்டுமென்ற விருப்பம் எஸ்றாவின் இருதயத்தில் கொழுந்துவிட்டு எரிந்தது. அவன் நீதியின் பாதையில் நடக்க விரும்பினான் (தேவன் தனது அழைப்பிற்கு ஆதரவாகவும், தகுதியாக்குகிறவராகவும் இருப்பார் என்பதை அறிந்திருந்தான்), அவர் அவனைப் பலப்படுத்தவும் வேலையைச் செழிக்கச் செய்யவும் அனுமதித்தார்.

✡ **நெகேமியா** வெகு தொலைவிலிருந்து வந்து பெர்சிய ராஜாவின் அரண்மனையில் நம்பிக்கைக்குரிய பானபாத்திரக்காரனாக இருந்தான். ஆனாலும் யூதா தேசத்தில் மகா துயரத்தில் தவித்துக் கொண்டிருந்த தன்னுடைய ஜனத்தின் நன்மைக்காக அவனுடைய இருதயம் வாஞ்சையாயிருந்தது. தேவனுடைய மகிமையான நகரத்தின் ஆலயம் இடிபாட்டிலிருந்தது மட்டுமல்லாது, எருசலேமுக்கும் அதன் குடிமக்களுக்கும் தொடர்ந்து தீங்கு விளைவித்த சன்பல்லாத் மற்றும் தொபியா போன்றவர்களிடமிருந்து அவர்களைப் பாதுகாக்க அதைச்

சுற்றி அலங்கங்களும் இல்லாதிருந்தது. அவன் தனது வாழ்க்கையில் தேவனுடைய தயவை அறிந்திருந்தான், பெர்சிய ராஜாவிடம் துணிச்சலான வேண்டுகோள்களை விடுத்தான், ஒவ்வொன்றிற்கும் ஒப்புதலைப் பெற்றான், எருசலேமுக்கு வந்து ஐம்பத்திரண்டு நாட்களில் எருசலேமின் அலங்கத்தைக் கட்டி சாதனை படைத்தான்! இதில், சுற்றிக் கிடக்கும் குப்பைகளை அகற்றி, ஏற்கனவே இருந்த கற்களை நல்ல முறையில் பயன்படுத்தினான். இதனுடன், அவன் தனது எதிரிகளின் அச்சுறுத்தல்களுக்குக் காதுகளை மூடிக்கொண்டு, தனது நோக்கத்தில் கவனம் செலுத்த வேண்டியிருந்தது. ஆளுநரின் பங்கான தனது உரிமைகளையும் தியாகம் செய்ய வேண்டியிருந்தது. மேலும் ஒரு போர் அணிவகுப்பை வடிவமைத்து நடந்து கொண்டிருந்த வேலையைப் பாதுகாக்க அதைச் அமுல்படுத்தவும் (தேவனால் விரும்பப்பட்டவன், தைரியமானவன், கடின உழைப்பாளி, தியாகி மற்றும் கவனம் செலுத்துகிறவன்) விரும்பினான். ஏனென்றால் அவன் நீதியின் தேவனைச் சேவித்தான், மேலும் தன்னை அவரே பாதுகாக்கவும், தனக்கான சன்மானம் வழங்கவும், அவனைப் பலப்படுத்தி அவனுடைய வேலையைச் செழிக்கச் செய்யவும் அவரை அனுமதித்தான்.

✡ பரிசேயனுக்கு பரிசேயனாகவும், நியாயப்பிரமாணதில் தேறினவனாகவும், அதிகம் படித்தவனாகவும், குற்றமற்ற யூதனாகவும் இருந்த **சவுல் என்ற பவுல்**, கிறிஸ்துவை அறிகிற அறிவுக்காக தன் உலக மகிமை அனைத்தையும் நஷ்டமும் குப்பையுமென்று கருதினான். புறஜாதி மக்களுக்கென்று கர்த்தராகிய இயேசு கிறிஸ்துவால் நியமிக்கப்பட்ட உலகத்தின் முதல் அப்போஸ்தலனாக அவன் தேர்ந்தெடுக்கப்பட்டான். மேலும் அவன் பலரால் துன்பங்களைச் சகித்தான். கர்த்தரால் கிருபையின் சுவிசேஷத்தைப் பற்றிய வியக்கத்தக்க வெளிப்பாடுகளைச் சன்மானமாய்ப் பெற்றான். பவுல் புதிய ஏற்பாட்டில் பாதிக்கும் மேற்பட்டவற்றை எழுதினான். அவனுடைய கடிதங்களும் நிருபங்களும் இன்று கிறிஸ்தவ உலகில் முக்கிய தூண்களாக இருக்கின்றன. அவன் நீதியின் தேவனுக்கு ஊழியம் செய்ததால், நீதியின் பாதையில் நடக்க விரும்பினான் (கர்த்தருக்காகத் துன்புறுத்தலைத் தாங்கிக்கொண்டு, தைரியத்தையும், இயற்கைக்கு அப்பாற்பட்ட வாழ்க்கையையும் வாழ்ந்தவன்), தனக்காக வழக்காடவும் தனக்கு நீதி அளிக்கவும் அவரை அனுமதித்தான்.

நமது சொந்த பலத்தில் நீதியின் பாதையில் நடப்பது சாத்தியமற்றது. ஆனால் நற்செய்தி என்னவென்றால், நாம் அவ்வாறு செய்ய வேண்டியது அவசியமில்லை. கர்த்தருடைய கிருபையே நம்மை இந்த பாதையில் வழிநடத்துகிறது. ஏனென்றால், அவர் நீதியின் தேவன்; அதுவே அவரது தனித்துவமான பெயர். இந்த "பாதை" மேலே திறந்திருக்கும் வானங்களாலும், அதில் நடக்கும் ஒவ்வொருவருக்கும் பணிவிடை செய்யும் எண்ணற்ற எண்ணிக்கையிலான தூதர்களின் கூட்டத்தாலும், பரலோகத்தின் சேனையாலும் வகைப்படுத்தப்படுகிறது. இது வல்லமையாலும் தேவ சமாதானத்தினாலும் நிறைந்த ஒரு பாதை. இந்தப் பாதையில், அதில் நடந்த அனைத்து பரிசுத்தவான்களின் அடிச்சுவடுகளை நாம் காண்கிறோம். அவற்றில் சிலவற்றை நான் மேலே சுட்டிக்காட்டியுள்ளேன். நிச்சயமாகவே, முதல் நினைவுகூருதல் நம்முடைய கர்த்தராகிய இயேசு கிறிஸ்துவனுடையதாக இருக்கும். அவர் இந்த பாதையின் தரத்தை அமைத்து, அதில் தாமே நடந்தார்.

பல முறை, நியாயமற்ற காரியங்கள் நடக்கின்றன, அவற்றை எதிர்கொள்ள கர்த்தர் நம்மை தனியாக விடுவதில்லை. அவர் நம்முடன் நிற்கிறார், நம்மை நியாயப்படுத்த நாம் நியாயமற்ற வழிகளை நாடுவதைத் தடுக்கிறார். அவர் நீதியின் தேவன், அந்த பாதையில் நம்மை நடத்துவது அவருடைய வேலை; அதில் அவர் சிறந்து விளங்குகிறார்! இதனால்தான் நாம் தேவனால் மீட்கப்பட்ட பிறகும் பழிவாங்குவதைத் தவிர்க்க வேண்டும். மறுசீரமைப்பு என்பது இரட்சிப்பின் ஒரு பகுதியாகும் (தேவனுடைய மறுசீரமைப்பு என்பது நாம் இழந்ததைக்காட்டிலும் நம்மால் அதிகம் விரும்பப்படத்தக்கதாகவும் அதிகமாகவும் இருக்கும் என்பதில் சந்தேகமில்லை). நீதியின் பாதை என்பது மறுபடியும் பிறந்த விசுவாசி மறுசீரமைப்பிற்குப் பிறகு எடுக்க வேண்டிய பாதையாகும். தாவீது இந்த புரிதலை இந்த வசனத்தில் சுட்டிக் காண்பிக்கிறான்.

நம் தேவன் இருக்கிறவராகவே இருக்கிறவர். எல்லா ஆசீர்வாதங்களையும் அளிப்பவர் அவரே. நீதியின் பாதை விலைமதிப்பற்ற ரத்தினங்களால் பதிக்கப்பட்டிருக்கிறது: ஞானம், அறிவு, புரிதல், ஆரோக்கியம், குணப்படுதல், விடுதலை, மகிழ்ச்சி, அமைதி, ஆரோக்கியமான மனம், தைரியம், தியாக அன்பு, நம்பிக்கை போன்றவை இதில் அடங்கும். இந்த எல்லா குணாதிசயங்களையும் அவர் நமக்கு ஆயத்தப்படுத்தியிருக்கிறார். ஆகவே நாம் இங்கே பூமியில் அவருடைய ராஜ்யத்தைக் கட்டியெழுப்ப அவற்றைப் பயன்படுத்தலாம். இந்த

பாதை மிகவும் வலுவான பாதுகாப்பைக் கொண்டுள்ளது. ஏனென்றால், தேவன் தாமே அதைப் பாதுகாக்கிறார். நமது ஆத்துமாவை மீட்டெடுப்பதும், அவருடைய நாமத்தினிமித்தம் நீதியின் பாதைகளில் வழிநடத்துவதும் புதிய உடன்படிக்கையினால் உண்டான இரட்சிப்பின் தூண்கள். இதைப் பற்றி தாவீதுக்கு நல்ல புரிதல் இருந்தது.

4 (அ) நான் மரண இருளின் பள்ளத்தாக்கிலே நடந்தாலும்;

வாழ்க்கையின் நேர்மறையான அம்சங்களை தெளிவாகக் கூறிய பிறகு, தாவீது தனது கவனத்தை மறுபக்கம் திருப்புகிறான். தேவனுடைய வார்த்தையில் ஒவ்வொரு எழுத்தும், ஒவ்வொரு சிறிய விவரமும் ஒரு வெளிப்பாட்டைக் கொண்டுள்ளது. அதை அலட்சியப்படுத்த வேண்டாம். இந்த வசனத்தில் அவன் மேலும் அறிவிக்கவிருந்த மறுக்க முடியாத உண்மை அவனது இருதயத்தில் பதிந்திருந்தது. மேலும் இந்த உண்மையை அவன் உறுதியாக நம்பினான்.

இங்கே, அவன் வரவேற்கத்தகாத ஒரு பள்ளத்தாக்கைப் பற்றி பேசுகிறான். உண்மையில், அது முழுவதும் மரணம் எழுதப்பட்டதாகத் தோன்றியது. பெரும்பாலான நேரங்களில், நமது பெருமை, மூடத்தனம், சுயநீதி அல்லது அகம்பாவம் காரணமாக நாம் அத்தகைய பள்ளத்தாக்குகளில் நம்மைக் காண்கிறோம். தாவீது இதை ஒப்புக்கொள்கிறான். ஏனென்றால் "கர்த்தர் என்னை இருளின் பள்ளத்தாக்கில் வழிநடத்தினார்" என்று அவன் சொல்லவில்லை. ஜீவனுக்கும் மரணத்திற்கும் இடையில் தேர்ந்தெடுக்கும் சிலாக்கியத்தை தேவன் நமக்கு வழங்கியுள்ளார். இந்த திறவுகோல் நம் நாவில் உள்ளது (நீதிமொழிகள் 18:21). நாம் பெறும் முடிவுகள் நம் வாயிலிருந்து வெளியேறும் வார்த்தைகளுடன் தொடர்புடையது.

கர்த்தர் வழிநடத்தும்போது, அவர் அதை முழு நிறைவாக செய்கிறார் - புல்லுள்ள இடங்கள் மற்றும் அமர்ந்த தண்ணீரண்டை வழியாக. இருப்பினும், "நாம்" நம் சொந்த ஞானத்தின்படி நடக்கும்போது, நாம் பெரும்பாலும் மரண இருளின் பள்ளத்தாக்குகளில் முடிவடைகிறோம். ஏனென்றால் நாம் தேவனை விட்டு விலகியோ அல்லது வேண்டுமென்றே அவரை புறக்கணிக்கவோ செய்கிறோம். குறிப்பிடத்தக்க விஷயம் என்னவென்றால், நம்முடைய அன்பான பரலோகத் தகப்பன் அங்கேயே இருக்கிறார். நாம் நம்முடைய இடத்தை விட்டு நகர முடிவு செய்தபோது, அவர் ஒருபோதும் அவரது

நிலையை விட்டு நகரவில்லை. கர்த்தராகிய தேவன் கெட்ட குமாரனின் தந்தையாக சித்தரிக்கப்படுகிறார். அவரது பார்வை நாம் திரும்பும் திசையில் நிலைத்திருந்தது. தூரத்திலிருந்து அவர் நம்மைப் பார்க்கும்போது, அவர் நம்மை வீட்டிற்கு வரவேற்க விரைகிறார்.

நிழல்கள் இயற்கை விதிகளின் அடிப்படையில் இயங்குகின்றன. வெளிச்சம் இருக்கும்போது மட்டுமே அவை புலப்படும்; அவற்றை இருளில் பார்க்க முடியாது. ஒரு பொருள் ஒளியின் பாதையைத் தடுக்கும்போது நிழல்கள் உருவாகின்றன. நிழல்களின் சில நன்கு அறியப்பட்ட பண்புகளைக் கருத்தில் கொள்வோம்:

- ✡ அவை தடுக்கும் பொருளின் உண்மையான அளவுடன் அரிதாகவே பொருந்துகின்றன. பொருள் ஒளி மூலத்திற்கு எவ்வளவு நெருக்கமாக இருக்கிறதோ, அவ்வளவு பெரியதாக நிழல் இருக்கும், ஏனெனில் அது அதிக ஒளிக் கதிர்களைத் தடுக்கிறது.

- ✡ நிழலுக்கு நிறையோ, ஆற்றலோ கிடையாது. அதில் எந்த சாரமும் இல்லை.

- ✡ சிங்கத்தால் கொல்ல முடியும், ஆனால் அதன் நிழல் யாருக்கும் தீங்கு செய்யாது.

- ✡ சில நிழல்கள் ஒரு வெப்ப நாளில் ஒரு மரத்தைப் போல நம்மை வரவேற்கலாம். வேறு சில நிழல்கள் வரவிருக்கும் அச்சுறுத்தலைப் பற்றி நம்மை எச்சரிக்கலாம்.

- ✡ என் சிறுவயதில், மெழுகுவர்த்தி வெளிச்சம் மற்றும் என் கைகள் மற்றும் விரல்களைப் பயன்படுத்தி சுவரில் விலங்குகள் மற்றும் பறவைகளின் நிழல்களை எவ்வாறு உருவாக்குவது என்பதைக் கற்றுக்கொண்டேன். ஒளி மூலத்துடன் என் கையின் ஒப்பீட்டு நிலையைப் பொறுத்து அவற்றை பெரியதாகவோ அல்லது சிறியதாகவோ மாற்ற முடியும். சில நிழல்கள் ஏமாற்றுவதாகவும் தோன்றக்கூடும் என்பதை இது நிரூபிக்கிறது.

மரண நிழல்கள் நிறைந்த பள்ளத்தாக்குகளில் நாம் நடந்து செல்லும்போது, தேவனுடைய பிள்ளைகளாகிய நாம் இந்த நிழல்களைப் புரிந்துகொள்வது மிக முக்கியமானது. முன்பு கூறியது போல், பல நிழல்கள் பொருளின் உண்மையான அளவை விட பெரியதாகத் தெரிகிறது. சில ஏமாற்றுபவை. பொருளுக்கு எந்த

சாயலும் இல்லை. நிழல்கள் நமக்கு எந்த வகையிலும் தீங்கு விளைவிக்காது என்பதை அறிவது எப்போதும் மிகவும் அமைதியை தருகிறது. சில நிழல்கள் வரவிருக்கும் ஆபத்தைப் பற்றி நம்மை எச்சரிப்பவை. அதன் மூலம் நமது தெரிவுகள் மற்றும் தீர்மானங்களில் நாம் மிகவும் கவனமுடன் இருக்கவேண்டும்.

சாத்தான் ஒவ்வொரு அம்சத்திலும் மரணத்தைக் குறிக்கிறான், அவனுடைய செயல்திட்டம் எப்போதும் தேவனுடைய ஒளியைத் தடுக்க முயல்வதாகும். வார்த்தை நம்மில் விதைக்கப்பட்டிருந்தால், அதை அகற்றும் நோக்கத்துடன் அவன் நம்மை அதிக வீரியத்துடன் குறிவைக்கிறான். **நமக்குள் இருக்கும் வார்த்தைதான் அவனை அச்சுறுத்துகிறது;** அது நமது ஆளுமையோ அல்லது எந்த நல்லொழுக்கமோ அல்ல. பொருள் ஒளி மூலத்திற்கு நேர் செங்குத்தாக இருக்கும்போது நிழல் மறைந்துவிடும். ஆகையால், **இந்த மரண நிழல்களை நாம் பகுத்தறிய வேண்டுமானால், அவற்றை "தேவனுடைய வார்த்தையின் கண்ணோட்டத்தில்"** பார்க்க வேண்டும். சாத்தான் தோற்கடிக்கப்பட்ட எதிரி என்றும், அவனுடைய நித்தியம் நரகத்தில் முத்திரையிடப்பட்டுள்ளது என்றும் வார்த்தை தெளிவாக கூறுகிறது. நாம் தேவனுக்கு நெருக்கமாகவும், அவருக்குள்ளும் இருந்தால், சாத்தான் நம்மை ஏமாற்ற முடியாது. நாம் விலகிச் சென்றால், இடையில் சாத்தான் வந்து தேவனுடைய ஒளியைத் தடுத்து நிழல்களை உருவாக்க நாம் ஒரு இடத்தை உருவாக்குகிறோம். நாம் எப்படி மீள்வது? நமது தவறை உணர்ந்து, அதற்காக மனந்திரும்பி, பிதாவிடம் திரும்புவதன் மூலமே. மற்றதை அவர் பார்த்துக் கொள்வார்.

4 (ஆ) "நான் பொல்லாப்புக்கு பயப்படேன்":

பிசாசானவனின் கிரியை எப்பொழுதும் ஏமாற்றுவதாகவும், பயத்தை உண்டாக்குவதாகவும் இருக்கிறது. ஆனால் அவன் தோற்கடிக்கப்பட்ட எதிரி என்பதையும், நம்முடையதை அவனுக்குக் கொடுக்காவிட்டால் அவன் சக்தியற்றவன் என்பதையும் நாம் அடிக்கடி மனதில் பதித்துக் கொள்ள வேண்டும். அவனது மிரட்டலில் எந்த பொருளும் இல்லை. ஆனால் நாம் அவனுடைய வஞ்சகத்திற்கு அஞ்சி அடிபணிந்தால், அதற்குப் சத்துவத்தை கொடுக்கிறோம். அதைத்தான் அவன் விரும்புகிறான்.

ஒவ்வொரு நாளும் தேவபக்தியைப் பின்பற்றுவது அவசியம். நாம் தேவபக்தியுடன் செயல்படும் பொது நாமாகவே பயம் மற்றும் அச்சத்தை

எதிர்த்துப் போராடுகிறோம். இது நாம் கற்றுக்கொள்ள வேண்டிய ஒன்று. தொடர்ந்து இப்படி இருந்தால் மிகச் சிறியவற்றிலும் கூட, தேவன் நம்மை பரிபூரணப்படுத்துகிறார். பயம் மற்றும் அச்சத்தை எதிர்த்துப் போராடுவதில் தேவனுடைய அன்பு முக்கிய பங்கு வகிக்கிறது. தேவன் நம்மீது வைத்துள்ள அன்பை உறுதியாக நம்பினால் அது எல்லா பயத்தையும் வெல்லச் செய்கிறது. உண்மையில், தேவனுடைய அன்பின் முன்னிலையில் பயம் ஓடிப்போகிறது. இதில் நாம் தேர்ச்சி பெறும்போது, நமது பெரும்பாலான பிரச்சினைகள் தீர்க்கப்படுகின்றன. பிதாவாகிய தேவன் மற்றும் இரட்சகர் நமக்கு இருக்கிறார் என்பதை அறிவது, வாழ்க்கை மற்றும் தேவபக்திக்குரிய அனைத்தையும் அவர் நமக்குக் கொடுத்திருப்பதால், பயம் வரும்போது நம் மனதை நிலையாக வைத்திருக்கும் தெய்வீகக்கிருபையால்நிறைந்த தைரியத்தைநமக்குவழங்குகிறது. அதோடு, நாம் தேவனுடைய வார்த்தையோடு நெருக்கமாக இருந்தால், சூழ்நிலை எதுவாக இருந்தாலும் நமக்கு உதவவும் உற்சாகப்படுத்தவும் அவர் தம்முடைய ரேமா (குறித்த வார்த்தையை) நமக்குத் தருகிறார்.

தாவீது பயத்திலிருந்து விலகி இருக்க வேண்டுமென்றே ஒரு முடிவை எடுக்கிறான். நம்மில் எத்தனை பேரால் தைரியமாக இதைச் சொல்ல முடியும்? இது நாம் வேண்டுமென்றே எடுக்க வேண்டிய தேர்வு. பயத்தின் தாக்குதல் எப்போதும் நம் மனதில் தொடங்குகிறது. அங்குதான் "எது நடந்தால் என்ன" என்ற எண்ணம் தொடங்குகிறது. நம் மனதில் உள்ள இந்த அம்புகள் அனைத்தையும் விசுவாசம் என்ற கேடயத்தால் வீழ்த்த முடிந்தால், போரில் ஏற்கனவே வெற்றிக் கண்டு விட்டோம். மாறாக, நாம் பயம் அல்லது வஞ்சகத்திற்கு அடிபணிந்தால், எதிர்மறையானவற்றை வெளிப்படுத்துகிறோம். மேலும் சாத்தான் நம்மை அழிக்க அனுமதிக்கிறோம்.

ஒரு நிழல் உண்மையில் எப்போது மறைகிறது? இரண்டு சந்தர்ப்பங்களில் மட்டுமே: முழுமையான இருள் மற்றும் ஒளி மூலமானது பொருளுக்கு (மேலாக) செங்குத்தாக இருக்கும்போது. இருளில் வாழும் மக்கள் (தேவனை அறியாமல்) முக்கியமாக எதையும் பார்க்க முடியாது. எனவே நிழல்கள் உண்மையில் அவர்களுக்கு ஒரு பொருட்டல்ல. ஆனால் ஒரு நிழலின் விளைவை நாம் முற்றிலுமாக மறுக்க விரும்பினால், நமக்கு ஒரு பரலோக கண்ணோட்டம் இருக்க வேண்டும். ஒளி மூலம் நேரடியாகப் பொருளுக்கு மேலே இருக்கும்போது, நிழல் தானாகவே அதன் கீழ் மறைந்துவிடும். எனவே, நம்மைச் சுற்றி நடக்கும் விஷயங்களை உற்று நோக்குவதற்கு நமக்குத் தேவனுடைய கண்ணோட்டம்

இருக்க வேண்டும். பொருளின் அளவு மட்டுமல்ல, அதன் நிழலும் சிதைகிறது. தெய்வீகமான பார்வை ஒவ்வொரு அச்சுறுத்தலையும் குறைத்து, அழிக்கும்.

எதையாவது இழக்கும் வரை அதன் உண்மையான மதிப்பு பெரும்பாலும் குறைத்து மதிப்பிடப்படுகிறது என்பதை நம்மில் பெரும்பாலோர் அறிவோம். ஒளியை ரசிக்க இருள் தேவை; வெயிலை ரசிக்கப் புயல் தேவை; மிகுதியைப் பாராட்ட மலட்டுத்தன்மை தேவை; ஆரோக்கியத்தின் மதிப்பை மதித்துணர நோய் தேவை! பற்றாக்குறை ஆசீர்வாதத்தின் மதிப்பை வெளிப்படுத்துகிறது. வீழ்ச்சியடைந்த மனித இயல்பு என்னவென்றால், அது நல்ல பருவங்களில் தேவனை முற்றிலும் புறக்கணிப்பது. ஆனால் மோசமான பருவங்கள் தானாகவே ஒரு மனிதனை முழங்கால்படியிடச் செய்து, தேவனுடைய தலையீடு மற்றும் அவர் தரும் விடுதலைக்காக அவரைத் தொடரச் செய்கின்றன. நாம் சோதனைகளைச் சந்திக்கும் போது, அது தேவனின் நற்குணத்திற்கு நம் கண்களைத் திறக்கிறது. மேலும் நாம் அவரைப் பின்தொடர்வதால் அவரைப் பற்றி அதிகம் தெரிந்துகொள்கிறோம். ஆனால் இது அப்படி இருக்க வேண்டும் என்று இல்லை. நல்ல காலத்தில் தேவனைத் தேடுவது இன்னும் நல்லது. எல்லாம் நன்றாக இருக்கும்போதே நாம் அவரைத் தேடினால், நம் இருதயங்கள் அவரை நன்றாகப் புரிந்து கொள்ள முடியும் (மோசமான நிகழ்வுகளின் கவனச்சிதறல் இல்லாமல்).

சூரியனைப் பற்றிய ஆய்வு மிகவும் சவாலானது. விஞ்ஞானிகள் இதைப் பற்றி மேலும் ஆராய்ந்து வருகின்றனர். சூரியனை நன்றாக ஆய்வு செய்ய அவர்களுக்கு உதவிய ஒரு அம்சம் "கிரகணம்". சந்திரன் வழியில் வரும்போது, சூரியனின் வளிமண்டலத்தின் அம்சங்களை விஞ்ஞானிகள் சிறப்பாகப் பாராட்ட இது உதவியது. சிலருக்கு, தேவனுடைய ஒளியைத் தடுத்து நிழல்களை வீசும் பொருட்கள் அவரைத் தேடவும், அவர்கள் மீதான அவரது அன்பை நன்கு அறியவும் அவர்களைத் தூண்டியிருக்கலாம். இப்படித்தான் நானும் தேவனை அறிந்துகொண்டேன். ஆனால் தேவன் அனுமதித்த கெட்ட விஷயங்கள் எல்லாம் நன்மைக்காகவே செய்தார் என்பதில் நான் மகிழ்ச்சியடைகிறேன், இன்றும் நான் அதிலே தொடர்ந்து நீடிக்கிறேன்!

மரணத்தின் இருளால் சூழப்பட்டிருக்கும் பள்ளத்தாக்குகள் பற்றிப் பேசிய நான், 'வரவேற்கும் நிழல்கள்' (இளைப்பாறும் நிழல்) பற்றி இங்கே ஒரு குறிப்பை வைக்க விரும்புகிறேன். முன்பு குறிப்பிட்டபடி, ஒரு மரத்தின் நிழல் வெப்பமான நாட்களில் மிகவும் விரும்பப்படுகிறது. இஸ்ரவேலர் வனாந்தரத்தின் வழியாக

ஒரு பெரிய மேகத்தின் நிழலால் வழிநடத்தப்பட்டார்கள். யோசித்துப் பாருங்கள்! நாற்பது வருஷங்களாக, அவர்கள் வனாந்தரத்தில் நடந்து செல்லும்போது சுட்டெரிக்கும் வெயிலின் வெப்பத்தை அனுபவிக்க வேண்டிய அவசியம் இருந்ததில்லை. 'உன்னதமானவரின் மறைவிலிருக்கிறவன் சர்வ வல்லவருடைய நிழலில் தங்குவான்' என்று சங்கீதம் 91 கூறுகிறது. கோவிட் தொற்றுநோயின் போது ஒரு குடும்பமாக நாங்கள் இதை மிகவும் அதிகமாக உணர்ந்தோம். அதன் உண்மைத் தன்மையை அறிய அதை நேரடியாக அனுபவிக்க வேண்டும். அதனால்தான் தாவீது, 'ஓ! கர்த்தர் நல்லவர் என்பதை ருசித்துப்பாருங்கள்! அவர்மேல் நம்பிக்கையாயிருக்கிற மனுஷன் பாக்கியவான்' (சங். 34:8) என்று பறைசாற்றுகிறான். நம் வாழ்வில் உள்ள நிழல்களை நாம் பகுத்தறிய வேண்டும்.

இந்த சங்கீதத்தில் தாவீது 'கர்த்தர் நம்மை நடத்துகிறார்' என்பதற்கும் 'நாம் நம்முடைய பெலத்திலே நடக்கிறோம்' என்பதற்கும் இடையே உள்ள வேறுபாட்டைத் தெளிவாக விளக்குகிறான். 'அவர் என்னைப் புல்லுள்ள இடங்களில் மேய்த்து, அமர்ந்த தண்ணீர்கள் அண்டையில் என்னைக் கொண்டுபோய் விடுகிறார்' என்பதற்கும், 'நான் மரண இருளின் பள்ளத்தாக்கிலே நடந்தாலும்' என்பதற்கும் உள்ள வித்தியாசத்தைக் கவனியுங்கள். நம் வாழ்க்கையை வழிநடத்துவதில் தேவனுடைய இடத்தை நாம் பிடிக்க முயற்சிக்கும் போது தான் சிக்கலில் விழுகிறோம் என்பது தெளிவாகிறது. நம்முடைய பிரச்சினைகளுக்குத் தேவனைக் குறை சொல்வதற்கு முன்பு நம்மில் பெரும்பாலோர் இருமுறை கூட யோசிப்பதில்லை. சில நேரங்களில், நாம் அவரை அற்பமான மனிதனை விட மோசமானவர் என்று குறைத்து மதிப்பிட்டு இழிவுபடுத்துகிறோம். நம் பிள்ளைகளின் வாழ்க்கையின் முழுக் கட்டுப்பாடும் நம் கைகளில் இருந்தால் நம்மில் யார் அவர்களுக்குத் தீங்கு விளைவிப்போம்? எக்காரணம் கொண்டும் அவர்கள் கஷ்டப்படுவதை நாம் அனுமதிப்போமா? நிச்சயமாக நம்மில் யாரும் அப்படிச் செய்வதில்லை! ஆனால் அவர்கள் ஒரு குறிப்பிட்ட வயதை அடையும் போது, அவர்களின் பெரும்பாலான செயல்பாடுகள் தனிப்பட்டும் நம் பார்வைக்கு வெளியேயும் இருக்கும்போது அவர்கள் மூடத்தனமாக நடந்து தங்களையும் நம்மையும் காயப்படுத்தும் தவறான முடிவுகளை எடுக்கிறார்கள். அவர்களின் செயல்களே துக்கத்தின் ஊற்றுக்கண். அப்படியானால் பெற்றோரைக் குறை சொல்வது சரியாக இருக்குமா? முற்றிலும் இல்லை! கர்த்தருக்குப் பயந்து

நடக்க நாம் அவர்களைப் பயிற்றுவித்தால், நாம் நன்றாக நடந்து, அவர்கள் கெட்ட முடிவுகளை எடுப்பதிலிருந்து ஓரளவிற்குத் தடுக்கிறோம். ஆனால் சில நேரங்களில் அவர்கள் வழிதவறிச் செல்கிறார்கள், அது மனச்சோர்வை ஏற்படுத்தும். பின்னர் அவர்கள் தேவனையும், தங்களையும், நம்மையும் காயப்படுத்துகிறார்கள்.

நாம் பிரச்சனை என்னும் தண்ணீரினூடாக செல்லும்போது, முதலில் கர்த்தரிடம் சென்று, நாம் எங்கே தவறு செய்தோம், அதைச் சரிசெய்ய நாம் என்ன செய்ய வேண்டும் என்பதை நமக்குக் காட்டும்படி அவரிடம் கேட்பது ஞானம். பசுமையான மேய்ச்சல் நிலங்களும், அமைதியான தண்ணீர்களும் கொண்ட பள்ளத்தாக்குகளுக்குப் பதிலாக, நாம் எங்கே தடுமாறி பிரச்சனை என்னும் பள்ளத்தாக்குகளுக்குச் சென்றோம் என்பதை நமக்குக் காட்ட அவர் உண்மையுள்ளவராயிருக்கிறார். அதிலிருந்து வெளியேறும் வழியையும் அவர் சுட்டிக்காட்டி, அங்கிருந்து நல்ல பகுதிக்கு நம்மை அழைத்துச் செல்வார். அதற்குத் தேவையானது அவருடைய வார்த்தைகளுக்கும் வாக்குத்தத்தங்களுக்கும் நாம் கீழ்ப்படிவது தான்.

கர்த்தர் தம்முடைய பிள்ளைகளுக்காக அனுமதித்த ஒரே ஒரு பாடு **'அவருடைய நாமத்தினிமித்தம் வரும் துன்புறுத்தல்'** மட்டுமே. நோய், வறுமை போன்றவை அல்ல. நோயும் வறுமையும் தேவனிடமிருந்து வந்தவை என்று திருச்சபையை நம்ப வைத்த சாத்தான், அநேகரை அந்த கோட்பாட்டை நம்ப வைப்பதிலும் அதை அவர்கள் தழுவுவதிலும் வெற்றி பெற்றிருக்கிறான். எல்லா முரண்பாடுகளையும் மீறி தேவனுடைய வார்த்தைக்கு நம் மனதைப் புதுப்பிப்பதன் மூலம், அத்தகைய மனநிலையிலிருந்து நாம் வளர வேண்டும். சுவிசேஷங்களில் கர்த்தராகிய இயேசுவைப் பாருங்கள், பரிசுத்த ஆவியானவரால் பெலப்படுத்தப்பட்ட சீடர்களின் ஊழியங்களைப் படியுங்கள்.

நமது இரட்சகர் சகல வியாதிகளையும், நோய்களையும் குணமாக்கினார். அவரிடம் வந்து குணமடையாத ஒருவர்கூட இல்லை. குணப்படுத்துவதில் அவரது நிலைப்பாட்டிற்கு இதுவே போதுமான சான்று. மனிதர்களின் பாரம்பரியங்களையும் கோட்பாடுகளையும் கேட்கும்போது, தேவபக்தியற்ற சித்தாந்தங்களைத் தழுவாதீர்கள். நீங்களே வேத வசனத்தைப் பரிசுத்த ஆவியானவரின் வழிநடத்துதலோடு வாசியுங்கள். எபிரெயர் 8:10 மற்றும் 11-ல் "என்னுடைய பிரமாணங்களை அவர்களுடைய மனதிலே வைத்து,

அவர்களுடைய இருதயங்களில் அவைகளை எழுதுவேன்; நான் அவர்கள் தேவனாயிருப்பேன், அவர்கள் என் ஜனமாயிருப்பார்கள். அப்பொழுது சிறியவன் முதற்கொண்டு பெரியவன்வரைக்கும் எல்லாரும் என்னை அறிவார்கள்; ஆகையால், கர்த்தரை அறிந்துகொள் என்று ஒருவன் தன் அயலானுக்கும், ஒருவன் தன் சகோதரனுக்கும் போதிக்கவேண்டுவதில்லை" என்று வாக்குத்தத்தம் செய்திருக்கிறார்! இது புதிய உடன்படிக்கையின் மிக அழகான சத்தியம். நம்முடைய பிதாவாகிய தேவனுக்கும் நமக்கும் இடையே ஒரே மத்தியஸ்தராக இருப்பவர் நம்முடைய கர்த்தராகிய இயேசு. பரிசுத்த ஆவியின் மூலம் பிதாவை நமக்கு வெளிப்படுத்த அவர் போதுமானவர். எல்லா சத்தியத்திற்குள்ளும் அவர் நம்மை வழிநடத்துவார். அவருடைய வார்த்தையைப் பற்றிய நமது அறியாமையின் காரணமாக, தேவனிடமிருந்து வராத காரியங்களை நாம் ஏற்றுக்கொண்டு அரவணைக்கும்போது நம் வாழ்க்கையை அழிக்கச் சாத்தானுக்கு வழிவிடுகிறோம். நாம் நோய்வாய்ப்பட்டவர்களாகவோ, ஏழைகளாகவோ அல்லது நலிவடைந்தவர்களாகவோ இருப்பதைக்காட்டிலும், நாம் ஆரோக்கியமாகவும், போதுமான அளவு மற்றும் அதிகமாகவும் கொண்டிருந்து மற்றவர்களுக்கு ஆசீர்வாதமாக இருப்பதை ஒப்பிடும்போது, இந்த நிலையில் நாம் எவ்வளவு திறமையாகக் கர்த்தருக்குச் சேவை செய்ய முடியும்? இது தான் பகுத்தறிவு!

"கர்த்தர் கொடுத்தார், கர்த்தர் எடுத்தார்" என்ற வசனம் யோபுவைப் போன்று தங்கள் சுயநீதியை காண்பிக்க விரும்பும் பலருக்குப் பிடித்த வசனமாகும். கொடுப்பதிலும் எடுத்துக்கொள்வதிலும் மகிழ்ச்சியடையும் இழிவான நபராக அவர்கள் தேவனைச் சித்தரிக்கிறார்கள். இந்த விஷயத்தில் யோபுவுடன் உடன்படுவதற்கு முன்பு யோபுவின் முழு புத்தகத்தையும் படிக்குமாறு நான் அந்த மக்களுக்குச் அறைகூவல் விடுகிறேன். சிலரின் அபத்தமான கூற்றுகள் வேதாகமத்தில் பதிவு செய்யப்பட்டுள்ளன. நாம் ஒரு கிளிப்பிள்ளையைப் போலக் குரல் கொடுப்பதற்கு முன்பு தேவனைப் பற்றிய அவர்களின் கோட்பாட்டை நாம் பகுத்தறிய வேண்டும். உதாரணமாக, ஆதியாகமம் 30:18ல், 'அப்பொழுது லேயாள்: நான் என் வேலைக்காரியை என் புருஷனுக்குக் கொடுத்த பலனைத் தேவன் எனக்குத் தந்தார் என்று சொல்லி, அவனுக்கு இசக்கார் என்று பேரிட்டாள்'. அது நம்மில் பெரும்பாலானோருக்கு வேடிக்கையாக இருக்குமல்லவா? லேயாள் அப்படி ஏதாவது சொன்னாள் என்பதாலேயே, அது தேவனைப் பற்றி உண்மையாகிவிடாது. எந்தக்

காலத்திலும் பணிப்பெண்கள் மூலம் வாடகைத் தாய் முறையை தேவன் ஆதரித்ததில்லை. தன் பணிப்பெண்ணை தன் கணவனுக்குக் கொடுப்பது நிச்சயமாக 'பளிச்சென்ற யோசனையை பெறுவது சாராளின் பாணி'. அது தவறு என்பது நம் அனைவருக்கும் தெரியும். லேயாளுக்கு வேறு எதுவும் தெரியாது, எனவே அப்படி அறிக்கை செய்தாள். லேயாள் அப்படிச் சொன்னாள் என்பதற்காக நாம் மூடத்தனமாக அதையே அறிக்கையிடும்போது பிரச்சினை ஏற்படுகிறது. யோபுவின் கூற்றிலும் இதே பிரச்சினைதான். சில காரணங்களால், இழப்பின் போது தங்கள் புரிதலை சமாதானப்படுத்துவதற்காக மக்கள் அவரை மேற்கோள் காட்டுவதில் மகிழ்ச்சி அடைகிறார்கள். ஆனால் நிச்சயமாக அது ஒரு 'நல்ல' தேவனைபற்றிய 'மோசமான' சாட்சி!

4 (இ) தேவரீர் என்னோடே கூட இருக்கிறீர்;

ஆரம்பத்திலிருந்தே, தேவன் எப்போதும் நம்மோடும் நமக்காகவும் இருப்பவர் என்பதை மனிதக்குலத்திற்கு விடாமுயற்சியுடனும் நேர்மையுடனும் காட்டி வருகிறார். இந்த உண்மையைச் சிதைத்து, தேவன் எப்போதும் நம்மிடமிருந்து எதையாவது தடுத்து வருகிறார் என்று மனிதர்களுக்கு உறுதியளிக்கச் சாத்தான் தனது மட்டத்தில் முயற்சி செய்கிறான். ஆனால் அதை இல்லையென்று நிரூபிக்க நம் தேவன் இன்னும் ஒரு படி மேலே செல்கிறார். "நான் உன்னைவிட்டு விலகுவதுமில்லை, உன்னைக் கைவிடுவதுமில்லை" என்பது புதிய மற்றும் பழைய உடன்படிக்கைகளின் கீழ் அவர் மீண்டும் மீண்டும் பேசிய மற்றும் நிரூபித்துக் காட்டிய செயல். அவருடைய வார்த்தையின் வெளிப்பாட்டின் காரணமாக சாத்தியமற்றது, சாத்தியமாவதை உலகம் கண்டது. இந்த உண்மையை நம்பிய பரிசுத்தவான்கள் இந்த இருண்ட உலகில் தேவனுடைய ஒளியின் கலங்கரை விளக்குகளாக நின்றார்கள்.

உபாகமம் 31-ல், மோசே இந்த வாக்குத்தத்தை இரண்டு முறை பேசியிருக்கிறான். 6-ம் வசனத்தில், தேவன் இஸ்ரவேலருக்கு கொடுத்த இந்த வாக்குத்தத்தை அவன் நிச்சயப்படுத்துகிறான். 8-ம் வசனத்தில், தனக்குப் பின் தலைமைக்கு அழைக்கப்பட்ட யோசுவாவுக்கு இந்த வாக்குத்தத்தை தனிப்பட்ட முறையில் நிச்சயப்படுத்துகிறான். இஸ்ரவேலரும் யோசுவாவும் (மோசேயின் காலம் முடிந்ததிலிருந்து) எதிர்கொள்ளும் வியாகுலத்தையும், புதிய தலைமையின் கீழ் வாக்குத்தத்தம் செய்யப்பட்ட தேசத்திற்குள் நுழைவார்கள்

என்பதையும் அறிந்த, மோசே அவர்கள் தேவனை அவர்களின் நித்திய ஆதாரமாகவும் வலிமையாகவும் நோக்கிப் பார்க்க ஊக்குவிக்கிறான்.

இந்த நல்லொழுக்கம் தேவனுடைய பிள்ளைகள் ஒவ்வொருவரும் பெற்றிருக்க வேண்டிய மிக முக்கியமான பாத்திரத்தின் அடித்தளமாகும்: **பயமின்றி இருப்பது**. பயம் என்பது தீய நிகழ்வுகளில் அல்லது எதிர்மறையில் நம்பிக்கை வைப்பது ஆகும். பயம் பல யுகங்களாக மனிதக்குலத்தின் இருதயங்களை ஆட்சி செய்து, மனிதனைப் பாவத்தை நோக்கித் தள்ளுகிறது. **"கர்த்தருக்குப் பயப்படுதல்"** என்று பரிசுத்த வேதாகமம் கூறுகிறது, இது தேவனுக்குப் பயப்படுகின்ற பயமாகும். இது மனிதனைத் தீமையிலிருந்தும் பாவத்திலிருந்தும் விலகிச் செல்லச் செய்கிறது. இந்த இரண்டு பயங்களும் ஒரே மாதிரியானவை அல்ல. ஒன்று நம்மைப் பாவத்தை நோக்கித் தள்ளுகிறது, மற்றொன்று நம்மைச் சரியானதைச் செய்ய வைத்து, பாவத்திலிருந்து விலகச் செய்கிறது. தைரியத்தையும் நம்பிக்கையையும் நமக்கு அளிக்கிறது. கர்த்தருக்காக வாழவும், நம் வாழ்வுக்காக அவர் திட்டமிட்டுள்ள சிறந்த இலக்கை நிறைவேற்றவும் நமக்கு உதவுகின்ற கர்த்தருக்குப் பயப்படுதல் என்னும் பயமே நமக்கு அவசியம். அவ்வாறு செய்யும்போது, நாம் ஆரோக்கியமான ஆவி, ஆத்துமா மற்றும் சரீரத்தைக் காணலாம். அது நம்மை மேம்படுத்துகிறது. மற்றவர்களுக்கும் நம்மை ஆசீர்வாதமாக ஆக்குகிறது. ஆனால் மற்றொரு பயம் அருவருப்பானது, பலவீனப்படுத்துவது, முடக்குவது, குழப்பம், சண்டை, கசப்பு, அடக்குமுறை போன்றவை அந்த எதிர்மறை பயத்திலிருந்து ஏற்படுகிறது. இந்த வேறுபாடு நாம் எந்த பயத்தை எதிர்க்க வேண்டும் (தீமை பயம்) மற்றும் எந்த பயத்தைத் தழுவ வேண்டும் (கர்த்தருக்குப் பயப்படுதல்) என்பதைப் பகுத்தறிய உதவுகிறது. தேவன் நம்மீது பரிபூரண அன்பு வைத்திருக்கிறார். தம்முடைய சொந்தக்குமாரனென்றும் பாராமல் நம்மெல்லாருக்காகவும் அவரை ஒப்புக்கொடுத்தவர், அவரோடே கூட மற்ற எல்லாவற்றையும் நமக்கு அருளாதிருப்பதெப்படி? (ரோமர் 8:32) என்பதில் நமக்கு நிச்சயம் இருக்கும்போது தீமையைப் பற்றிய பயம் நம்மைவிட்டு அகன்றுவிடும்.

துதியும், ஆராதனையும் இந்த பயத்திற்கு எதிரான சிறந்த ஆயுதங்கள். ஒரு ஜாடி வண்ண நீரை இரண்டு வழிகளில் திறம்படச் சுத்தம் செய்யலாம். ஒரு வழி, அந்த நீரைக் கொட்டிவிட்டு நன்கு கழுவித் துடைத்த பிறகு சுத்தமான தண்ணீரால் நிரப்புவது **அல்லது** ஏற்கனவே இருக்கும் தண்ணீர் வெளியேறும்

வரை ஜாடியில் சுத்தமான தண்ணீரை ஊற்றிக் கொண்டே இருப்பது. தேவனுடைய அன்பினால் ஒரு மனிதனுடைய இருதயம் நிரம்பாத வரை அவனைத் தீய பயத்திலிருந்து விடுதலை செய்ய முடியாது. இந்த பயத்திலிருந்து விடுபடுவதற்கான மிகச் சிறந்த வழிகளில் ஒன்று அவருடைய மகிழ்ச்சியின் எண்ணெய் மற்றும் சமாதானம். நம்முடைய இருதயங்களில் படிந்திருக்கும் பயனற்ற பண்புகள் அனைத்தையும் வெறுமையாக்கும்வரை, தேவனுடைய வார்த்தையை வாசித்து அவரை துதிப்பதாகும். எல்லா பயத்திலிருந்தும் நம்மை விடுவிப்பதில் தேவனை வெல்பவர் அல்லது அவருக்கு நிகரானவர் ஏவரும் இல்லை. இரவும் பகலும், இயல்பாகவே தேவனைத் துதிப்பதை நாம் பழக்கமாக்கிக் கொண்டால், நம்மிலிருக்கும் பயம் முற்றிலுமாக விரட்டப்படும்.

புதிய ஏற்பாட்டில், எபிரெயர் நிருபத்தின் ஆசிரியர் இந்த வாக்குத்தத்தத்தை எபிரெயர் 13:5 இல் மீண்டும் வலியுறுத்துகிறார். இந்த சூழலில், அவர் மற்றொரு சத்தியத்தை நமக்கு உறுதியளிக்கிறார்: ஆம் **தேவனுடைய நித்திய ஆதாரம்.** தேவன் நம்மோடு இருப்பதால் நாம் எதை பற்றியும் கவலைபட வேண்டியதில்லை என்று எழுதியவர் கூறுகிறார். மற்றவர்களுக்கு ஆசீர்வாதமாக இருப்பதற்காக நமக்குத் தேவையானவற்றை (நம்மைத் திருப்திப்படுத்த) இன்னும் அதிகமாகவே தேவன் நமக்கு வழங்குகிறார். அவருக்குச் சாட்சியாக வாழ்வதற்கு "போதுமானதற்கும் அதிகமாகவே" தேவனால் ஏற்பாடு செய்யப்பட்டுள்ளது. பதுக்கி வைத்து நம் வாழ்க்கையைக் கட்டியெழுப்புவது நம் வேலையல்ல. மனிதர்களின் வழிகள் நம் வாழ்க்கையை எவ்வாறு பாதித்தாலும், தேவனுடைய ஏற்பாடு எப்போதும், எப்போதும், எப்போதும் அவருடைய பிள்ளைகளுக்காக இருக்கிறது. இடையில் நாம் மூடத்தனமாக ஏதாவது செய்யாவிட்டால். நீதிமொழிகள் 10:3 கூறுகிறது, "கர்த்தர் நீதிமான்களைப் பசியினால் வருந்தவிடார்; துன்மார்க்கருடைய பொருளையோ அகற்றிவிடுகிறார்". பணவீக்கம், பொருளாதார மந்தம், பஞ்சம், கொள்ளைநோய் போன்றவை ஒருபோதும் தேவனுக்கு ஒரு சவாலாக இருந்ததில்லை. அவர் எப்பொழுதும் தம்முடைய பிள்ளைகளுக்காக முன்னோக்கிச் சென்று, அவர்களுக்காக எல்லாவற்றையும் ஆயத்தப்படுத்தி வழங்கிக் கொண்டே இருக்கிறார். அவரது வழிநடத்துதலில் நாம் கவனம் செலுத்தினால், நாம் எதிர்கொள்ளும் எந்த கஷ்டத்தையும் மேற்கொள்ள முடியும்.

வேதாகமத்தில் ஒவ்வொரு வெற்றிகரமான பரிசுத்தவான்களின் தனிச்சிறப்பானது, அவர்களின் இருதயங்களில் உறுதியான நம்பிக்கையையும்,

அவர்களுடன் தேவனுடைய பிரசன்னம் தவறாமல் இருப்பதை மனதார ஒப்புக்கொள்வதாகும். இந்த உணர்வு அவர்களின் அழைப்பை நிறைவேற்ற ஏராளமான கிருபை அவர்களுக்கு வழங்கியது. ஒவ்வொரு சவாலையும் எதிர்கொள்ளவும், அதைச் சமாளிக்கவும் இது அவர்களுக்கு இயற்கைக்கு அப்பாற்பட்ட வல்லமையையும் தைரியத்தையும் கொடுத்தது. அவர்கள் நம்முடைய ஆலோசகர்களாக இருப்பதால், நாம் அவர்களின் முன்மாதிரியைப் பின்பற்ற வேண்டும் (நீதிமொழிகள் 24:6). இந்த பரிசுத்தவான்கள் தங்கள் அன்றாட வாழ்க்கையில் தேவனுடைய பிரசன்னத்தை அனுபவித்தனர். நாம் தொடர்ந்து அவ்வாறு செய்யாவிட்டால், புயல் தாக்கும்போது தாக்குப்பிடிக்க முடியாது. நீதிமொழிகள் 24:10-ல், 'ஆபத்துக்காலத்தில் நீ சோர்ந்துபோவாயானால், உன் பெலன் குறுகினது' என்று கூறுகிறது. இது ஒரு சுய மதிப்பீட்டுச் சோதனை போன்றது. எச்சரிக்கை அறிகுறிகள் தென்படுகிறதா, சிறிய இடையூறு நம் இருதயங்களில் பயத்தின் வெடிப்பைக் கொண்டுவருகிறதா, இது நாம் தேவனுடைய வார்த்தையில் தீவிரமாக இறங்கவும், தேவனைத் தேடவும், அவரை தொடர்ந்து விசுவாசிக்கவும் பழக வேண்டிய நேரம்.

கர்த்தர் பரலோகத்திற்கு எடுத்துக்கொள்ளப்பட்ட பின்பும் எப்பொழுதும் நம்மோடு இருக்கும்படி தம்முடைய பரிசுத்த ஆவியை அனுப்பினார். இந்த செயலால்தான் அவர் நம்மை விட்டு விலகுவதும் இல்லை, கைவிடுவதும் இல்லை. பழைய ஏற்பாட்டில், அவருடைய பிள்ளைகள் அவர் பகலில் காணக்கூடிய மேகஸ்தம்பமாகவும், இரவில் அக்கினி ஸ்தம்பமாகவும் அவர்களை வழிநடத்துவதைக் கண்டார்கள். அவர்கள் இனிமையான ஒளி மற்றும் அரவணைப்பைக் எந்நேரமும் கொண்டிருந்தனர். அவருடைய பிரசன்னம் இப்போது நமக்கு எவ்வளவு ஆறுதலாகவும், மனநிறைவாகவும், உறுதியாகவும் இருக்கக் கூடும்.

4 (ஈ) உமது கோலும் உமது தடியும் என்னைத் தேற்றும்.

கோலும் தடியும் ஒரு மேய்ப்பனின் மிக முக்கியமான உபகரணங்கள். இந்த சங்கீதத்தில் மேய்ப்பனின் குணாதிசயங்கள் மற்றும் உடைமைகளின் அம்சங்கள் அனைத்தையும் தாவீது உள்ளடக்குகிறான். நாம் கூடுதல் ஊக்கத்தோடு சென்று இந்த விஷயங்களை ஆராய்ச்சி செய்யாவிட்டால், வார்த்தை கொடுக்கும் விலைமதிப்பற்ற வெளிப்பாட்டை நாம் இழக்க நேரிடும். மேலும் நம் தேவன்

நமக்கு உண்மையுடன் வழங்கிய அனைத்தையும் நாம் உரிமை கொண்டாடத் தவறிவிடுவோம்.

ஆடு மேய்க்கும் நாடோடிகள் போதுமான அளவு உணவு மற்றும் தண்ணீரை எடுத்துச் செல்வதைத் தவிர, தங்கள் மந்தையையும் தங்களைத் தாங்களும் வழிநடத்தவும், பாதுகாக்கவும் தடியையும் குச்சியையும் போன்ற பொருட்களை எடுத்துச் சென்றனர். இந்த அத்தியாவசியங்களுடன், அவர்கள் ஒரு கவண் மற்றும் ஒரு சிறிய கத்தி ஆகியவற்றையும் எடுத்துச் செல்வார்கள். மேலும் இசையில் ஆர்வமுள்ளவர்கள் ஒரு சுரமண்டலம் அல்லது நாணலால் செய்யப்பட்ட புல்லாங்குழல் போன்ற சிறிய இசைக்கருவியையும் வைத்திருப்பார்கள். தாவீது மந்தையை மேய்க்கும் போதெல்லாம் ஒரு சிறிய கின்னரத்தைத் தன்னுடன் எடுத்துச் சென்று, தேவனைத் துதித்துப் பாடி மகிழ்ந்தான்.

கோல் மற்றும் தடியைப் பயன்படுத்தியதன் நோக்கம் வேறுபட்டது. கோல் குட்டையாகவும் தடிமனாகவும் இருந்தது. அதே நேரத்தில் தடி மெல்லியதாகவும், நீண்டதாகவும், ஒரு முனையில் வளைந்தும் இருந்தது. எதிரிகளிடமிருந்து மந்தையைப் பாதுகாக்கவும், தாக்குதல் மற்றும் தற்காப்புக்கான ஆயுதமாகவும் கோல் பயன்பட்டாலும், வழிதவறிய ஆடுகளையோ அல்லது குழியில் விழுந்த ஆடுகளையோ மீட்டெடுக்கவும் தடி பயன்படுத்தப்பட்டது. மேய்ப்பர்கள் நடக்கும்போதும் நிற்கும்போதும் அவர்களுக்கு ஓய்வெடுக்க உதவியாகவும் தடி பயன்படுத்தப்பட்டது.

கோல் பெரும்பாலும் தற்காப்பு ஆயுதமாகப் பயன்படுத்தப்பட்டது. மேய்ப்பன் அந்தக் கோலைப் பயன்படுத்தி, வேட்டையாடும் கொள்ளைக்காரர்களுக்கும், திருடர்களுக்கும் எதிராக நிற்பான். திருடர்கள் மந்தையையோ அல்லது மேய்ப்பனையோ பயமுறுத்துவார்கள். தனக்கும் தன்னுடைய மந்தைக்கும் தீங்கு செய்ய நினைத்த எவரையும் கொடூரமாகக் காயப்படுத்தவோ (தேவைப்பட்டால்) கொல்லவோ மேய்ப்பன் தயங்க மாட்டான். அதைக் மிக அரிதாகவே மந்தையைவிட்டு வழிதவறி வரும் ஒரு ஆட்டை எச்சரிப்பதற்காக அவன் பயன்படுத்துவான். ஆனால் அதற்கு ஒருபோதும் தீங்கு விளைவிக்க மாட்டான். ஆடுகளுக்கு எச்சரிக்கை செய்யும் போது அது மந்தையோடு சேர திரும்பிவிடும். ஆனால் சண்டையிடுவதற்கும், காயப்படுத்துவதற்கும் மற்றும் எதிரியை ஓட அல்லது மரணிக்க வைப்பதற்குமே அதை முக்கிமாக பயன்படுத்தினர்.

மறுபுறம், தடி ஆடுகளுக்கு மேய்ப்பனை விவரித்தன. அது ஒரு முனையில் வளைந்தநீண்ட மெல்லிய கொம்பாக இருந்தது. சில நேரங்களில் முதல் வளைவின் முடிவில் இரண்டாவது வளைவு இருக்கும், ஒரு கொக்கி போன்றது. இந்த குச்சியை தரையில் நிலைநிறுத்தப்பட்டால் விளக்கைத் தொங்கவிடுவதற்கான முனையாகச் செயல்படும் (இருட்டிய பிறகு). ஒரு மேய்ப்பன் தனது கால்கள் சோர்வாக உணரும்போது தனது உடல் எடையைத் தனது கால்களிலிருந்து அதன் மீது மாற்றுவதற்கு அதைப் பயன்படுத்தலாம். பாறைகள் நிறைந்த நிலப்பரப்பிலும் தன்னை சமநிலைப்படுத்த இது ஒரு சிறந்த உதவியாக இருந்தது. இந்த எல்லா நன்மைகளையும் தவிர, தடி முக்கியமாக வழிதவறிய ஆட்டை பின்னுக்கு இழுக்க அல்லது திசைதிருப்பப் பயன்படுத்தப்பட்டது. ஒரு ஆட்டை குழியிலிருந்து தூக்கக் கழுத்தைச் சுற்றி வளைந்த முனை பயன்படுத்தப்பட்டது. தடி முக்கியமாக அவனது மந்தையைத் திருத்த வடிவமைக்கப்பட்டது. ஆனால் ஒருபோதும் காயப்படுத்தும் நோக்கத்துடன் இருந்ததில்லை. இது குறைந்த வலி மற்றும் மிகவும் பயனுள்ள முறையாகும்.

ஒரு மேய்ப்பனால் பயன்படுத்தப்படும் இந்த இரண்டு பொருட்களுக்குப் பின்னால் உள்ள நோக்கத்தை நாம் பார்க்கும்போது, நம் வாழ்க்கைக்காகத் தேவனுடைய கரத்திலும் அவற்றின் நோக்கத்தை நாம் எளிமையாகப் புரிந்து கொள்ள முடியும். எதிரியை முறியடிக்கக் கோலும், நம்மைத் திருத்தத் தடியும்; கர்த்தர் ஏற்கனவே சாத்தானுக்கு எதிராக தம்முடைய கோலை பயன்படுத்தினார். அவர் சிலுவைக்குச் சென்று, விழுந்துபோன தேவதூதர்களின் முழு சேனையோடுங் கூட, அவனை நித்திய நரகத்திற்கு ஆக்கினைப்படுத்தினார். துரதிர்ஷ்டவசமாக, இரட்சிப்பை நிராகரிக்கும் மக்கள் அவனுடன் சேருவார்கள். மறுபுறம், திருத்தம் என்பது தேவனுடனான உறவின் இன்றியமையாத அம்சமாகும். நம்முடைய நன்மையில் அக்கறை காட்டுகிற உண்மையான அன்புக்கு அது அத்தாட்சியாக இருக்கிறது. இதுவே நம் வாழ்வில் அவருடைய கோலின் நோக்கம். தகப்பன் தான் நேசிக்கிற புத்திரனைச் சிட்சிக்கிறதுபோல, கர்த்தரும் எவனிடத்தில் அன்புகூருகிறாரோ அவனைச் சிட்சிக்கிறார் (நீதிமொழிகள் 3:12). இதை பெரும்பாலான பெற்றோர்கள் புரிந்து கொள்ள முடியும், ஏனெனில் அவர்கள் இதை அனுபவிக்கிறார்கள். ஆனால் கர்த்தர் நம்மை ஒழுங்குபடுத்தும் விஷயத்தில், நம்மில் சிலருக்கு அதைப் புரிந்துகொள்ள முடியவில்லை. அதுதான் வருத்தமான உண்மை. நாம் தேவனுடைய வழிகளை மேலும் அறிந்து கொள்ள வேண்டும். அப்படிச் சொன்னால் பலவீனம், நோய், விபத்து, மரணம் போன்றவற்றால்

தேவன் நம்மை ஒருபோதும் திருத்த மாட்டார். நாம் நம் பிள்ளைகளை நோய்வாய்ப்படுத்தி அவர்களின் உயிருக்கு எந்த வகையிலும் ஆபத்தை விளைவிக்க மாட்டோம் என்பது போல, அவை அவரது செயல்களும் அல்ல. நம் மூடத்தனத்தால் நமக்கு மோசமான விளைவுகள் ஏற்படலாம். ஆனால் நாம் மனந்திரும்பி அவரை பொறுப்பேற்க அனுமதிக்கும்போது நம்மை மீட்கக் கர்த்தர் தயாராக இருக்கிறார்.

மோசே நாற்பது வயதில் ஒரு எகிப்தியனை கொன்ற பிறகு எகிப்திலிருந்து ஓடிவிட்டான். தனது வாழ்க்கையில் தேவனுடைய அழைப்பைத் தனது சொந்த பெலத்தால் நிறைவேற்ற முயற்சித்தான், கடுமையாகத் தோல்வியடைந்தான். அடுத்த நாற்பது ஆண்டுகளாக, அவன் தனது மாமனாரின் மந்தையை மேய்த்து வனாந்தரத்தில் தனது வாழ்க்கையைச் செலவிட்டான். இது வாக்குத்தத்தம் செய்யப்பட்ட தேசத்திற்கு முரட்டாட்டமான கூட்டத்தை அடுத்த நாற்பது ஆண்டுகளாக வனாந்தரத்தின் வழியாக நடத்த முன்னோட்டம் ஆகும். இந்த நாற்பது ஆண்டுக்கால முன்னோட்டத்தில், மோசேயின் கையில் ஒரு கோல் இருந்தது. இஸ்ரவேலரை எகிப்திலிருந்து விடுவிக்கத் தேவன் அவனை அழைத்தபோது இந்த கோல் பயன்பட்டது. மோசேயின் கையில் இந்த கோல் **"தேவனுடைய கோல்"** என்று அழைக்கப்பட்டது. தனது மந்தையை மேய்க்கப் பயன்படுத்தப்பட்டதிலிருந்து எகிப்தியர்களை பயங்கரமான வாதைகளால் அடித்தது வரை, தேவனுடைய இந்த தடி (கோல்) அனைவருக்கும் பயமாக இருந்தது. மோசேயும் ஆரோனும் தங்கள் கைகளில் இதை எடுக்கும் போதெல்லாம் தீங்குகள் வருவதற்கான அறிகுறியாக இருந்தது மட்டுமல்லாமல், தேவனுடைய பிள்ளைகள் கடந்து செல்வதற்காக செங்கடலை இரண்டாகப் பிளப்பது, இஸ்ரவேலருக்கு ஒரேப் மலையில் 'பாறை'யிலிருந்து தண்ணீர் வரவழைப்பதற்கும், ரெவிதீமிலே இஸ்ரவேலின் முதல் போரில் அமலேக்கை தோற்கடிக்கவும் இது பயன்படுத்தப்பட்டது.

தேவனுடைய கோல் அவருடைய எதிரிகளுக்கு எதிராக எவ்வளவு மகிமையானது என்பதை தாவீது அறிந்திருந்தான். 'தேவனுடைய கோலின்' வல்லமையைப் புரிந்துகொள்ள யாத்திராகமம் புத்தகத்தைப் படிக்க வேண்டும் என்று நான் பரிந்துரைக்கிறேன். தேவன் தம்முடைய பிள்ளைகளுக்காகப் பழிவாங்குகிறார் என்பதையும், நாம் அவருக்குக் கீழ்ப்படியும்போதும், நம்முடன் மூடத்தனமாக விளையாடி அதிலிருந்து தப்பித்துக்கொள்ளக்கூடியவர் யாரும் இல்லை என்பதையும் நாம் அறியும்போது அது நமது விசுவாசத்தைப் பெருக்கும்.

கோல் என்பது மேய்ப்பனின் "அடையாளம்". கர்த்தருடைய வார்த்தைக்குக் கீழ்ப்படிந்ததன் மூலம், மோசே தனது கோலை, தனது அடையாளத்தை அவருக்கு ஒப்புக்கொடுத்தான். அவனது அடையாளம் தேவனிடம் சமர்ப்பிக்கப்பட்டபோது, சாத்தியமற்றது மற்றும் இயற்கைக்கு அப்பாற்பட்டது எல்லாம் நடந்தது. உங்கள் அடையாளம் என்ன என்று எப்போதாவது யோசித்திருக்கிறீர்களா? உங்களை எப்படி அடையாளப்படுத்திக் கொள்வது? நீங்கள் யார் என்று நான் கேட்டால் உங்கள் உடனடி பதில் என்னவாக இருக்கும்? பெரும்பாலும், நான் என்னை ஒரு மருத்துவர் என்று அறிமுகப்படுத்திக் கொள்வேன். அதாவது, நித்தியத்திற்கு உதவாத பந்தயத்தில் வென்று, உயர்தர சமூகத்தின் உறுப்பினராகத் தகுதி பெற்ற ஒரு அறிவார்ந்த நபராக மக்களிடமிருந்து அங்கீகாரத்தையும், மரியாதையையும் நான் எதிர்பார்த்தேன். இந்த அருவருப்பான மனப்பான்மையை நான் வெளியில் சித்தரிக்காவிட்டாலும், அது என் இதயத்தில் இருந்த உண்மை. இதை நான் உண்மையிலேயே ஒப்புக்கொள்ள முடியும், ஏனென்றால் ஒவ்வொரு முறையும் யாராவது இதில் என்னை அவமதிக்கும்போது, என் பெருமை புண்படுத்தப்பட்டது, என் மாம்சம் ஒரு வலிப்பு நோயில் சென்றது. இங்குதான் நான் விரைவாக ஒரு மாற்றத்தைச் செய்ய வேண்டும் என்று கர்த்தர் எனக்குச் சுட்டிக்காட்டினார். அடையாளம் எனக்கு ஒரு பெரிய பிரச்சனையாக இருந்தது. இது என் மனதைப் புதுப்பிப்பதற்கான முதல் படிகளில் ஒன்றாக மாறியது. நான் முதலில் என் தொழிலிலிருந்து 'தேவனுடைய பிள்ளை' என்ற அடையாளத்திற்கு மாற வேண்டியதாயிருந்தது. மாறிய பின்னர் இப்பொழுது ஆழமாக நேசிக்கப்படுகிறேன், கிருபையாகவும் முழுமையாகவும் மன்னிக்கப்பட்டிருக்கிறேன், அளவிட முடியாத ஆசீர்வாதம் பெறுகிறேன், மிகவும் தயவு பெறுகிறேன்! இன்று ஒரு மனிதன் பெறக்கூடிய மிக உயர்ந்த மற்றும் மிகவும் விரும்பத்தக்க அடையாளம் இதுதான் என்பது உங்களுக்குத் தெரியுமா? இந்த அடையாளத்தை மிஞ்சக்கூடியது எதுவும் உலகில் இல்லை. இது நம்முடைய இரட்சகராகிய கர்த்தராகிய இயேசுகிறிஸ்துவால் நம்முடைய சுதந்தரமாகக் கையொப்பமிடப்பட்டது. மற்ற எல்லா அடையாளங்களும் இதைவிட மிகத் தாழ்ந்தவை. மோசே தன் கோலை தேவனுக்கு நேராக நீட்டினபோது இதுதான் நடந்தது.

யாத்திராகமத்தை நாம் வாசிக்கும்போது, மோசேயும் ஆரோனும் தேவனுடைய கோலை உயர்த்தியபோது எகிப்து எவ்வாறு அதிர்ந்தது

என்பதை நம்மால் யூகிக்க முடியும். பார்வோன், அவனது பிரபுக்கள் மற்றும் மக்கள் அனைவரின் இருதயத்திலும் அது பயத்தை உண்டாக்கியது. மோசே அதை உயர்த்திப் பிடித்த கணமே, எகிப்தின் அழிவு கட்டளையிடப்பட்டு நடைமுறைப்படுத்தப்பட்டது. நாம் இப்போதுதான் ஒரு கொள்ளை நோயைக் (கொரோனா) கடந்து வந்திருக்கிறோம். விஷயங்கள் இயல்பு நிலைக்குத் திரும்ப ஏறக்குறைய மூன்று ஆண்டுகள் ஆயின. கொஞ்சக் காலத்துக்குள், கொள்ளை நோய்கள் ஒன்றன்பின் ஒன்றாக வருவதைக் கற்பனை செய்து பாருங்கள். அவற்றில் பெரும்பாலானவை ஒன்றின்மேல் ஒன்று கவிந்திருப்பதைக் கற்பனை செய்து பாருங்கள்! அப்படி ஒரு வாழ்வை ஒருபோதும் நாம் கற்பனை செய்து பார்க்கத் துணிய மாட்டோம்! தேவனுடைய கோலாக மாறிய மோசேயின் கோல், எகிப்து முழுவதிலும் மிகவும் பயமுறுத்தக் கூடியப் பொருளாக இருந்தது.

எகிப்தின் அனைத்து தண்ணீரையும் (நீரோடைகள், ஆறுகள், குளங்கள், தண்ணீர் குளங்கள் மற்றும் சேமிக்கப்பட்ட தண்ணீர்) இரத்தமாக மாற்றக் கர்த்தர் கோலைப் பயன்படுத்தினார், இஸ்ரவேலர் விடுவிக்கப்படும் வரை இது அப்படியே இருந்தது. வாதைகளைத் திரும்பப் பெறும்படி தேவனிடம் வேண்டிக்கொள்ளும்படி மோசேயிடம் கேட்பதில் பார்வோன் மிகவும் கவனமாக இருந்தான். சங்கார தூதன் நுழைந்த நேரத்தில் (வாதை எண் 10), எகிப்தின் தண்ணீர் இன்னும் இரத்தம் சிந்திக்கொண்டிருந்தது, இறந்த தவளைகளின் துர்நாற்றம் காற்றை நிரப்பியது, மனிதனும் மிருகங்களும் பேன்களால் பாதிக்கப்பட்டன, கால்நடைகள் கொள்ளைநோயால் இறந்து கொண்டிருந்தன, எகிப்தியர்கள் கொப்புளங்கள் மற்றும் புண்களால் மூடப்பட்டிருந்தனர், அவர்களின் பயிர்கள் முற்றிலும் அழிக்கப்பட்டன, மேலும் தேவனால் பிரித்தெடுக்கப்பட்ட கோசன் தேசத்தைத் தவிர எகிப்து முழுவதும் அடர்ந்த இருள் இருந்தது. இஸ்ரவேலர் கொள்ளை நோய்களால் பாதிக்கப்படவில்லை. இஸ்ரவேலின் தேவன் என்பதை ஆணித்தரமாகவும் வெளிப்படையாகவும் காண்பித்தார். எகிப்து முற்றிலும் அழிக்கப்பட்டது, இது பார்வோனின் சொந்த ஊழியர்களாலேயே அறிவிக்கப்பட்டது (யாத்திராகமம் 10:7). மோசேயின் எச்சரிக்கைக்குச் செவிசாய்த்து, கல் மழையிலிருந்தும் தங்கள் உடைமைகளைப் பாதுகாக்கும் அளவுக்கு அவருக்குப் பயந்த சிலர் அவர்களில் இருந்தனர். இறுதி அடியானது எகிப்தியர்களிடையே மனிதன் மற்றும் மிருகம் ஆகிய இரண்டின் முதற்பேறனைத்தையும் அழித்தது. அதற்கு

முன்னும் பின்னும் எதனுடனும் ஒப்பிட முடியாத அளவுக்கு உரத்த கூக்குரலை அந்தக் கோல் எழுப்பியது.

எகிப்தியர் தங்கள் ஆழ்ந்த மற்றும் தாங்க முடியாத இழப்பைச் சமாளிக்கச் சிறிது காலம் எடுத்துக் கொண்டிருந்த நேரத்தில், இஸ்ரவேலர் செங்கடலை அடைந்து அதன் அருகே முகாமிட்டிருந்தனர். வேதனையிலிருந்து அவர்கள் விழித்தெழுந்தவுடன், எகிப்தியர்கள் அதிக கோபமடைந்தார்கள். மனந்திரும்புவதற்கான எந்த அறிகுறியும் அவர்களிடம் இல்லை. மாறாக, அவர்கள் மனக்கசப்பால் நிறைந்து, இஸ்ரவேலரைத் துரத்திச் சென்று மீண்டும் தங்களுக்கு அடிமையாக அழைத்து வர முடிவு செய்தனர். அதற்கான முயற்சியில் அவர்கள் உயிரிழந்தனர்! இங்கும், மோசேயின் கையில் தேவனின் கோல் செயல்படுவதைக் காணலாம். இஸ்ரவேல் மக்களிடமிருந்த அவிசுவாசத்தின் காரணமாக மோசே தேவனை நோக்கிக் கூப்பிட்டான். செங்கடலைப் பிளப்பது மோசே உட்பட யாருடைய மனதிலும் தோன்றவில்லை என்று நான் உறுதியாகக் கூறுகிறேன். அந்தக் கோலைச் சமுத்திரத்தின் மேல் நீட்டும்படி கர்த்தர் அவனுக்குக் கட்டளையிட்டார். அவன் கீழ்ப்படிந்த உடனேயே, பலத்த கீழ் காற்று வீசியதால் ராத்திரி முழுவதும் தண்ணீர் பிரிந்து நின்றது. இஸ்ரவேலர் வெட்டாந்தரையில் நடப்பது போன்று கரையைக் கடந்தார்கள். கோபத்தில் குருட்டுத்தனமாக எகிப்தியர்கள் இஸ்ரவேலருக்கு தீங்கு விளைவிக்க தங்களால் முடிந்தவரை முயற்சி செய்தனர். ஆனால் ஜலம் திரும்பிவந்து, இரதங்களையும் குதிரைவீரரையும், அவர்கள் பின்னாக சமுத்திரத்தில் பிரவேசித்திருந்த பார்வோனுடைய இராணுவம் அனைத்தையும் மூடிக்கொண்டது; அவர்களில் ஒருவனாகிலும் தப்பவில்லை (யாத்திராகமம் 14:28). தேவனுடைய இந்த கோல் பிரமிப்பூட்டும் அதிசயங்களுக்கும் அப்பாற்பட்டது! அடுத்த நாள் காலையில் எகிப்தியர்களின் உடல்கள் கரை ஒதுங்குவதை இஸ்ரவேலர் பார்த்தார்கள்.

இஸ்ரவேலர்கள் வனாந்தரத்தின் வழியாக தங்கள் பயணத்தைத் தொடங்கியபோது, அவர்களுக்கு ஏற்பட்ட சில அசௌகரியத்தைக் குறித்து முறுமுறுத்தனர். அவர்கள் செய்திருக்க வேண்டியதெல்லாம் தங்களுக்குத் தேவையானதைக் கொடுக்குமாறு தேவனிடம் கேட்பது தான். ஏனோ, அவர்கள் மனதில் அது தோன்றவில்லை. அவர்கள் முணுமுணுப்பதையும் குறை கூறுவதையும் விரும்பினர். அவர்கள் மாராவின் நீர் குறித்து (கசப்பான தண்ணீரின் காரணமாக) முறுமுறுத்தபோது, (அவர் காட்டிய) மரத்தின் கட்டையைக் காண்பித்து அதில் போடுமாறு மோசேக்கு கூறி அதன்படியே அந்த

மாராவின் நீரைக் கர்த்தர் மதுரமாக்கினார். இதெல்லாம் தேவனுக்கு மிக எளிய காரியம் என்பது மக்களுக்குப் புரியவில்லை. கர்த்தர் மோசேக்கு இஸ்ரவேலின் மூப்பர்களுடன் ஜனங்களுக்கு முன்னால் சென்று ஓரேப்பில் (அவர் நின்ற பாறையை) தேவனுடைய கோலால் அடிக்கும்படி அறிவுறுத்தினார். அவன் கீழ்ப்படிந்தபோது, பிளவுபட்ட கன்மலையிலிருந்து தண்ணீர் பீறிட்டு வந்தது. அதைக் கொண்டு கர்த்தர் இஸ்ரவேலரையும் அவர்களுடைய மிருகஜீவன்களையும் போஷித்தார்.

இஸ்ரவேலர் ரெவிதீமை அடைந்தபோது, அமலேக்கியர் அவர்களுக்கு எதிராக யுத்தத்திற்கு வந்தனர். ஏசாவின் சந்ததியினர் என்பதால், அவர்கள் இஸ்ரவேலருக்கு தொடர்ந்து தொல்லை கொடுத்து வந்தனர். கர்த்தருடையக் கோலைக் கையில் பிடித்துக் கொண்டு மலையின் மேல் நின்றிருந்த மோசே, யோசுவாவிடம் அந்த அமலேக்கியருடன் யுத்தம் செய்யும்படி கூறினான். யுத்தத்தின் போது, மோசே தன் கைகளை உயர்த்தியபோதெல்லாம் இஸ்ரவேலர்கள் மேலோங்கினார்கள். ஆனால் அவன் (களைப்பின் காரணமாக) கைகளைத் தாழ்த்தியபோது, அமலேக்கியரின் கை மேலோங்கியது. மலையில் மோசேயுடன் இருந்த ஆரோனும், ஊரும் மோசேயின் கீழ் ஒரு கல்லை உருட்டி, அவனை அதன்மேல் உட்கார வைத்து, அவனுடைய கைகளை உயர்த்தும்படி தாங்கினார்கள். இதன் விளைவாக, அமலேக்கியருக்கு எதிரான முதல் போரில் இஸ்ரவேலர் வெற்றி பெற்றனர்.

முடிவாக, நமது அடையாளம் சர்வவல்லமையுள்ள தேவனாக இருக்கும்போது, வானாதி வானங்களையும் பூமியையும் உண்டாக்கியவர், எதிரியை நிச்சயமாக முறியடிப்பார் என்பதை நான் மீண்டும் வலியுறுத்த விரும்புகிறேன்!

5 (அ) என் சத்துருக்களுக்கு முன்பாக நீர் எனக்கு ஒரு பந்தியை ஆயத்தப்படுத்துகிறீர் ;

பழைய உடன்படிக்கையிலும் சரி புதிய உடன்படிக்கையிலும் சரி தேவனுடைய பிள்ளைகள் ஒவ்வொருவருக்கும் தேவன் ஏற்படுத்திய "பந்தி" வாழ்வின் ஒரு அம்சமாக இருந்தது, அது தொடர்ந்து நீடிக்கிறது! ஒரு விருந்து எப்போதும் மனிதர்களின் இதயத்தைக் களிப்பாக்குகிறது. பழைய ஏற்பாட்டுக் காலத்தில் தேவன் எப்போதும் ஒரு மிருகத்தின் பலி (இரத்தம் சிந்துதல்) மூலம்

ஒருவருக்கொருவர் செய்துகொண்ட உறுதிமொழிகள், வாக்குறுதிகள், மற்றும் உடன்படிக்கைகளை முத்திரையிட்டார். இது ஒரு முக்கியமான நிகழ்வு. இந்த பலி செலுத்தும் ஒவ்வொருவரும் (யூதர் அல்லது யூதரல்லாதவர்) இரத்தத்தினால் முத்திரையிடப்பட்ட வாக்குறுதிகளை மீறினால் என்னென்ன விளைவுகள் ஏற்படும் என்பதை நன்கு அறிந்திருந்தனர். பலியிடப்பட்ட பிறகு மிருக ஜீவன்கள் சமைக்கப்பட்டன. மேலும் ஜனங்கள் அதை "ஒரு பந்தியில்" அமர்ந்து விருந்து போல ஒன்றாக சாப்பிட்டு, பின்னர் திருப்தியுடன் வீட்டிற்குத் திரும்புவார்கள். தங்களுக்குள் உடன்படிக்கை செய்து கொண்ட ஒவ்வொருவரும் அதைக் காப்பாற்றுவதில் "கண்ணும் கருத்துமாக" இருப்பார்கள். அதன் தலையாகிய அர்த்தம் என்னவென்றால், ஒரு ஒப்பந்தம், ஒரு உடன்படிக்கை, மனிதர்களுக்குள் அல்லது தேவனுக்குச் செய்யப்பட்ட பொருத்தனை அல்லது ஒரு நபர் இன்னொருவரிடம் சொன்ன "வார்த்தையைக் காத்துக்கொள்வது" ஆகும். அந்த நாட்களில் பெரும்பாலும் வாய்மொழியாக இருந்த வார்த்தை மதிக்கப்பட்டுக் கௌரவிக்கப்பட்டது. கற்கள், தடிகள், கையொப்பக் கயிறுகள் அல்லது மோதிரங்கள் போன்ற பொருட்கள் பெரும்பாலும் சாட்சிகளாகப் பயன்படுத்தப்பட்டன.

தேவன் தமது வார்த்தையால் அண்டசராசரங்ககளையும் படைத்தார். காணப்படாதவற்றிலிருந்து காணப்பட்டவை வந்தன. மறைவானவற்றிலிருந்து வெளிப்படுபவை வந்தன. இந்த விதமாகத் தான் அவரது உடன்படிக்கையிலும் தேவனுடைய ராஜ்ஜியத்திலும் கூட அவர் செயல்படுகிறார். மனிதனை தம்முடைய சாயலில் அவர் படைத்ததால், மனிதன் பேசும் வார்த்தைகளுக்கு மிகவும் உயர்ந்த மதிப்பைத் தேவன் இன்னும் வைத்திருக்கிறார். அதை அப்படியே வைத்திருக்க வேண்டும் என்பதே தேவனுடைய நோக்கம். வேறு விதமாக கூறுவதானால், மனிதன் பேசும் ஒவ்வொரு வார்த்தையும் அவனால் நிறைவேற்றப்பட வேண்டும். துரதிருஷ்டவசமாக, மனுகுலத்தின் வீழ்ச்சி இதைக் கெடுத்தது. அன்றிலிருந்து, நம்மில் பெரும்பாலானோர் நம் வார்த்தைகளின் வல்லமையை உணரவில்லை. இன்றைய காலகட்டத்தில், ஒருவரை அவரது வார்த்தையின் அடிப்படையில் மட்டுமே நம்புவதென்றால் அது பெரிய ஆபத்தை நாம் வருவித்துக் கொள்வது போலத் தான். நாம் நம்முடைய வார்த்தைகளில் கவனக்குறைவாக இருக்கிறோம். பெரும்பாலான நேரங்களில், நாம் என்ன பேசுகிறோம் என்பதை உணர்வதில்லை. தனிப்பட்ட நிகழ்ச்சி நிரல்கள், ஏமாற்று, பொய்கள், முகஸ்துதி, பொய்ச் சாட்சி போன்றவற்றைப் பரப்ப வார்த்தைகள் பயன்படுத்தப்பட்டுள்ளன.

எவ்வாறாயினும், "தேவனுடைய பந்தி" என்பது தேவனால் நமக்குக் கொடுக்கப்பட்ட வார்த்தைகளைக் குறிக்கிறது. மேலும் அதில் தான் எல்லாமே அடங்கியிருக்கிறது. தேவனுடைய வார்த்தையை எந்தக்காரணத்தினாலும் எவராலும் சிதைக்க முடியாது என்பதால் அதை எந்தவிலைக் கொடுத்தும் சுதந்தரித்து வைத்திருப்பது அவசியம். தேவன் எதைச் சொன்னாரோ அதையே செய்கிறார். யாருக்கும் எதையும் நிரூபிக்க வேண்டிய கட்டாயம் தேவனுக்கு இல்லை. ஆனாலும் நம்மைப் பார்த்து, இப்படிப்பட்ட விலைமதிப்பற்ற வாக்குத்தத்தங்களை நமக்குத் தரும்படி அவர் தம்மைத்தாமே தாழ்த்தினார். நம்முடைய நன்மைக்காக மனிதர்களுடன் உடன்படிக்கைகளைச் செய்ய அவர் தம்மைத்தாமே தாழ்த்தினார்! தேவனுடைய சாந்தகுணத்தைப் பறைசாற்றாமல் என்னால் என் மூளையை கட்டி வைத்திருக்க முடியாது. நம்முடைய பலவீனத்தை அவர் அறிந்திருந்தபடியால், அவர் தம்மைத்தாமே தாழ்த்தினார். அவர் தமது அன்பின் கயிறுகளால் நம்மை அவர் அருகில் இழுக்கிறார். ஆகவே நாம் அவருக்கு மிகவும் நன்றியறிதலுடன் இருந்து, அவருடைய வார்த்தைக்கு நமது கண்களையும் காதுகளையும் திறந்து வைக்க வேண்டும். அவர் 'வாக்குத்தத்தமாக' நமக்கு ஏதாவது சொல்லும்போது, அது இரட்டிப்பாக நிறைவேறும் வாக்குறுதியாகும்!

வேதாகமத்திலிருந்து எவ்வாறு உடன்படிக்கை செய்யப்பட்டது என்பதை விரைவாகப் பார்ப்போம். ஏதேன் தோட்டத்தில் பிசாசானவன் ஆதாம், ஏவாளை வஞ்சித்ததனாலும், தேவனுடைய வார்த்தைக்கு அவர்கள் கீழ்ப்படியாதே போனதினால் தேவன் அவர்களைத் வெளியேற்றுவதற்கு முன் இந்த முதல் உடன்படிக்கை செய்யப்பட்டது. அவர்கள் தங்கள் நிர்வாணத்தை அத்தி இலைகளால் மறைக்க முயன்று அதில் தோல்வியுற்றதினால் தேவனே தலையிட்டு அவர்களுக்குத் தோலால் ஆடை அணிவித்தார். தேவன் ஏதேன் தோட்டத்தில் (அநேகமாக) அவர்களின் கண்களுக்கு முன்பாக முதல் பலியை நிறைவேற்றினார், இரத்தத்தின் மூலம் வரும் மீட்பைப் பற்றி முதல் முறையாகத் தேவன் அவர்களுக்குக் கற்பித்து அதை நிறைவேற்றினார். அதன் பின்னரே அவர்களைத் தோட்டத்தை விட்டு வெளியே அனுப்பி விட்டார். தேவன் ஆதாமுக்கும் ஏவாளுக்கும் இந்த பலிகளைத் தவறாமல் செய்து அடுத்த தலைமுறைக்குக் கற்றுத்தரக் கூறியிருப்பார் என்று நான் நம்புகிறேன். ஏனென்றால் அவர்களின் மகன் ஆபேலும் அவ்வாறே செய்வதை நாம் காண்கிறோம் (தேவனால் அங்கீகரிக்கப்பட்ட இரத்த பலி செய்வது). மிருக ஜீவன்களின் பலிகள் மூலம் இரத்த பலி செலுத்துவது

தொடர்ந்தபோது, நோவாவுக்கு வானவில், ஆபிரகாமுக்கு விருத்தசேதனம், யாக்கோபுக்கும் யோசேப்புக்கும் எழுச்சியூட்டும் சொப்பனங்கள் போன்ற சில 'உடன்படிக்கையின் அடையாளங்களை' தேவன் கொடுத்தார். இது போன்ற அடையாளங்களைப் பெற்ற மக்களால் உடன்படிக்கைகள் தீவிரமாக எடுத்துக் கொள்ளப்பட்டன. தனிப்பட்ட முறையில் தேவனுடைய உடன்படிக்கையான வானவில்லை நான் வானத்தில் காணும்போதெல்லாம் பேரானந்தம் அடைகிறேன். யோசேப்பு தன் வாழ்வில் தேவன் செய்த செயலுக்காக எந்த பலியும் செலுத்திய ஆதாரங்களும் இல்லை. தேவன் அவனுக்குக் கொடுத்த சொப்பனங்கள் அவனுக்கு நிஜமாகவும் அவனை முன்னோக்கியும் கொண்டு சென்றது. தேவன் இஸ்ரவேல் ஜனங்களைத் தமது பலத்த கரத்தினால் எகிப்திலிருந்து வெளியேற்றியபோது, அவர் அவர்களுக்குச் செய்யக் கட்டளையிட்டிருந்த பலியினுடைய இரத்தத்தால் தமது உடன்படிக்கையை அவர்களுடன் நிலைப்படுத்தினார்.

மறுபுறம், மனிதர்களும் ஒருவருக்கொருவர் உடன்படிக்கை செய்து கொண்டனர். செய்யப்பட உடன்படிக்கைக்கு அத்தாட்சியாகக் கொண்டாட்டங்களும் அடையாளங்களும் ஏற்படுத்தப்பட்டன. வானவில் மற்றும் விருத்தசேதனம் இரண்டும் தேவன் மனிதர்களுடன் செய்த உடன்படிக்கையின் அடையாளங்களாக இருந்தன. எவ்வாறாயினும், ஒரு உடன்படிக்கையை நிலைநிறுத்த மக்களால் கடைப்பிடிக்கப்பட்ட அடையாளங்கள் மற்றும் சடங்குகள் இங்கே பட்டியலிட முடியாத அளவுக்கு விரிவானவை. ஆனால் இன்று, இந்த அடையாளங்கள் மற்றும் சடங்குகளின் முக்கியத்துவம் குறைந்துவிட்டது. இன்று பெரும்பாலும் அவை பத்திரங்களாகவும் சட்டமாகவும் மாற்றப்பட்டுள்ளன. அந்தளவுக்கு எல்லாம் மாறிவிட்டது. சிலவற்றை மட்டும் இங்கே பட்டியலிட்டுள்ளேன்.

✡ ஆதியாகமம் 21:22 லிருந்து 32 வரை, ஆபிரகாம் கேராரின் ராஜாவான அபிமெலேக்குடனும் அவன் சேனாபதியாகிய பிகோலுடனும் உடன்படிக்கை செய்வதைக் காண்கிறோம். அபிமெலேக்கின் வேலைக்காரர்கள் கை வசப்படுத்திக்கொண்ட துரவின் நிமித்தம் ஆபிரகாம் அபிமெலேக்கைக் கடிந்துகொண்டான். அபிமெலேக்கு இந்த விஷயத்தில் ஒன்றும் தெரியாது என்று சத்தியம் செய்தான். இந்த பிரச்சினையைத் தெளிவுபடுத்தவும் முடிக்கவும், ஆபிரகாம் அபிமெலேக்குக்கு ஆடு மற்றும் மாடுகளைக் கொடுத்தான்.

மேலும் இரண்டு பேரும் ஒரு உடன்படிக்கை செய்தனர், ஆபிரகாம் அபிமெலேக்குக்கும் அவனது சந்ததியினருக்கும் தீங்கு விளைவிக்கவோ அல்லது தவறாக நடந்து கொள்ளவோ மாட்டேன் என்று ஆணையிட்டான். ஆபிரகாம் ஏழு பெண்ணாட்டுக்குட்டிகளைத் தனியே நிறுத்தினான், வசப்படுத்திக்கொண்ட துரவு உண்மையில் தனக்கு (ஆபிரகாம்) சொந்தமானது என்பதற்கு அடையாளமாக அவற்றை அபிமெலேக்கிடம் கொடுத்தான். அவர்கள் இருவரும் அவ்விடத்தில் ஆணையிட்டுக்கொண்டபடியால், அந்த இடம் பெயெர்செபா என்னப்பட்டது.

✡ ஆதியாகமம் 26ல், கானானில் பஞ்சம் ஏற்பட்ட போது ஈசாக்கு பெலிஸ்தருக்கு ராஜாவாகிய அபிமெலேக்கினிடத்தில் கேராருக்குப் போனான். அபிமெலேக்கு குடும்ப நண்பனாக இருந்தான். இருப்பினும், ஈசாக்கும் தனது தந்தை ஆபிரகாம் போலவே அவ்விடத்து மனிதர்கள் அவன் மனைவியைக்குறித்து விசாரித்தபோது: 'இவள் என் சகோதரி' என்றான். ரெபெக்காள் பார்வைக்கு அழகுள்ளவளானபடியால், அவ்விடத்து மனிதர்கள் அவள் நிமித்தம் தன்னைக் கொல்லுவார்கள் என்று எண்ணி, அவளைத் தன் மனைவி என்று சொல்லப் பயந்தான். அவன் அங்கே நெடுநாள் தங்கியிருக்கையில், பெலிஸ்தருக்கு ராஜாவாகிய அபிமெலேக்கு ஜன்னல் வழியாய்ப் பார்க்கும்போது, ஈசாக்கு தன் மனைவியாகிய ரெபெக்காளோடே நெருக்கமாய் இருக்கிறதைக் கண்டான். அபிமெலேக்கு ஈசாக்கை அழைத்து: அவள் உன் மனைவியாயிருக்கிறாளே! பின்னை ஏன் அவளை உன் சகோதரி என்று சொன்னாய் என்றான். அதற்கு ஈசாக்கு: 'அவள் நிமித்தம் நான் சாகாதபடிக்கு, இப்படிச் சொன்னேன்' என்றான். அதற்கு அபிமெலேக்கு: 'எங்களிடத்தில் ஏன் இப்படிச் செய்தாய்? ஜனங்களுக்குள் யாராகிலும் உன் மனைவியோடே சயனிக்கவும், எங்கள்மேல் பழிசுமரவும் நீ இடமுண்டாக்கினாயே' என்றான். பின்பு, அபிமெலேக்கு: 'இந்தப் புருஷனையாகிலும் இவன் மனைவியையாகிலும் தொடுகிறவன் நிச்சயமாய்க் கொலைசெய்யப்படுவான்' என்று எல்லா ஜனங்களும் அறியச் சொன்னான். நான் அதைப் புறஜாதி தேசத்தில் தேவனுடைய பாதுகாப்பு என்று அழைப்பேன்! அவன் ஐசுவரியவானாகி, வரவர விருத்தியடைந்து, மகா பெரியவனானான். அவனுக்கு ஆட்டுமந்தையும், மாட்டுமந்தையும், அநேக பணிவிடைக்காரரும் இருந்த படியினாலே

பெலிஸ்தர் அவன் பேரில் பொறாமைகொண்டு அவன் அந்த தேசத்தை விட்டு வெளியேறும்படி கூறினார். அவன் தகப்பனாகிய ஆபிரகாமின் நாட்களில் அவனுடைய வேலைக்காரர் வெட்டின துரவுகளையெல்லாம் தூர்த்து மண்ணினால் நிரப்பிப்போட்டார்கள். அப்பொழுது ஈசாக்கு அவ்விடம்விட்டுப் புறப்பட்டு, கேராரின் பள்ளத்தாக்கிலே கூடாரம் போட்டு, அங்கே குடியிருந்து, தன் தகப்பனாகிய ஆபிரகாமின் நாட்களில் வெட்டினவைகளும், ஆபிரகாம் மரித்தபின் பெலிஸ்தர் தூர்த்துப்போட்டவைகளுமான துரவுகளை மறுபடியும் தோண்டி, தன் தகப்பன் அவைகளுக்கு இட்டிருந்த பேர்களின்படியே அவைகளுக்குப் பேரிட்டான்! நம்மில் யார் அப்படி ஒன்றைச் செய்வார்கள்? ஈசாக்கு அவர்களுடன் சண்டையிட்டு நேரத்தை வீணாக்கவில்லை. அவன் மூன்றாவது துரவு வெட்டினான், யாரும் அதை எதிர்க்கவில்லை. எனவே அதற்கு 'ரெகொபோத்' என்று பெயரிட்டான். பின்னர் பெயர்செபாவுக்கு சென்றான். ஈசாக்கின் மீது தேவன் காட்டிய தயவு பெலிஸ்தியர்களுக்கு மிகவும் அச்சுறுத்தலாக இருந்தது. அபிமெலேக்கும், பிகோலும், அவனது நண்பன் அகுசாத்தும் ஈசாக்கிடம் வந்து தங்கள் ஆட்கள் யாருக்கும் தீங்கு செய்யக் கூடாது என்று உடன்படிக்கை செய்தனர். ஒரு முழு தேசத்தையும் பயமுண்டாக்க தேவ தயவு கொண்ட ஒரு மனிதன் தேவைப்பட்டான்! இந்த உடன்படிக்கையின் அடையாளமாக, ஈசாக்கு அவர்களுக்கு ஒரு நல்ல விருந்து ஏற்பாடு செய்தான்! மறுநாள் காலை, அந்த உடன்படிக்கையை மீண்டும் உறுதி செய்துவிட்டு அவர்கள் திரும்பிச் சென்றனர்.

✡ ஆதியாகமம் 31:43 லிருந்து 48 வரை, யாக்கோபு பதான் அராமை விட்டு தனது சொந்த நாட்டிற்கு (வாக்குத்தத்தம் பண்ணப்பட்ட தேசம்) திரும்பிய பிறகு, லாபான் பாதுகாப்புக்காக உடன்படிக்கைபண்ணிக்கொள்ளக்கடவோம் என்றான். அப்பொழுது யாக்கோபு ஒரு கல்லை எடுத்து, அதைத் தூணாக நிறுத்தினான். பின்னும் யாக்கோபு தன் சகோதரரைப் பார்த்து, கற்களைக் குவியலாகச் சேருங்கள் என்றான்; அவர்கள் கற்களை எடுத்துக்கொண்டுவந்து, ஒரு குவியலாக்கி, அந்தக் குவியலின்மேல் போஜனம் பண்ணினார்கள். இந்தக் குவியல் இன்று எனக்கும் உனக்கும் சாட்சி என்று ஆணையிட்டு இருவரும் பிரிந்து சென்றார்கள். கற்கள் சாட்சியாக நிற்கும் என்று யார் நினைப்பார்கள்? கற்கள் மக்களுக்கு எதிராகப் பேசவோ

அல்லது சாட்சியாகவோ இருக்கும் என்று யார் நினைப்பார்கள்? இவற்றையெல்லாம் நாம் சிந்தித்துப் பார்க்க வேண்டும்! கர்த்தராகிய இயேசு எருசலேமுக்குள் கடைசியாகப் பவனி சென்ற போது, அதாவது சகரியா 9:9-ல் தீர்க்கதரிசனம் சொல்லப்பட்டபடி, ஒரு கழுதைக்குட்டியின் மீது ஏறிபவனி சென்றார். அவரைப் புகழ்ந்து பாடிய சீடர்களைக் கண்டிக்கும்படி பரிசேயர்கள் அவரிடம் கூறினர். லூக்கா 19:40-ல், அவர்களுக்கு அவர் பிரதியுத்தரமாக: "இவர்கள் பேசாமலிருந்தால் கல்லுகளே கூப்பிடும் என்று உங்களுக்குச் சொல்லுகிறேன்" என்றார். இதன் மூலம் அவர் என்ன கூற விழைகிறார்? நம் ஆண்டவர் அர்த்தமற்ற ஒன்றைச் சொன்னாரா? கற்கள் எப்படி கூப்பிட முடியும்? அவர் எந்த கற்களைக் குறிப்பிடுகிறார்? கொஞ்சம் பின்னோக்கிச் சென்று பார்க்கலாம். எழுபது வருட பாபிலோனியச் சிறையிருப்பிலிருந்து திரும்பிய பிறகு செருபாபேல் தலைமையிலான கூடத்திற்குத் தீர்க்கதரிசனம் உரைத்து எருசலேமில் ஆலயத்தைக் கட்டி முடிக்க ஊக்குவித்த இரண்டு தீர்க்கதரிசிகளில் சகரியாவும் ஒருவன் (மற்றொருவன் ஆகாய்). ஆரம்பத்தில், அவர்கள் தேவாலயத்திற்கு அஸ்திபாரம் அமைத்தனர், ஆனால் அங்குக் குடியேறிய மக்களின் பெரும் எதிர்ப்பின் காரணமாக அங்கு வேலை நிறுத்தப்பட்டது. தீர்க்கதரிசிகளான சகரியாவும் ஆகாயும் தொடர்ந்து தீர்க்கதரிசனம் உரைத்து, செருபாபேலுடன் கைகோர்த்து நின்று அவனை ஊக்குவித்து ஆலய வேலையை முடிக்கச் செய்தனர். அதற்குள் மக்களின் ஆயுட்காலம் ஒரு நூற்றாண்டுக்கும் கீழே சுருங்கிவிட்டது என்பதை நாம் அனைவரும் அறிவோம். ஆனால் அந்த நாட்களில் அங்கு வாழ்ந்த மக்களை விட அதிகமான பொருள் ஒன்று அங்கு இருந்தது. அவை தான் அந்த கற்கள்! சகரியா எருசலேமிலும் அதைச் சுற்றியுள்ள பகுதிகளிலும் தீர்க்கதரிசனம் உரைத்தான். எருசலேமின் மதில்களின் இடிபாடுகளில் உள்ள ஆலயக் கற்களும் இரட்சகர் இயேசு ராஜாவாக ஒரு நாள் எருசலேமுக்குள் ஒரு கழுதைக்குட்டியின் மீது ஏறி பவனி வருவார் என்றும், அந்த நாளில் மகிழ்ச்சியின் பெரும் ஆரவாரம் இருக்கும் என்றும் அவன் தீர்க்கதரிசனம் உரைத்ததைக் கேட்டிருந்தன. தேவனுடைய ஒவ்வொரு வார்த்தையும் கண்டிப்பாக நிறைவேறும். இந்தத்தீர்க்கதரிசனமும்நிறைவேறியது.'சகல வேதவாக்கியங்களையும் அறிந்திருப்பதில்' பரிசேயர்கள் பெருமைப்பட்டிருந்தபோதிலும்

அவர்கள் அதைப் புரிந்துகொண்டிருக்கவில்லை. சில சமயங்களில் அவர்கள் கர்த்தராகிய இயேசுவுக்கு விரோதமாகத் தவறான எண்ணம் கொண்டிருந்ததால் வேண்டுமென்றே வேதவசனங்களைப் புரிந்துகொள்ளாமல் இருந்தார்கள். மனிதன் என்ன சொன்னாலும், என்ன செய்தாலும் கண்டிப்பாக நிறைவேறும். இந்த தீர்க்கதரிசனத்தைப் பற்றிக் குறிப்பிடுகையில், கர்த்தராகிய இயேசு தம்மைப் புகழ்வதை நிறுத்தும்படி ஜனங்களை வற்புறுத்தினாலும், அதற்குப் பதிலாக சகரியாவின் தீர்க்கதரிசனத்தைக் கேட்ட கற்கள் கூப்பிடும் என்று சொன்னார்! இது வியப்பாக இருக்கிறது, ஏனென்றால் அது உடனடியாக பரிசேயர்களின் வாயை மூடியது! இதைப் பற்றி மேலும் தியானிக்க விரும்புகிறேன்.

யூதர்களுக்கு "பந்தி" என்பது மிகவும் விசேஷித்ததாகவும், தனித்துவம் வாய்ந்ததாகவும் புனிதமானதாகவும் கருதப்பட்டது. லேவியராகமம் ஒன்று முதல் ஏழு அதிகாரங்களில், தேவன் இஸ்ரவேல் புத்திரருக்கு ஐந்து வெவ்வேறு பலிகளைக் குறித்துக் கூறினார். ஒவ்வொன்றும் கர்த்தராகிய இயேசு கிறிஸ்து பலியாகப்போவதை முன்னறிவிக்கிறவைகளாக இருந்தது. அவற்றை அவர்கள் கடைப்பிடிக்க வேண்டியிருந்தது. அவையாவன: சர்வாங்கதகனபலி, போஜனபலி, சமாதான பலி, பாவநிவாரணபலி, குற்றநிவாரணபலி. காணிக்கை செலுத்த வரும் ஜனங்களும், பலி செலுத்தும் ஆசாரியனும், பரிசுத்த பங்கைத் தேவனுக்குச் செலுத்திய பிறகு, அனைத்து பலிகளிலிருந்தும் (தகனபலி தவிர) தங்களுக்கென்று நியமிக்கப்பட்ட இறைச்சிகளைப் பெற்றனர். தகனபலி விஷயத்தில், தோலைத் தவிர முழுவதும் பலிபீடத்தில் சுட்டெரிக்கப்பட்டது. இது பலி செலுத்திய ஆசாரியனுக்கு அவனுடைய பங்காகக் கொடுக்கப்படும். ஆசாரியர்கள் தோல்களைப் பதனிட்டு, கூடாரங்கள், பைகள், இடைக்கச்சைகள் மற்றும் பலவற்றைத் தயாரிக்க அவற்றைப் பயன்படுத்தலாம் அல்லது தோல் பதனிடுபவர்களுக்கு விற்கவும் முடியும். இரண்டிலுமே, அது அவர்களுக்கு ஒரு வருமானதிற்கான ஆதாரமாக விளங்கியது.

மற்ற பலிகளில், பலிசெலுத்துபவரும் ஆசாரியரும் ஒரே குடும்பமாகப் பகிர்ந்து கொள்ளுமாறு பங்குகள் வகுக்கப்பட்டது. இந்தப் பலிகள் ஒரு மனிதனைத் தேவனுக்கு முன்பாகக் குற்றமற்றவனாக்கிய படியினால் இவை அடிக்கடி அரங்கேற்றப்பட்டு விருந்துகளாக மாறின. மக்கள் இந்த விருந்துகளை ஆவலுடன் எதிர்பார்த்து, ஒவ்வொரு ஆண்டும் இந்த பலிகளில் பங்கேற்பதை

ஒரு பாரம்பரியமாக மாற்றினர். யூத குடும்பங்கள் தேவனுடைய கூடாரம் இருந்த இடத்திற்குச் செல்வது கிட்டத்தட்ட ஒரு புனித யாத்திரை போல இருக்கும். அவர்கள் தேவனுக்குப் பலிகளைச் செலுத்தி, தங்கள் முழு குடும்பங்களுடனும் தங்கள் பங்குகளைக் கொண்டு விருந்து செய்து, ஆசீர்வதிக்கப்பட்டவர்களாக வீடு திரும்புவார்கள். இந்த விருந்துகள் மற்றவற்றைப் போலல்ல. காரணம், தங்கள் பாவங்கள் இரத்தத்தினால் மூடப்பட்டிருக்கின்றன என்பதையும், தேவன் அவர்களை ஆசீர்வதிக்கிறார் என்றும் அவர்கள் அறிந்திருந்த படியினால் அதில் ஒரு நிறைவைக் கொண்டிருந்தனர்.

சவுலை ஆட்சியிலிருந்து தேவன் தள்ளிய சிறிது காலத்திற்குப் பிறகு, அவர் சாமுவேலிடம் பெத்லகேமுக்குச் சென்று சவுலின் இடத்திற்கு ஈசாயின் மகன்களில் ஒருவனான 'கர்த்தருடைய இருதயத்திற்கு ஏற்ற ஒரு மனிதனை' அபிஷேகம் செய்யும்படி கட்டளையிட்டார். தாவீதைத் தேர்ந்தெடுக்க சாமுவேல் தேவனால் வழிநடத்தப்பட்டான், ஆரம்பத்தில் பலி விருந்துக்குத் தனது தந்தை மற்றும் மற்ற மகன்களுடன் தாவீது வரவில்லை. தாவீதை ஈசாய் அசட்டையாக எண்ணினான் என்று பலர் கூறினாலும், தாவீது தனது தந்தையின் சிறு மந்தையைக் கவனித்துக்கொள்வதிலும், தனது வேலையைத் தீவிரமாக எடுத்துக்கொள்வதிலும் மிகவும் உண்மையுள்ள மகனாக இருந்தான் என்று நான் கூறுவேன். அத்துடன், தந்தையின் பார்வையில் தாவீது சிறுவனாக இருந்தான் என்றே நான் நம்புகிறேன். தாவீதுடன் (அவன் ஒரு மேய்ப்பனாக இருந்தான்) ஒப்பிடும்போது, அவனது மூத்த மூன்று சகோதரர்கள் இஸ்ரவேல் இராணுவத்தில் பணிபுரிந்தனர். அவர்கள் தங்கள் தந்தையுடன் சுவையான விருந்துக்குச் சென்றனர். ஆனாலும் என்ன பிரயோஜனம்? தாவீது அங்கே வந்து சேரும்வரைக்கும் ஒருவராலும் உணவருந்த முடியவில்லை. சாமுவேல் எழுந்து அவருடைய சகோதரர்கள் மத்தியில் தாவீதை அபிஷேகம் செய்தான். இந்தத் தருணமும் அதைத் தொடர்ந்து நடந்த விருந்தும் இந்த இளம் ஆடு மேய்க்கும் சிறுவனுடைய வாழ்வில் மிகவும் முக்கியதுவும் வாய்ந்தவை. அவ்வளவு பெரிய மரியாதையை அவன் சற்றும் எதிர்பார்க்கவில்லை. ஆவியானவர் அவனுடைய கண்களைத் திறந்தபோது, தேவன் தன் மீது வைத்த அளவற்ற அன்பை தாவீது புரிந்துகொண்டிருப்பான். இந்த பந்தி நிச்சயமாக அவனுக்குச் சிறப்பு வாய்ந்தது, ஏனென்றால் இதற்குப் பிறகு, அவன் ஒரு வீரனாகவும், ஒரு திறமையான சுரமண்டலம் வாசிப்பவனாகவும், போர் புரிபவனாகவும், பேச்சில் விவேகமானவனாகவும் மற்றும் அழகானவன் என்றும் அறியப்பட்டான்! தாவீது முதலில் என்னவாக இருந்தான் என்பதற்கும்

அபிஷேகத்திற்குப் பிறகு அவன் என்னவாக மாறினான் என்பதற்கும் உள்ள வித்தியாசத்தைத் தெளிவாகக் காண முடிகிறது. சிங்கங்கள், கரடிகள், கோலியாத், பெலிஸ்தியர், அமலேக்கியர் ஆகியோருடன் அவன் தைரியமாகப் போராட இது அடித்தளமாக அமைந்தது. இறுதியாக அவன் முப்பது வயதில் யூதாவின் ராஜாவாக முடிசூட்டப்பட்டான். இந்த பந்தியின் விளைவு அவன் பூமியில் வாழ்ந்த நாட்களிலெல்லாம் தொடர்ந்தது.

"பந்தியின்" முக்கியத்துவத்தை அறிந்து கொண்ட நாம் இப்போது எதிரிகளின் குணாதிசயத்தைப் பற்றிப் பார்ப்போம். தேவனுடைய பிள்ளைகளுக்கு எதிரிகள் எல்லா வடிவங்களிலும் அளவுகளிலும் வருகிறார்கள். ராட்சச உருவம், அதிநவீன ஆயுதங்கள், இரும்பு ரதங்கள், திறம் வாய்ந்த குதிரைகள், ஈட்டிகள் மற்றும் மிகவும் கீழ்த்தரமான ஆவி ஆகியவை இதில் அடங்கும். அவர்கள் அனைவருக்கும் ஒரேவிதமான நோக்கம் இருந்தது: நிலத்தையும் அதிகாரத்தையும் பிறரிடமிருந்து அபகரிப்பது. எதிரிகள் தந்திரமானவர்கள், மிருகத்தனமானவர்கள், காட்டுமிராண்டிகள். அத்தகைய ஒரு எதிரியிடமிருந்து (எகிப்து) விடுதலை பெற்று வருகையில் கர்த்தர் தம்முடைய பிள்ளைகளுக்காக பஸ்காவை ஏற்படுத்தினார். இது அவர்கள் எகிப்திலிருந்து விடுவிக்கப்படுவதற்கு முந்தைய இரவு முதன்முதலாக அனுசரிக்கப்பட்டது. அந்த நேரத்தில் கடின இருதயம் கொண்ட பார்வோனின் ஆணவத்தால் ஏற்பட்ட பேரழிவில் எகிப்து தள்ளாடிக் கொண்டிருந்தது. தேர்ந்தெடுக்கப்பட்ட பஸ்கா ஆட்டுக்குட்டி (இது மேசியாவைக் குறிக்கிறது) முதல் மாதத்தின் பதினான்காம் தேதி அந்திசாயும் நேரத்தில் பலியிடப்பட்டது. அதன் இரத்தம் வீட்டுவாசல் நிலைக்கால்கள் இரண்டிலும் நிலையின் மேற்சட்டத்திலும் ஈசோப்பு கொண்டு (குறிப்பாக அவர்களின் முதல் மகனைப் பாதுகாக்க) தெளிக்கப்பட்டது. மேலும் நெருப்பில் சுடப்பட்ட பஸ்கா ஆட்டுக்குட்டி கசப்பான கீரையுடனும் மற்றும் புளிப்பில்லாத அப்பத்துடனும் புசிக்கப்பட்டது. அதன் ஒவ்வொரு பகுதியும் முக்கியமானது. விடியும் வரை மீதமிருக்கும் அனைத்தும் சுட்டெரிக்கப்பட வேண்டும். இடுப்பில் கச்சையும், காலில் பாதரட்சையும், கையில் தடியும் வைத்துக் கொண்டு வேக வேகமாக இதைப் புசிக்க வேண்டும். ஏனென்றால் அவர்களின் விடுதலையும் அவ்வளவு வேகமாகவே இருந்தது! அவர்கள் பஸ்கா விருந்தை புசித்தவுடன், தங்கள் அடிமைத்தன தேசத்திலிருந்து அவசர அவசரமாக அனுப்பப்பட்டார்கள். இரட்சகராகிய இயேசு கிறிஸ்து வெளிப்படும் வரைக்கும் நேரில் இது தேவனுக்கும் அவர்களுக்கும் இடையிலான நித்திய உடன்படிக்கையாக இருந்தது. அவர்கள் எகிப்திலிருந்து விடுதலையடைந்த காலத்திலிருந்தும்,

வாக்குப்பண்ணப்பட்ட தேசத்திற்குள் நுழைந்து அதைச் சுதந்தரித்த பிறகும்கூட இந்த உடன்படிக்கை அவர்களுடைய எதிரிகளுக்கு எதிராக இயற்கைக்கு அப்பாற்பட்ட வெற்றிகளைத் துவங்கி முடித்து வைத்தது. ஒவ்வொரு ஆண்டின் தொடக்கத்திலும் (முதல் மாதத்தின் 14 ஆம் தேதி) இந்த பஸ்காவை ஆசரிக்கும்படி ஏற்படுத்தப்பட்டது. தேவன் செய்த நன்மைகளை நினைத்து ஆண்டு தொடங்கியது. இந்த ஆசரிப்பு தேவனுக்கு விலையேறப்பெற்றது. ஏனென்றால், அது அவருடைய பிள்ளைகளுக்கு வல்லமையான விடுதலையின் அறிவிப்பாக இருந்தது. மேலும், இது மனிதனைத் தேவனிடமிருந்து பிரித்த வீழ்ச்சிக்கான இறுதி தீர்வாக இருந்தது. 'பந்தியில்' மிக முக்கியமானது இதுதான்.

கர்த்தராகிய இயேசு தம் சீடர்களுடன் அனுசரித்த இறுதி பஸ்காவில், இந்த நிழலை அவர் நிஜமாக்கினார். இந்த பஸ்காவை தமது சீஷர்களுடன் "மேல் வீட்டறையில்" அனுசரிக்க வாஞ்சையாய் இருந்ததாகக் கூறினார். இராப்போஜனத்திற்குப் பிறகு, அவர் புளிப்பில்லாத அப்பத்தை எடுத்து, அதற்காகத் தேவனுக்கு ஸ்தோத்திரம் செலுத்தி, அதைப் பிட்டு, தம்முடைய சீஷர்களுக்குக் கொடுத்து, தம்மை நினைவுகூர்ந்து, அதைப் புசிக்கும்படி கூறினார். அவ்வாறே, அவர் திராட்சை ரசத்தை (புளிக்காத திராட்சை சாறு) எடுத்து அதை ஆசீர்வதித்து, "என்னை நினைவு கூறும்படி" இதைச் செய்யுங்கள் என்றார். இதில் வரும் "என்னை நினைவு கூறும்படி" என்பதன் அர்த்தம் என்னவாக இருக்கும்? அதை முதலில் புரிந்து கொள்வோம்.

வரலாறு முழுவதும், தேவன் மனிதர்கள் மூலமாகத் தீர்க்கதரிசனம் உரைத்து, இரட்சகராகிய அவருடைய நேச குமாரனாகிய நம்முடைய கர்த்தராகிய இயேசு கிறிஸ்துவின் சிலுவை மரணத்தைப் பலிகள் மூலம் நிரூபித்துக் காட்டினார். ஆனால் துரதிர்ஷ்டவசமாக, இரட்சகர் சிலுவையில் மரிக்கும்பரியந்தம், ஒரு மனிதன் கூட இந்த சத்தியத்தை முழுமையாகப் புரிந்து கொள்ளவில்லை. ஆபிரகாம், தாவீது மற்றும் சில தேவ மனிதர்கள் இதைப் புரிந்து கொள்வதில் மிக நெருக்கமாக வந்தும், இரட்சகராகிய இயேசு கிறிஸ்து வெளிப்படுவதற்கு முன்பே அவர்கள் பிதாக்களுடன் சேர்க்கப்பட்டார்கள். மக்கள் படிப்படியாக பஸ்காவை ஒரு சடங்காக மாற்றினர், உண்மையான அர்த்தம் மங்கிக்கொண்டிருந்தது. அவர்கள் ஒருவருக்கொருவரின் உண்மைகள் மற்றும் நம்பிக்கைகள் ஒரே நேர்கோட்டில் இருந்திருந்தால், அவர்கள் அனைவரும் கர்த்தராகிய இயேசு கிறிஸ்து பூமியில் சஞ்சரித்தபோது அவரை விசுவாசித்திருப்பார்கள். கடைசி இராப்போஜனத்தின் போது கூட, கர்த்தராகிய

இயேசு என்ன செய்கிறார் என்பதன் அர்த்தத்தை அவருடைய சீடர்கள் யாரும் முழுமையாகப் புரிந்து கொள்ளவில்லை. அவருடைய பூமிக்குரிய ஊழியத்தின் மூன்றரை ஆண்டுகள் முழுவதும் அவர்கள் அவருடன் இருந்தனர். அவர் நிறைவேற்றப்போகிற மீட்பைப் பற்றி மீண்டும் மீண்டும் கூறினார். ஆனாலும் இந்த முக்கியமான சத்தியத்தை அவர்கள் புரிந்து கொள்ளவில்லை. பரிசுத்த ஆவியானவர் பெந்தெகொஸ்தே நாளில் அவர்கள் மீது இறங்கியவுடன் இதன் உண்மையான அர்த்தத்தை அவர்களுக்கு வெளிப்படுத்தினார். இந்த கடைசி இராவிருந்தில், கர்த்தராகிய இயேசு மீண்டும் ஒருமுறை தாம் பலியாகப் போவதன் முக்கியத்துவத்தை அவர்களுக்கு மீண்டும் வலியுறுத்தி, ஏற்கனவே இருந்த பஸ்கா பலியிலிருந்து அவர்களின் கவனத்தை தம்மீது திருப்பினார் - இது நித்திய உடன்படிக்கை! இந்த பலியிடுதல் நிறைவேறியபிறகு, நிறைவேற்றப்பட வேண்டிய வேறு பலி எதுவும் தேவையில்லை. அதுவரை தேவன் தம்முடைய பிள்ளைகள் கடைப்பிடிக்க வேண்டுமென்று கட்டளையிட்ட அனைத்திற்கும் பரிபூரண பலியாகவும் ஒரே பலியாகவும் கடைசி பலியாகவும் அது இருந்தது.

மனுகுலத்தின் பாவத்திற்கான மொத்த தண்டனையையும் அவர் தாமாகவே முன் வந்து ஏற்றுக் கொண்டார். மேலும் 'மனுகுலம்' முழுமையாக மன்னிக்கப்பட்டது. ரோமர் 8:3-ல் கூறப்பட்டுள்ளபடி, மாம்சத்தினாலே பலவீனமாயிருந்த நியாயப்பிரமாணம் செய்யக்கூடாததைத் தேவனே செய்யும்படிக்கு, தம்முடைய குமாரனைப் பாவ மாம்சத்தின் சாயலாகவும், பாவத்தைப் போக்கும் பலியாகவும் அனுப்பி, மாம்சத்திலே பாவத்தை ஆக்கினைக்குள்ளாகத் தீர்த்தார். அதே நேரத்தில் தேவனுடைய ஆவியானவர் மனிதன் செய்த பாவத்தால் தீண்டப்படாமல் பரிசுத்தமாக இருந்தார். எனவே தான் நம் சரீரம் (பலவீனம், நோய் முதலான) மற்றும் ஆத்துமாவுக்கு எதிரான ஒவ்வொரு தீமையும் (மனச்சோர்வு, பதட்டம், மன பிரச்சினைகள் போன்றவை) இரண்டாயிரம் ஆண்டுகளுக்கு முன்பே நம் கர்த்தரால் சுமந்து தீர்க்கப்பட்டது. நமது ஆத்துமாவிலும் சரீரத்திலும் உள்ள இந்த பலவீனங்கள் பாவத்தின் நேரடி விளைவாக இருந்தன - ஆதாமும் ஏவாளும் பிசாசானவனுக்குத் திறந்து கொடுத்த கதவால் வந்த விளைவுகள் இவை. இந்த பாவம் என்னும் மரணம் சிருஷ்டிப்பின் பெரும்பகுதியையும் பாதித்தது. ஆனால் தேவன் நம்மைக் கைவிடவில்லை. கர்த்தராகிய இயேசு கிறிஸ்து பலியிடப்பட்டது இவை அனைத்திற்கும் ஒரு பரிபூரண பதிலாகவும் அதற்கு அதிகமாகவும் இருந்தது. சர்வவல்லமையுள்ள தேவன் உலகத்தாருடைய பாவங்களை எண்ணாமல்,

கிறிஸ்துவுக்குள் அவர்களைத் தமக்கு ஒப்புரவாக்கினார் (2 கொரிந்தியர் 5:19). இந்த ஒப்புரவாகுதல் கல்வாரி சிலுவையில் நிறைவேற்றப்பட்டது. இது நம் பிதாவாகிய தேவனால், நிகழ்கால மற்றும் எதிர்கால சந்ததியினருக்கு தேவனுடைய பந்தியின் மூலமாக வல்லமையான நித்திய கட்டளையாக ஏற்படுத்தப்பட்டது.

புதிய உடன்படிக்கை விசுவாசிக்கு, "இராப்போஜனமே" அந்த பந்தி ஆகும். இது நம்முடைய கர்த்தராகிய இயேசு கிறிஸ்துவை நினைவு கூறும்படி அவரால் ஏற்படுத்தப்பட்டதாகும். இது நமது இராட்சகரால் செய்து முடிக்கப்பட்ட வல்லமையான நினைவு கூறுதலாகும். அதன் அர்த்தம் ஆழமானது! அதன் அர்த்தத்தை நாம் அறியாதவர்களாக இருந்தால், மீட்பு அல்லது இரட்சிப்பின் மிக முக்கியமான நோக்கத்தை நாம் இழக்கக் கூடும். பஸ்கா ஆட்டுக்குட்டி புளிப்பில்லாத அப்பம் மற்றும் திராட்சை ரசம் பற்றிய நோக்கத்தை அவர் நிறைவேற்றியதன் மூலம் (எதிர்காலத்தில் எந்த மிருக பலிகளையும் அனுசரிக்க வேண்டிய அவசியத்தை உண்மையில் ரத்து செய்ததின் மூலம்), மேசியாவைப்பற்றி காலங்காலமாக உரைக்கப்பட்ட தீர்க்கதரிசனத்தை அவர் நிறைவேற்றினார். இயேசுகிறிஸ்துவினுடைய சரீரம் ஒரேதரம் பலியிடப்பட்டதினாலே, அந்தச் சித்தத்தின்படி நாம் பரிசுத்தமாக்கப்பட்டிருக்கிறோம். அவருடைய பலி எல்லா காலத்திற்கும் எல்லா மக்களுக்கும் **ஒரே ஒரு முறை** மட்டுமே என்று எபிரெயர் 10:10 லிருந்து 12 வரை தெளிவாகக் கூறுகிறது. எனவே, அவர் பாஸ்கா பலிக்கு முற்றுப்புள்ளி வைத்தார் (நிறைவேற்றப்பட வேண்டியதை நிறைவேற்றினார்). மேலும் பரிசுத்த பந்தியை ஏற்படுத்தினார் (ஏற்கனவே நிறைவேற்றப்பட்டதை அனுசரித்தல்). புளிப்பில்லாத அப்பமும் திராட்சரசமும் அவருடைய சரீரத்தையும் இரத்தத்தையும் அடையாளப்படுத்துகின்றன. **"நம்முடைய மீறுதல்களினிமித்தம் அவர் காயப்பட்டு, நம்முடைய அக்கிரமங்களினிமித்தம் அவர் நொறுக்கப்பட்டார்; நமக்குச் சமாதானத்தை உண்டுபண்ணும் ஆக்கினை அவர்மேல் வந்தது; அவருடைய தழும்புகளால் குணமாகிறோம்"** (ஏசாயா **53:5**) என்று தீர்க்கதரிசனம் உரைக்கப்பட்டது. அப்போஸ்தலனாகிய பேதுரு "அவருடைய தழும்புகளால் குணமடைந்தோம்" என்பதை உறுதிப்படுத்தினான். ஆத்துமாவிலும் சரீரத்திலும் இன்று மனிதர்களைத் தாக்கும் ஒவ்வொரு நோயும் சுமந்து தீர்க்கப்பட்டது. **இதுதான் உண்மை!** இந்த சத்தியத்திற்கு நம் மனதைப் புதுப்பித்து, எவ்வளவு ஆழமாகச் சரியான விசுவாசத்தில் தொடர்ந்து நிலைத்து நிற்கிறோமோ, அவ்வளவு வேகமாக நம் விடுதலையைப் பெறுகிறோம். தேவன்

நமக்கு எந்த நன்மையையும் தடுக்கவில்லை. ரோமர் 8:32 ஒரு பொன்னான வசனம், அது கூறுகிறது, **"தம்முடைய சொந்தக்குமாரனென்றும் பாராமல் நம்மெல்லாருக்காகவும் அவரை ஒப்புக்கொடுத்தவர், அவரோடே கூட மற்ற எல்லாவற்றையும் நமக்கு அருளாதிருப்பதெப்படி?"** என்று. இந்த வசனம் தொடர்ந்து நம் இருதயங்களில் பேசிக்கொண்டே இருக்கட்டும். இதனால் அவர் நமக்காக நன்மைகளை வைத்திருக்கிறார் என்பதை முழுமையாக அறிந்து கொள்வோம். இது நம் வாழ்வைக் கெடுத்துப்போடும், சாத்தானைத் தாக்கும் ஆயுதமாக இருக்கட்டும். இந்த சத்தியத்தை முழுமையாக ஏற்றுக்கொள்வதும், அங்கீகரிப்பதும் நம்மை தோற்றுப்போனவர்களுக்குப் பதிலாக ஜெயிப்பவர்களாக மாற்றுகிறது. இந்த சத்தியத்தை அறியாமையால் நாம் தேவனைத் தவறாகப் புரிந்துகொண்டு அவரைப்பற்றி பொய்யான குற்றச்சாட்டுகளை வைக்கிறோம். **புத்திசாலித்தனமாகத் தேர்ந்தெடுங்கள்!**

இரத்தம் உயிர்வாழ்வதற்கு மிகவும் முக்கியமானது என்பதை நம்மில் பெரும்பாலோர் அறிவோம். இரத்தம் இல்லை என்றால், உயிரும் இல்லை. மருத்துவ துறையில் இரத்தம் மிகவும் அவசியமானது. உடலில் இருக்கும் இந்த திசுவின் மகத்துவத்தையும் நாம் குறைத்து மதிப்பிட முடியாது. உடலில் ஏதேனும் அசவுகரியம் ஏற்பட்டால், முதலில் இரத்த பரிசோதனை செய்யப்படும். இதுதான் நோயைக் கண்டறிவதற்கான இன்றியமையாத பகுப்பாய்வு ஆகும். இதன் அடிப்படையில், நோய் கண்டறியப்பட்டு, சிகிச்சை தொடங்கப்படுகிறது. அல்லது மேலும் குறிப்பிட்ட ஆய்வுகளும் செய்யப்படுகின்றன. ஆனால் பலவருடங்களுக்கு முன்பு எழுதப்பட்ட பரிசுத்த வேதாகமம் இரத்தம் பேசியதை உறுதிப்படுத்துகிறது (ஆதியாகமம் 1:10); ஆம் உண்மையில், ஆபேலின் இரத்தம் பூமியிலிருந்து கர்த்தரை நோக்கிக் கூப்பிட்டது! அது என்ன என்று கூப்பிட்டது? எபிரெயர் 12:24 அதற்குப் பதிலளிக்கிறது; அது நீதிக்காக கூப்பிட்டது. கர்த்தராகிய இயேசுவின் இரத்தம் ஆபேலின் இரத்தம் பேசியதை பார்க்கிலும் அதிக (நன்மையான) விஷயங்களைப் பேசுகிறது! அவருடைய இரத்தம் பிதாவிடம் நமக்காக நன்மையானவைகளைப் பேசுகிறது. நமது இரட்சகரின் இரத்தம் முற்றிலும் பரிசுத்தமானது (பாவமற்றது). அவருடைய சரீரம் பழுதற்றது. அவர் பழுதற்ற பலி. அவருடைய சரீரத்தில் நம்முடைய எல்லா தண்டனையையும் சுமந்து தீர்த்தும், அவருடைய இரத்தம் நம்மைப் பரிசுத்தப்படுத்திக் கொண்டும் இருக்கிறது. அனைத்து சிருஷ்டிப்புகளையும் பரிசுத்தப்படுத்துவதற்காக அவருடைய ஒவ்வொரு துளி இரத்தமும்

சிந்தப்பட்டது. தண்டனைக்குப்பதில் அவரது மாம்சம் பிய்க்கப்பட்டது, அதே சமயம் நம்மை பரிசுத்தப்படுத்தும்படிக்கு அவரது இரத்தம் சிந்தப்பட்டது. இன்று, இந்த இரண்டு தேவனுடைய செயலின் காரணமாக நாம் பரிசுத்தமாகவும் பழுதற்றவர்களாகவும் ஆக்கப்பட்டுள்ளோம். அவரது சரீரம் பிய்க்கப்பட்டு, அவரது இரத்தம் சிந்தப்பட்டதன் மூலம் பரிபூரண மீட்பு உண்டாயிற்று.

பழைய உடன்படிக்கை பலிகளுக்கும் கர்த்தருடைய பலிக்கும் உள்ள வித்தியாசத்தை இப்போது நீங்கள் காண்கிறீர்களா? பழைய உடன்படிக்கை பலியின் கீழ், மிருகம் மிகவும் வலியற்ற முறையில் கொன்று பலிசெலுத்தப்பட்டது (சந்தேகமில்லை). இரத்தத்தின் ஒவ்வொரு சொட்டும் சிந்தப்பட்டது (உயிர் இரத்தத்தில் உள்ளது). அது முற்றிலும் இறந்தவுடன், அதன் உடல் பங்கு பங்காகப் பிரிக்கப்பட்டது. ஒவ்வொரு பங்கும் அதன் நோக்கத்தை நிறைவேற்றியது. அதன் ஒரு பகுதி பலிபீடத்தில் எரிக்கப்பட்டது, மீதமுள்ளவை ஆசாரியர்கள் மற்றும் பலி செலுத்துபவரால் சமைக்கப்பட்டு உண்ணப்பட்டன (தகனபலி தவிர). மனிதனின் பாவத்தை மன்னிப்பதற்காக இரத்தம் சிந்தப்பட்டது. ஆனால் அது (பாவத்தை) ஒருபோதும் நிவிர்த்தி செய்யவில்லை. இதனால்தான் இந்த பலிகளுக்குக் காலாவதி தேதி இருந்தது. எனவே ஒவ்வொரு ஆண்டும் மீண்டும் பலிசெலுத்த வேண்டியது அவசியமாயிருந்தது. பலியின் இரத்தம் ஆசரிப்புக் கூடாரத்தின் பனிமூட்டுகளைச் சுத்திகரிப்பதற்கும், பிரதான ஆசாரியனை அபிஷேகம் செய்வதற்கும், குஷ்டரோகிகள் சொஸ்தமடையும் போது அவர்களைச் சுத்திகரிப்பதற்காகவும், அவர்கள் மீது தெளிக்கப்படுவதற்கும் பயன்படுத்தப்பட்டது. ஆனால் நமது இரட்சகரின் பலி பாவத்தை முற்றிலுமாக அழித்து, நமது இருதயங்களையும் மனசாட்சியையும் பாவத்திலிருந்தும் அதன் குற்ற உணர்விலிருந்தும் சுத்திகரித்தது. கர்த்தராகிய இயேசுவின் பலி இறுதியானது, ஒருபோதும் மீண்டும் ஒருமுறை நடக்காது. இது நித்திய உடன்படிக்கை. **இன்று, பாவம் பிரச்சனை அல்ல; சத்தியத்தைப்பற்றிய நமது அறியாமையே!** அப்படியே நீங்களும், உங்களைப் பாவத்திற்கு மரித்தவர்களாகவும், நம்முடைய கர்த்தராகிய இயேசுகிறிஸ்துவுக்குள் தேவனுக்கென்று பிழைத்திருக்கிறவர்களாகவும் எண்ணிக்கொள்ளுங்கள். ஆகையால், நீங்கள் சரீர இச்சைகளின்படி பாவத்திற்குக் கீழ்ப்படியத்தக்கதாக, சாவுக்கேதுவான உங்கள் சரீரத்தில் பாவம் ஆளாதிருப்பதாக (ரோமர் 6:11, 12). **நம்முடைய கர்த்தராகிய இயேசு கிறிஸ்து நமக்காக பூரணபலியாய் ஒப்புக்கொடுக்கப்பட்டதும், அவரால் சிலுவையில் செய்து**

முடிக்கப்பட்டதுமான இவ்விரண்டு செயல்களும் நம் மனதைப் புதுப்பித்துக் கொள்ள போதுமானவை.

இரத்தம் மட்டுமே பேசுவதில்லை. வசனத்தில் வரும் மரங்கள், கடலின் அலைகள், பூமி, வான மண்டலங்கள், கற்கள், பாறைகள் போன்றவை பண்டைய நாட்களிலிருந்து உடன்படிக்கைகளுக்குச் சாட்சியாக ஏற்படுத்தப்பட்டிருப்பதை நாம் காணலாம். ஆபிரகாமின் சந்ததியினர் வானத்திலுள்ள நட்சத்திரங்களைப் போலவும், கடற்கரை மணலைப் போலவும் எண்ணற்றவர்களாக இருப்பார்கள் என்று தேவன் ஆபிரகாமுக்கு வாக்குக் கொடுத்தபோது, நட்சத்திரங்களும் மணலும் சாட்சிகளாக நின்றன! யோசேப்புக்குச் சொப்பனத்தில் மற்ற கதிர்கள் அவன் கதிரை குனிந்து வணங்கியது. இந்த வாக்குத்தத்தம் பஞ்ச காலத்தில் நிறைவேற்றப்பட்ட போது கதிர்களும் அந்த வாக்குத்தத்தில் சாட்சியாக நின்றன. நீங்கள் முழு மனதுடன் தேவனுடைய வார்த்தையை நம்பலாம். எந்த தர்க்கமும் அறிவும் அதை எதிர்த்து நிற்க முடியாது.

இருப்பினும், பிசாசானவன் தேவனுடைய நியமங்களைப் புரட்டினான், காலங்காலமாக மக்கள் எவ்வாறு அவனுடைய தந்திரங்களால் ஏமாற்றப்பட்டுக் கொண்டிருக்கிறார்கள் என்பதை நான் உங்களுக்குக் காண்பிக்கிறேன். இரத்தம் என்பது பரிசுத்தம் என்று எண்ணுவதற்குப் பதிலாக, வஞ்சிக்கப்பட்டவர்கள் தங்கள் கலாச்சாரங்கள் மற்றும் நாகரிகங்களில் ஒரு சுத்திகரிப்பு சடங்காக இரத்தத்தைக் குடிக்கத் தொடங்கினர். மேலும் இரத்தத்தை தங்கள் உணவில் தொடர்ந்து எடுத்துக் கொள்ளத் தொடங்கினர் (இந்த நடைமுறை இன்றும் எனது நாட்டிலும் மாநிலத்திலும் தொடர்கிறது). அவர்கள் பன்றிகள் போன்ற அசுத்தமான மிருகங்களைப் பலிகளாகச் செலுத்தினர், தங்கள் சிலைகளுக்கு நரபலிகளையுங்கூட செலுத்தினர். சாத்தான் மிகவும் தூய்மையாகவும் பரிசுத்தமாகவும் இருந்த ஒன்றை எடுத்து, வஞ்சிக்கப்பட்ட மனிதர்களைக் கொண்டு அதை கறைப்படுத்தினான். பரிசுத்த வேதாகமத்திலிருந்த பரிசுத்தவான்கள் ஆரம்பத்திலிருந்தே இரத்தத்தின் முக்கியத்துவத்தை அறிந்திருந்தனர், அதைப் பரிசுத்த பலியாக எண்ணினர்.

பந்தி என்பது, ஒரு பழைய உடன்படிக்கை பரிசுத்தவான்களுக்கு மேசியாவால் நிறைவேற்றப்படும் வாக்குறுதிக்காக எதிர்நோக்கிக் கொண்டிருப்பதாக இருந்தது. அதேசமயம், புதிய உடன்படிக்கை விசுவாசிகளுக்கு, பந்தி என்பது (ராப்போஜனம்) அவரது முடிக்கப்பட்ட செயலின் நற்செய்தியாகும். கர்த்தராகிய இயேசு உயிர்த்தெழுந்த அதே நாளில், எம்மாவு பட்டணத்தில்

தம்முடைய இரண்டு சீடர்களோடு அப்பம் பிட்டபோது **அவர்களுடைய கண்கள் திறக்கப்பட்டு,** இதுவரை அவர்களோடு நடந்து பேசினவர் கர்த்தர் என்பதை அவர்கள் அறிந்து கொண்டபோது, இந்த பந்தியை ஆசரிப்பதன் முக்கியத்துவத்தை எடுத்துரைத்தார். இந்த நிகழ்வு உங்களுக்குப் புரிய வைக்கிறதா? நாம் கர்த்தருடைய பந்தியில் பங்கெடுக்கும்போது, அவரை **அறியும் அறிவை அடையும் படிக்கு நமது கண்கள் திறக்கப்படுகின்றன!** ஏனென்றால் அது தேவன் தம்முடைய நேசகுமாரன் மூலமாக நம்மோடு செய்த உடன்படிக்கை. இதில் அவர் தீவிரமாக இருக்கிறார்!

பரிசுத்த இராப்போஜனம் என்பது ஆண்டவர் நம் எதிரிகளின் முன்னிலையில் நமக்கு முன்பாக அமைத்த "பந்தி" ஆகும் - வறுமை, பற்றாக்குறை, நோய், மனச்சோர்வு, அடக்குமுறை, வலி, நோய்கள், விபத்துகள், பேரிடர்கள், பஞ்சம், ஆபத்துகள், அல்லது தீமை மற்றும் மரணம் என்ற வரையறையில் கீழ் வருமனைத்தும். இவற்றுக்கெல்லாம் மேலான ஜெயம் நமது இரட்சகரின் சிலுவை மரணமும், அதைத் தொடர்ந்து உயிர்த்தெழுதலும். மரணம் அவரால் ஜெயமாக விழுங்கப்பட்டது! இன்று நாம் ஆராதிக்கும் ராஜா அவர். நாம் அவருடைய ராஜ்யத்தின் பிரஜைகள். அந்த இராஜ்ஜியம் இங்கே பூமியிலே பிரத்தியட்சமாய் உள்ளது. அவருடைய ராஜ்ஜியம் தொலைவில் இல்லை, அது இங்கே இந்த பூமியில் தான் இருக்கிறது. அவருடைய நாமத்தைப் பயன்படுத்தும் பாக்கியத்தையும், நம்முடைய எதிரிகளை அடக்குவதற்கு அவருடைய பெயரில் உள்ள அதிகாரத்தைப் பயன்படுத்தும் உரிமையையும் அவர் நமக்குக் கொடுத்திருக்கிறார். உண்மையில், பயம், கவலை, விரக்தி அல்லது நம்பிக்கையின்மைக்கு இங்கு இடமில்லை. நம்முடைய எந்த எதிரியும் இனி நம் உயிருக்கு உரிமை கொண்டாட முடியாது என்ற இந்த அறிவுடனும் புரிதலுடனும் நாம் திருவிருந்தில் பங்கேற்க வேண்டும். சாத்தான் கர்த்தருடைய பந்தியை மிகவும் வெறுக்கிறான்; பந்தியானது நம்முடைய கர்த்தராகிய இயேசு கிறிஸ்து மூலம் நாம் பெற்ற நித்திய ஜீவனைப் பற்றிய நினைப்பூட்டுதல் போலவே. அது எதிராளியானவனின் நித்திய தோல்வியையப் பற்றிய நினைப்பூட்டுதலாகவும் இருக்கிறது. சர்வவல்லமையுள்ள தேவன், அண்டச் சராசரங்களையும் படைத்தவர், ராஜாதி ராஜா, கர்த்தாதி கர்த்தர், சர்வ வல்லமையுள்ளவர், ஜோதியில் ஜோதி, உன்னதமான தேவன், வானங்கள் மற்றும் பூமிக்குச் சொந்தக்காரர், ஏகச்சக்ராதிபதியாம் நம்முடைய கர்த்தராகிய இயேசு தம் சீடர்களுடன் கடைசி இராப்போஜனத்தில் பங்குகொள்ள ஆவலுடன் விரும்பியதற்குக் காரணம், கைவிடப்பட்டு

நம்பிக்கையற்ற மாந்தரைப் பணிவுடன் பார்த்து, நாம் செய்த இழிவான பாவங்களுக்கும் அவற்றின் விளைவுகளுக்கும் பதிலாக அவருடைய நீதியையும் சுதந்தரத்தையும் கொடுத்து நித்திய மீட்பை உண்டு பண்ணுவதற்காகத்தான். இது நாம் தேவனுடைய திருவிருந்தில் பங்கேற்கும் ஒவ்வொரு முறையும் இதை எண்ணிப்பார்க்க வேண்டும். நம் தேவனுடைய நன்மையையும் நம் மீதுள்ள அவரது அன்பின் ஆழத்தையும் அறிய நமக்கு யுகங்கள் கூட போதுமானதல்ல! இந்த உடன்படிக்கையின் பந்தியின் மூலம் பிதாவின் அன்பு நமக்குக் கிடைக்கிறது.

பவுல் கர்த்தருடன் கடைசி விருந்தில் கலந்து கொள்ளவில்லை. ஒருவேளை அவன் அந்த நேரத்தில் மற்ற பரிசேயர்களைப் போலவே நம் ஆண்டவர் மீது வெறுப்பை வளர்த்துக் கொண்டிருந்திருக்கலாம். ஆனால் அவன் மனந்திருந்தியபோது கர்த்தர் திருவிருந்தின் முக்கியத்துவத்தை அவனுக்கு வெளிப்படுத்தினார். அவனுடைய நிருபங்கள் பலவற்றில், திருவிருந்து அனுசரிக்கப்படுவதைப் பதிவு செய்ய பவுல் தவறியதில்லை. இன்றும் நாம் கர்த்தருடைய பந்தியில் பங்கெடுக்கும்போது, (1 கொரிந்தியர் 11:23-26) சிலர் 32ஆம் வசனம் வரையிலும் வாசிப்பைத் தொடர்கின்றனர். பல ஆண்டுகளாக, இந்த வெளிப்பாடு இல்லாமலே நான் திருவிருந்தில் பங்கேற்றேன். ஆனால் இப்பொழுது அப்படி இல்லை என்பதற்காக நான் இன்று தேவனுக்கு நன்றி செலுத்துகிறேன். இன்று, இந்த திருவிருந்து என் வாழ்க்கையின் தினசரி அங்கமாகும், அதை "அடிக்கடி" எடுக்கிறேன், அவர் திரும்பி வரும் வரை அவரது மரணத்தை நினைவு கூறுகிறேன், இப்படிச் செய்வதன் பலன்களை அறுவடை செய்கிறேன்!

"உங்களை நீங்களே சோதித்துப் பாருங்கள்" என்ற வார்த்தை மற்றும் "அபாத்திரனாய் பந்தியில் பங்கு பெறுதல்" போன்ற சில வார்த்தைகள் கர்த்தருடைய பந்தியில் பங்கு பெறுவதைப் பற்றிய நிறையக் குழப்பத்தையும் தயக்கத்தையும் மனிதர்களிடையே ஏற்படுத்தி வைத்திருக்கிறது. மேலும் ஒருவன் அப்பாத்திரனாய் கர்த்தருடைய பந்தியில் பங்கு பெற்றால் பலவீனம் மற்றும் சுகவீனமாவான் எனக் கூறுவதும் அதிக பயத்தை ஏற்படுத்துகிறது. இவை அனைத்திற்கும் காரணம் தேவனுடைய வார்த்தையைப் பற்றிய சரியான வெளிப்பாடு இல்லாமையே. கர்த்தருடைய பந்தியின் நோக்கம் நமக்கான கர்த்தருடைய மரணத்தை நினைவு கூறுவதும், எல்லா பாவங்களிலிருந்தும் கர்த்தருடைய சரீரமும் இரத்தமும் நம்மைச் சுத்திகரிக்கிறது என்பதையே

அறிவதும் என்று பவுல் கூறுகிறான். நாம் அபாத்திரர் என்று நம்மை நாமே நியாயந்தீர்ப்போமானால், எப்போதும் தேவன் எனக்கு அவசியம் என்றும் அறிந்திருந்தால், அவருடைய மன்னிப்பைப் பெறவும், ஏற்ற சமயத்தில் சகாயஞ் செய்யும் கிருபையை அடையவும் தைரியமாய் கர்த்தருடைய பந்திக்கு வருவோம். இந்த விஷயத்தில், கர்த்தருடைய இரக்கத்தின் பலி நமக்குத் தேவை. கிருபையினால், நம்முடைய பலவீனங்களில் அவருடைய பலன் பூரணமாக விளங்குகிறது. நம்மை நாமே நீதிமான்களாக நியாயந்தீர்ப்போமானால், இரட்சகரின் பலி தேவையில்லை அல்லவா? அப்படியானால் கர்த்தருடைய பந்தியில் வர வேண்டிய அவசியம் என்ன? அவர் நம்முடைய பாடுகளை ஏற்றுக் கண்டு நம்முடைய துக்கங்களை சுமந்து தீர்த்தார் என்பதை நாம் அறிந்திருந்தால், நாம் அவருடைய மாம்சத்திலும் இரத்தத்திலும் தைரியமாய்ப் பங்கெடுத்து, அதன் மூலம் அவருடைய தழும்புகளினாலே குணமாக்கப்பட்டோம் என்று பிரகடனப்படுத்துவோம். நம்மைத் தாக்கும் இருளின் அந்தகார சக்திகள் மற்றும் தாக்குதலுக்கு எதிராக இந்த அறிக்கையைச் செய்வோம். இது ஆவிக்குரிய ரீதியில் ஒரு பெரிய தாக்கத்தை ஏற்படுத்துகிறது. இப்படிப்பட்ட அறிக்கை குமாரன் பெற்றுத்தந்த விடுதலையைச் சரீர ரீதியிலும் வெளிப்படுத்துகிறது. நாம் அவரது பரிபூரண பலியை ஏற்றுக்கொண்டு, அதை அடிக்கடி அறிக்கை செய்யும்போது, அவரது தழும்புகளால் குணமாவதை நம் சரீரங்களில் காணலாம். அவர் நம்மை நீதிமான்களாகவும், தகுதியுடையவர்களாகவும் ஆக்கியிருப்பதால் இன்று நாம் அவருக்கு முன்பாக தைரியமாய் நிற்க முடியும். ஆகையால், அவருடைய நீதியினால் உண்டான அவருடைய மன்னிப்பு, குணமாக்குதல், முழுமை, உதவி, பெலன், பாதுகாப்பு மற்றும் அவர் நமக்குச் சுதந்தரித்து வைத்த அனைத்து நன்மைகளையும் நாம் நமக்குரியதாக்கிக் கொள்ளலாம். இப்படிப்பட்ட வெளிப்பாடுகளுடன் அவருடைய பந்தியில் நாம் பங்கெடுக்காதபோது, நாம் தொடர்ந்து பலவீனமாகவும், நோயுற்றவர்களாகவும், குறைவுள்ளவர்களாகவும், கர்த்தரின் சரீரத்தை (தகுதியற்ற முறையில்) பகுத்தறியாதவர்களாகவும் இருக்கிறோம். நீங்கள் இதைப் புரிந்துகொண்டு இந்த சத்தியத்தை நேரடி வெளிப்பாடாகப் பெறுவீர்கள் என்று நான் நம்புகிறேன், ஜெபிக்கிறேன்.

பூர்வ நாட்களில், பிறமத மக்களும்கூட இரத்தத்தினால் ஏற்படுத்தப்பட்ட உடன்படிக்கையை மீறுவதால் ஏற்படும் விளைவுகள் கடுமையாக இருக்கும் என்பதை அறிந்திருந்தனர். அதை மீறினால் தங்கள் உயிரை இழக்க நேரிடும்

என்று அவர்கள் அஞ்சியதால் அவர்கள் அதை மிகவும் தீவிரமாக எடுத்துக் கொண்டனர். தேவனுடைய இந்த உடன்படிக்கை இரட்சகரின் இரத்தத்தைச் சிந்தி முத்திரையிட்டு நமக்களித்த நமது தேவனுடைய உடன்படிக்கையை நாம் எவ்வளவு அதிகமாக மதிக்க வேண்டும்?

கிறிஸ்தவர்களாக, பலவீனம், நோய், குறைவு அல்லது ஏதேனும் எதிர்மறை இன்னும் நம்மை ஆட்கொண்டிருந்தால், அறியாமை நூறு சதவீதம் நம்மிடம் தான் உள்ளது. நாம் அதை மனத்தாழ்மையுடன் ஏற்றுக்கொள்ள வேண்டும். தேவனைக் குறை கூறவோ அல்லது 'அவருடைய மர்மமான வழிகள்', 'அவர் தமது சித்தத்தின்படி செய்கிறார்' என்றோ முத்திரை குத்தக் கூடாது. இது நம்மைப் பின்பற்றும் மக்கள் (புறஜாதி) சத்தியத்திலிருந்து வழிவிலகி தேவன் அவர்களுக்கென்று ஏற்படுத்தி வைத்திருக்கும் நன்மைகளைச் சுதந்திரிக்க விடாமல் செய்து விடும். இந்த முறையில் நம்மைத் தாழ்த்துவது உண்மையில் தேவனுடைய வல்லமையை நாம் எப்படியெல்லாம் தடை செய்கிறோம் என்பதை அறியத்தக்க நம் கண்களைத் திறக்கும். கர்த்தருடைய சரீரத்தைப் பற்றி அறிய, நாம் சத்தியத்தில் வேரூன்றும் வரை தேவனுடைய வார்த்தையைத் தியானிக்க வேண்டும். அப்பொழுது தேவனுடைய இரட்சிப்பை நாம் பெற்றுக்கொள்ளுவதற்கு நம்மிடம் எந்தத்தடையும் இருக்காது. **இது நம்மை 'அவருடைய மரணத்திற்கொப்பான மரணத்திற்குள்ளாகி, அவரையும் அவருடைய உயிர்த்தெழுதலின் வல்லமையையும், அவருடைய பாடுகளின் ஐக்கியத்தையும் அறிந்துகொள்ளும்படி செய்யும்'.** இது நாம் இந்த பூமியிலே பரத்தில் நடப்பது போல் நடக்கவும், நம்முடைய கர்த்தராகிய இயேசு கிறிஸ்துவின் நிறைவில் வாழவும் வழிவகை செய்கிறது. பெரும் கிரயத்தால் நமக்குக் கொடுக்கப்பட்ட நமது சுதந்திரத்தை நாம் அறியாதவர்களாக இருக்கக்கூடாது.

இந்த வசனத்தில் தாவீது அறிவித்த சத்தியம் நாம் சுவாசிக்கும் காற்றைப் போலவே நமக்கு இன்றியமையாதது! இந்த வெளிப்பாட்டில் நாம் வளரும்போது நமது கர்த்தரின் பந்தியில் பங்கேற்பதில் உற்சாகமடைவோம். தைரியமாகப் பந்தியில் பங்கு பெறுங்கள்! அடிக்கடி அதைச் செய்யுங்கள்! உங்கள் உயிரை உறிஞ்சும் எதிரிகளை ஓட விரட்டுங்கள்! உங்கள் எதிரிகள் பயத்தில் நடுங்கி ஓடட்டும். இது உங்களுக்கும் தேவனுக்கும் இடையில் உள்ளது; உங்களை எதுவும் தடுக்க வேண்டாம்!

5 (ஆ) என் தலையை எண்ணெயால் அபிஷேகம்பண்ணுகிறீர்;

'அபிஷேகம்' என்ற வார்த்தை நம்மில் பெரும்பாலோருக்கு, எப்போதும் பரிசுத்தமான அல்லது பயபக்திக்குரிய ஒன்றுடன் தொடர்புடையது என்பது. இது நம்மைப் போன்ற மக்கள் அன்றாட பயன்படுத்தப்படும் சொல் அல்ல. ஆயினும் ஆசாரியர்களும், மற்ற மத மக்களும் இந்த வார்த்தையை ஒவ்வொரு நாளும் பயன்படுத்துகிறார்கள். "அபிஷேகம்" அடிப்படையில் யாரோ அல்லது எதையாவது ஒரு பயபக்திக்குரிய ஒன்றின் மீது (எண்ணெய்/களிம்பு) ஊற்றுவது என்ற எண்ணத்தையே கொண்டுள்ளது. இது மற்றவர்களை விட அவர்களை மிகவும் உன்னதத்தில் வைக்கிறது, இதனால் அவை அனைவருக்கும் பொதுவானவை என்று முத்திரையிட முடியாது.

தேவனுடைய வார்த்தையில், அபிஷேகம் இரண்டு வழிகளில் பயன்படுத்தப்பட்டுள்ளது: தேவன் ஒருவரை அபிஷேகம் செய்கிறார் **அல்லது** மனிதன் எதையாவது/யாரையாவது அபிஷேகம் செய்கிறான். தேவன் தம்முடைய நேச குமாரனை **"மேசியா"** அல்லது **"கிறிஸ்து"** அதாவது **"அபிஷேகம் செய்யப்பட்டவர்"** என்று அழைத்தது அவரால் தேர்ந்தெடுக்கப்பட்ட அழைப்பின் வார்த்தையாகும். இதைத் தொடர்ந்து, இரட்சிப்புக்காக தம்முடைய குமாரனை விசுவாசிக்கும் ஒவ்வொரு மனிதனுக்கும் அவர் இந்த மகிமையைக் கிருபையாய் வழங்கியுள்ளார். எனவே **"கிறிஸ்தவர்கள் - நாம் ஒவ்வொருவரும் அபிஷேகம் செய்யப்பட்டவர்கள்"** என்று அழைக்கப்படுகிறோம்! இன்று கிறிஸ்தவர்கள் இந்த விலைமதிப்பற்ற பட்டத்தை நிராகரித்து, அர்த்தமற்ற பிரிவுகளால் தங்களை முத்திரை குத்தி, அர்த்தமற்ற பிரிவினைகளில் தங்களைப் பெருமைப்படுத்துவது ஒரு பெரிய வேதனையான அறியாமையாகும். கிறிஸ்தவர்களாக நமது எஜமானரின் பெயரால் அழைக்கப்படுவது எத்தனை பெரும் பாக்கியம்! எந்த ஒன்றிற்காகவும் இந்த அங்கீகாரத்தை இழக்கவோ அல்லது தாழ்ந்த பட்டங்களால் அழைக்கப்படுவதை விரும்பவோக் கூடாது. **கர்த்தராகிய இயேசு கிறிஸ்து பிரிந்திருக்கவில்லை.** கிறிஸ்துவின் சரீரத்திற்கும், திருச்சபைக்கும் இது பொருந்தும் (குறிப்பாகப் பிளவுபடுத்தும் மதப்பிரிவுகளை விவேகமின்றி பின்பற்றுபவர்களுக்கு). இதுதான் நமது ஒரே அடையாளமாக இருக்க வேண்டும்! வேறு எந்த அடையாளங்களானாலும் அவை சாத்தானுக்குரியவைகள்.

இதுவரை தோற்றுவிக்கப்பட்ட பல்வேறுவகையான மதப்பிரிவுகள் மக்களின் நம்பிக்கை மற்றும் விசுவாசத்தை கடுமையாக முடக்கியுள்ளன. அது ஜனங்களைத் தேவனுடைய வழிகளிலிருந்து வெகு தூரம் அழைத்துச் சென்றிருக்கிறது. சில மதப்பிரிவுகள் (மற்றும் தங்களை அவ்வாறு அழைக்கும் சபைகள்) தேவனுடைய வார்த்தையினால் தெளிவாகத் தடைசெய்யப்பட்ட அருவருப்புகளை இயல்பாக்கியுள்ளன. சற்று கவனித்து பாருங்கள், நீங்கள் அதை நன்றாகப் பார்க்க முடியும். ஒரு "கிறிஸ்தவர்" என்று மட்டுமே அழைக்கப்படுவது (எல்லாவற்றையும் தவிர்த்து) தேவனுடைய பார்வையில் விலைமதிப்பற்றது! நாம் அனைவரும் அபிஷேகம் செய்யப்பட்டவர் என்ற கொள்கையின் கீழ் அவருடன் ஒப்புரவாக்கப்பட்டிருக்கிறோம். அவரால் தெரிந்து கொள்ளப்பட்ட அனைவருக்கும் இது பொதுவான தளமாகும்.

தேவனால் அபிஷேகம் செய்யப்பட்ட செயல் ஒரு நபரின் வாழ்க்கையில் ஒரு மாற்றத்தை ஏற்படுத்தியது என்பதைத் தேவனுடைய வார்த்தையில் நாம் காண்கிறோம். தாவீது இதை தன் சொந்த வாழ்க்கையில் தெளிவாகக் கண்டான். தீர்க்கதரிசி சாமுவேல் அவனை அபிஷேகம் செய்த பிறகு, அவன் பிரித்தெடுக்கப்பட்டு, பிரதிஷ்டை செய்யப்பட்டு, தேவனுடைய அநாதி தீர்மானத்திற்காகப் பரிசுத்தமாக்கப்பட்டான். மனிதர்கள் மூலம் தேவனால் நியமிக்கப்பட்ட இஸ்ரவேலின் ஆசாரியர்களுக்கும் மற்ற ராஜாக்களுக்கும் இது பொதுவாக இருந்தது. இந்த அபிஷேகம் அவர்களுக்கு இயற்கைக்கு அப்பாற்பட்ட கதவைத் திறந்தது. இப்போது அவர்கள் தேவனுடைய வல்லமையிலும் மகிமையிலும் அவர்கள் வாழ்வதை அனுபவிக்க முடியும்.

தீர்க்கதரிசி சாமுவேல் தாவீதை அபிஷேகம் செய்வதற்கு முன்பு, அவன் ஈசாயின் எட்டாவது மகனாக இருந்தான், அவன் தனது தகப்பன் மந்தையை உண்மையுடனும் பொறுப்புடனும் மேய்த்து வந்தான். அவன் தனது சொந்த பார்வையிலும், நிச்சயமாக மற்றவர்களின் பார்வையிலும் சிறியவனாகவும் இருந்தான். ஆனால் தீர்க்கதரிசி சாமுவேலால் அவன் அபிஷேகம் செய்யப்பட்ட பிறகு (அதன் பிறகு கர்த்தருடைய ஆவியானவர் அவன் மீது இறங்கினார்), அவனது வாழ்க்கையிலும் குணத்திலும் மற்றவர்களுக்குத் தெரியும் அளவிற்கு கடுமையான வேறுபாடு இருந்தது. 1 சாமுவேல் 16:18ல், தாவீது இசைக்கருவி வாசிப்பதில் தேறினவன், அவன் பராக்கிரமசாலி, யுத்தவீரன், பேச்சில் விவேகம் கொண்டவன், சவுந்தரியமுள்ளவன்; கர்த்தர் அவனோடேகூட இருக்கிறார் என்று சாட்சி பகர்கிறான். இந்த நேரத்தில், தாவீது எந்த

யுத்தங்களிலும் பங்கெடுத்ததில்லை, அவன் இராணுவத்தில் கூட இல்லை. ஆயினும் அவன் யுத்த வீரன் என்று அழைக்கப்பட்டான். ஏனென்றால் தாவீது தன் மந்தையைச் சிங்கங்களிடமிருந்தும் கரடிகளிடமிருந்தும் துணிச்சலாய் பாதுகாத்துக்கொண்டிருந்ததை ஜனங்கள் பார்த்தார்கள், அவனுடைய இடத்தில் மற்ற மேய்ப்பர்கள் இருந்திருந்தால் தங்கள் மந்தையை விட்டுவிட்டு அவர்கள் ஓடிப்போயிருப்பார்கள்.

நம்முடைய கர்த்தராகிய இயேசு கிறிஸ்து பரமேறிய பிறகு, அவரைப் பின்பற்றியவர்கள் அனைவரும் 'கிறிஸ்தவர்கள்' என்று அழைக்கப்பட்டனர். இது மெய்யாகவே நம்முடைய பிதாவாகிய தேவன் நமக்கு அருளிய கிருபையான மற்றும் கனம்பொருந்திய பட்டமாகும். நம்முடைய கர்த்தராகிய இயேசுவைப் போலவே, நாமும் 'அபிஷேகம் செய்யப்பட்டவர்களாக' இருக்கிறோம். ஆனால் நம்மில் பலருக்கு அதன் ஆழம் புரிவதில்லை. நான் வெறும் மனிதன் தானே என்று அறிக்கைசெய்வது போலியான மனத்தாழ்மை, அப்படிக் கூறுவதில் நம்மில் பலபேர் பெருமைப்படுகிறோம். நம்முடைய இரட்சகரைப் போலவே நாமும் 'அபிஷேகம் பண்ணப்பட்டவர்கள்' என்ற சத்தியத்திற்கு நம் மனதைப் புதுப்பித்தால், ஒரு சிறிய கடுகு விதைக்கு ஒப்பாக, இந்த பூமியில் கர்த்தருடைய ராஜ்யத்திற்காக நமது திறனை அதிவேகமாகச் செயல்படுத்தமுடியும். பழைய உடன்படிக்கையின் கீழ், ஆவியானவர் இன்று நம்மில் வாசம் செய்வதைப் போல ஒரு நபருக்குள் வாசம் செய்யவில்லை. ஆவியானவர் வந்து பின்னர் விலகிவிடுவார். ஆனால் இன்று நமக்கு, நம்முடைய கர்த்தராகிய இயேசு கிறிஸ்துவின் விலையேறப்பெற்ற இரத்தத்தால் முத்திரையிடப்பட்ட நித்திய உடன்படிக்கையால் அவர் நம்மிலும் நம்மோடும் நிரந்தரமாக இருக்கிறார். தாவீதும் அவனைச் சுற்றியுள்ளவர்களும் அவனுடைய வாழ்க்கையில் இந்த இயற்கைக்கு அப்பாற்பட்ட வல்லமையை அனுபவிக்க முடியுமானால் நம்மால் இன்னும் எவ்வளவு அதிகமாக அனுபவிக்க முடியும்? இதற்காகத் தான் அபிஷேகத்தின் பின்விளைவுகளைப் பதிவு செய்தான் தாவீது. இந்த புகழ்பெற்ற சங்கீதத்திலிருந்து அதைத் தியானிக்கும்போது எதிர்கால தலைமுறையினர் வெளிப்பாடு பெறுவார்கள்.

தேவன் எல்லாவற்றையும் சரியாகவும் நித்திய நோக்கத்துடனும் செய்கிறார். இதில் அபிஷேக எண்ணெய் செய்வதும் கூட சிறப்பு வாய்ந்தது மற்றும் வேறு எந்த தயாரிப்புகளுக்கும் மேலானது. வேறு எந்த நோக்கத்திற்காகவும் அல்லது பொதுவான பயன்பாட்டிற்காகவும் இதைப் பயன்படுத்தக் கூடாது என்ற

கண்டிப்பான கட்டளையுடன், இந்த எண்ணெய்யைத் தயாரிப்பதற்கான செயல்முறையை சீனாய் மலையில் மோசேக்கு தேவனால் நேரடியாகச் சொல்லிக் கொடுக்கப்பட்டது. மோசே அந்த எண்ணெய்யின் கலவையை அறிந்திருந்தாலும் அதைத் தயாரிப்பதற்கான நுட்பத்தை அறிந்திருக்கவில்லை. இது தேவன் பெசலெயேலுக்கும் (இவனைப் பேர் சொல்லி அழைத்தவர்), அகோலியாபுக்கும் வெளிப்படுத்திய இரகசியம் (யாத்திராகமம் 31:2,6). ஆசரிப்புக் கூடாரத்தின் ஒவ்வொரு பகுதியையும் அதிலுள்ள எல்லாவற்றையும் உண்டாக்கும்படி தேவ ஞானத்தால் நிரப்பப்பட்டு தேவனால் தெரிந்து கொள்ளப்பட்டவர்களின் இருதயங்களில் தேவன் இதைச் செய்யும் முறையை வைத்தார். இதில் வாசனைத் திரவியங்களும் சேர்க்கப்படும். இந்த பரிசுத்த அபிஷேக எண்ணெய் குறிப்பாக ஆசரிப்புக் கூடாரத்தையும், அதின் பரிசுத்த பனிமூட்டுகளையும் அபிஷேகம் செய்வதற்கும், அதைப் பரிசுத்தப்படுத்துவதற்கும், பிரதான ஆசாரியனையும் அவனுடைய குமாரர்களையும் பரிசுத்தப்படுத்தி அபிஷேகம் செய்வதற்கும், பின்னர் இஸ்ரவேலின் ராஜாக்களை அபிஷேகம் செய்வதற்கும் ஏற்படுத்தப்பட்டது. இது ஒரு தனித்துவமான முறையில் தயாரிக்கப்பட்டது, எனவே, இது மிகவும் விரும்பப்பட்டது (அல்லது விரும்பத்தக்கது) என்று நான் நம்புகிறேன். அது தேவனுடைய ஆலயத்திற்கும், அவருடைய ஆசாரியர்களுக்கும், அவருடைய ராஜாக்களுக்கும் மட்டுமே சொந்தமான ஒரு விசேஷ மதிப்புமிக்க மதிப்பைக் கொண்டிருந்தது. அதை ஒருபோதும் சாதாரண மனிதர்களிடத்தில் பயன்படுத்த முடியாது. அதன் வாசனை தனித்துவமானது, சர்வவல்லமையுள்ள தேவனே அதை வடிவமைத்தார் என்ற உண்மையிற்காகவே அப்பேர்ப்பட்ட எண்ணெய்யால் அபிஷேகம் செய்யப்படுவது ஆழ்ந்த சிறப்புவாய்ந்த ஒன்றைக் குறிக்கிறது என்று நம்புகிறேன்.

சர்வ வல்லமையுள்ள தேவன் அதின் மூலக்கூறுகளையும் ஒவ்வொன்றின் அளவையும் கூட வரைமுறைப்படுத்தினார். இந்த பரிசுத்த எண்ணெய்யின் மூலக்கூறுகளைப் படிப்பது தேவனால் நியமிக்கப்பட்ட இந்த நடைமுறையின் சாராம்சத்தைப் புரிந்துகொள்ள உதவுகிறது. யாத்திராகமம் 30:22 லிருந்து 33 வரை, பரிசுத்த அபிஷேக எண்ணெய்யைக் குறித்து தேவன் மோசேக்குக் கொடுத்த விவரக்குறிப்புகள் இதை விவரிக்கின்றன. பொருட்கள் மிகவும் விலையுயர்ந்த, முதல் தரமான வாசனைத் திரவியங்கள் மற்றும் சிறந்த எண்ணெய் கொண்டு தயாரிக்கப்பட்டது. இந்த நேரத்தில் அவர்கள்

வனாந்தரத்தில் இருந்தனர் என்பதை நாம் மறந்துவிடக்கூடாது. இந்த பொருட்கள் அனைத்தும் எளிதில் கிடைக்க கூடியவை அல்ல. எகிப்தை விட்டு வெளியேறும்போது யாராவது இவற்றை எடுத்துச் சென்றிருப்பார்களா என்பது கூட எனக்குச் சந்தேகமாகத் தான் இருக்கிறது. ஆனால் அவர்கள் போதுமான தங்கம் மற்றும் வெள்ளி பொருட்களைக் கொண்டு வந்தனர். அவை இந்த விலையுயர்ந்த பொருட்களை பயணிகளிடமிருந்து வாங்க உதவியது. எகிப்து, கானான் மற்றும் அரேபியா போன்ற முக்கிய நகரங்களில் தங்கள் பொருட்களை விற்க இரு திசைகளிலும் பயணித்த வணிகர்கள் மற்றும் வியாபாரிகள் இந்த வனாந்தரத்திற்கு அடிக்கடி வந்தனர். இந்தப் பயண வியாபாரிகளிடம் முதல் தரமான இந்த வாசனைத் திரவியங்கள் இருந்தன. இஸ்ரவேலர்கள் அவற்றை வாங்கி அதைத் தயாரிக்க வேண்டியிருந்தது.

இந்த பகுதியை எழுதும் போது, பயன்படுத்தப்படும் பொருட்களின் தன்மை மற்றும் வாசனைத் திரவியத்தைப் பற்றி (பல ஆண்டுகளாகப் பின்பற்றப்படுகிறது) நான் குறிப்பிடத்தக்க அளவு ஆராய்ச்சி செய்தேன். இது எளிதானது அல்ல என்று நான் சொன்னால் நீங்கள் உடனடியாக என்னை நம்பலாம். தேவனுடைய ஞானம் நிச்சயமாக முக்கியமான இடத்தை எடுக்கிறது. அத்தியாவசிய பொருட்களைப் பயன்படுத்தி அவற்றை ஒரு குறிப்பிட்ட விகிதத்தில் கலப்பது ஒரு சாதாரணமான விஷயமல்ல. சிறப்பான வாசனைத் திரவியம் எப்போதும் ஒரு சிறிய துவக்கத்திலிருந்து ஆரம்பிக்கிறது. சிறந்த தரமான மூலப்பொருட்களை வாங்குவதிலிருந்து இதன் வேலை ஆரம்பமாகிறது. இன்னும் சொல்லப்போனால், அந்த வாசனை பொருட்கள் உற்பத்தியாகும் இடத்திலிருந்தே இதன் வேலை ஆரம்பமாகிறது. இதே விகிதத்தைப் பயன்படுத்தித் தயாரிக்கப்படும் வாசனைத் திரவியங்கள் சமீப காலங்களில் சிறந்த தரம் வாய்ந்தவையாகவும், மிகவும் விரும்பப்படும் அதின் மிகவும் விலை உயர்ந்தவையாகவும் இருக்கின்றன! மூலப்பொருளைச் சேர்த்த பிறகு, அவற்றிலிருந்து சாற்றைப் பிரித்தெடுக்க வேண்டும். இது இரண்டு முறைகளால் செய்யப்பட்டது: காய்ச்சி வடிகட்டுதல் மற்றொன்று ஒலிவ எண்ணெய் போன்ற குடுவை எண்ணெய்யில் ஊறவைப்பது. இந்த முறையில் அதிக நேரமும் நிபுணத்துவமும் தேவை. இஸ்ரவேல் மக்களின் முக்கிய தொழிலாக ஆடு மேய்த்தல் இருந்தது என்பது குறிப்பிடத்தக்கது. நிச்சயமாகவே, பரிசுத்த அபிஷேக எண்ணெய்யைத் தயாரிக்கும் இந்த வேலையை நிறைவேற்ற அவர்களுக்கு உதவியது தேவனுடைய ஞானமே!

பெசலெயேலும், அகோலியாபும், அவர்களுடைய உடன் வேலையாட்களும் இந்த நோக்கத்தை நிறைவேற்றவே தேவனால் அழைக்கப்பட்டனர்.

சற்று பின்னோக்கிப் பார்த்தால், யோசேப்பின் சகோதரர்கள் யோசேப்பை பார்த்துப் பொறாமைப்பட்டபோது, நறுமணப் பொருள்களையும், தைலத்தையும், வெள்ளைப்போளத்தையும் எகிப்துக்குக் கொண்டுபோய்க்கொண்டிருந்த இஸ்மவேலர் கூட்டத்தாரிடம் அவனை விற்றுபோட்டார்கள். இந்த மக்கள் தங்கள் பொருட்களை விற்க வனப்பகுதி மற்றும் பாலைவனங்கள் வழியாகப் பயணம் செய்தனர். அவை, அவற்றின் வாசனை சமையல் பயன்பாடுகள் மற்றும் மருத்துவ மதிப்புகள் காரணமாக மிகவும் விரும்பப்பட்டன. இவை முதன்மையாக மூலப்பொருட்களாக எடுத்துச் செல்லப்பட்டன. கடைசியில் அதை வாங்கிய மக்கள் அவற்றைப் பதப்படுத்தினர். வனாந்தரத்தில் இஸ்ரவேல் மக்களுக்கு இதுவே மூலப்பொருட்களாக இருந்தது. இருப்பினும், ஆசரிப்புக் கூடாரம் பரிசுத்த ஸ்தலத்தில் வைக்கப்பட்ட பிறகு, மக்கள் இவற்றைக் கர்த்தரின் சேவைக்காக ஆசாரியர்களுக்கு வழங்கினர்.

பரிசுத்த அபிஷேக எண்ணெய்யின் மாதிரியைச் செய்யத் துணிந்தவர்களுக்குத் தேவன் கடுமையான தண்டனைகளைக் கட்டளையிட்டார். ஒவ்வொரு இஸ்ரவேலரும் ஆசரிப்புக் கூடாரத்திற்குச் செல்லும்போது அதன் தனித்துவமான வாசனையை அனுபவித்தார்கள். அந்த நறுமணம் உண்மையில் சொர்க்கமாக இருந்தது! அதில் ஒரு துளியைப் பயன்படுத்துவதற்காகவே பலர் எதை வேண்டுமானாலும் கொடுக்க ஆயத்தமாயிருந்திருப்பார்கள் என்று நினைக்கிறேன். அது ஒரு ஆசாரியனாகவோ அல்லது ராஜாவாகவோ இருந்தால் மட்டுமே அந்த பாக்கியம் கிடைக்கும். அதுவரையில் அது வெறும் கனவாகவே இருக்கும். சாமுவேல் தீர்க்கதரிசியால் தன்மீது ஊற்றப்பட்ட கொம்பு முழுவதும் நிறைந்திருந்த இந்த தனித்துவமான எண்ணெய்யை அனுபவிக்கும் பாக்கியத்தை தாவீது கிடைக்கப் பெற்றான். அன்றிலிருந்து அவனுடைய வாழ்க்கையில் அது வெளிப்படையான வித்தியாசத்தை ஏற்படுத்தியது. அவன் இருந்த இடத்திலிருந்தே தேவ தயவு பெற்ற இடத்தில் இருக்கிறேன் என்பதைக் கற்றுக்கொண்டான் (அவனது மனதைப் புதுப்பித்துக் கொண்டான். எதிரியின் துன்புறுத்தல் தேவன் தன்னை உயர்த்துவதற்கான காரணமாக இருந்ததையும் கற்றுக் கொண்டான். அவன் தன் வாழ்வின் இறுதி வரை இதை அனுபவித்தான். இந்த அபிஷேகத்துடன் அதிக பொறுப்பும் மேன்மையும் வந்தது. இது பெரிய வித்தியாசத்தையும் ஏற்படுத்தியது!

அபிஷேக எண்ணெய்யின் ஒவ்வொரு மூலப்பொருளும் வெவ்வேறு நோக்கங்களுக்காக தனித்தனியாகப் பயன்படுத்தப்பட்டன. இது தூபமாக எரிப்பதற்கும், களிம்பு அல்லது அழகு சாதனப் பொருட்கள் செய்யவும், வலி நிவாரணிகள், கிருமி நாசினிகள் (தீங்கு விளைவிக்கும் கிருமிகளின் வளர்ச்சியைத் தடுக்கவும்), உணவு மற்றும் பானங்களில் ஒரு சுவையூட்டும் பொருளாகவும், விளக்குகளை ஏற்றவும், பரிசுப் பொருளாகவும், பதனிடும் பொருட்களிலும் பயன்படுத்தப்பட்டது. அதன் நம்பகத்தன்மை காலத்தால் சோதிக்கப்பட்டது. அந்த நாட்களில் ஜனங்கள் தேவனுடைய தெரிந்தெடுப்பை முக்கியத்துவமாக எடுத்துக்கொள்ளக் கற்றுக்கொண்டனர். தேவன் தம்முடைய வீட்டிற்கு நன்மையானதொன்றைச் சொன்னால், அது விசேஷமானதாக இருக்க வேண்டும் என்று அவர்கள் அறிந்திருந்தனர். அவர்களிடமிருந்து நாம் இதை கற்றுக்கொள்ள வேண்டும்.

பண்டைய கால வாசனைத் திரவிய செய்முறையில், தயாரிக்கப் பயன்படும் அனைத்து மூலப் பொருட்களும் நொறுக்கப்பட்டு எண்ணெய்க்குள் ஊறவைக்கப்பட்டது. எதிர்பார்த்த அளவிற்கு அந்த எண்ணெய்யின் சாறு கிடைக்கும் வரை ஒரு குறிப்பிட்ட காலத்திற்கு அப்படியே விட்டு விடுவார்கள். ஒலிவ பழங்களிலிருந்து ஒலிவ எண்ணெய்யை பிரித்தெடுப்பதற்கென சில செயல்முறைகளும் பழக்கத்தில் இருந்தன. இதைத் தயாரிக்க அர்ப்பணிப்பும், பொறுமையும் தேவை. ஆதியிலே ஒலிவ எண்ணெய்யின் உயர்ந்த தன்மையைக் குறித்து தேவனே சான்றளித்தார், அதை இப்போது விஞ்ஞானம் உறுதிப்படுத்தியுள்ளது. அபிஷேக எண்ணெய்யின் ஒவ்வொரு மூலப்பொருளும் நறுமணமாயிருந்தது. இது நிறையவே பேசுகிறது. ஆகவே ஒருவர் அபிஷேகம் செய்யப்பட்டால், அவர் எப்போதும் தேவனைப் போலவே இனிமையாகவும் விரும்பப்படும் வாசனையுடனும் இருப்பார் என்பதே அதன் பொருள். இந்த நறுமணம் கண்ணியத்தைக் கொடுத்தது, இந்த நறுமணம் துர்நாற்றத்தை விரட்டுகிறது. நறுமணம் எவரையும் ஈர்க்கிறது என்று நான் சொன்னால் நாம் அனைவரும் ஒப்புக்கொள்வோம் என்று நம்புகிறேன்!

மென்மையான சுகந்தவர்க்கங்களாகிய சுத்தமான வெள்ளைப்போளத்தில் பரிசுத்த ஸ்தலத்தின் சேக்கலின்படி ஐந்நூறு சேக்கல் இடையையும், சுகந்த கருவாப்பட்டையிலே அதில் பாதியாகிய இருநூற்று ஐம்பது சேக்கல் இடையையும், சுகந்த வசம்பில் இருநூற்று ஐம்பது சேக்கல் இடையையும், இலவங்கப்பட்டையில் ஐந்நூறு சேக்கல் இடையையும், ஒலிவ எண்ணெயில்

ஒரு குடம் எண்ணெயையும் எடுத்து, அதனால் பரிமள தைலக்காரன் செய்வதுபோல, கூட்டப்பட்ட பரிமளதைலமாகிய சுத்தமான அபிஷேக தைலத்தை உண்டுபண்ண வேண்டும். இவை ஒவ்வொன்றும் மேன்மையான சுகந்தவர்க்கங்களாகவும் மற்றும் மிகவும் விலை உயர்ந்தவையாகவும் இருந்தது. இவற்றைச் சரியான விகிதத்தில் சேர்க்கப்பட்டால் மட்டுமே ஒரு தனித்துவமான நறுமணத்தை உருவாக்கும். அந்த வாசனை திரவியங்களின் அளவு சரியான விகிதத்தில் இல்லாமல் இருந்தால், ஒரு சிறிய மாற்றம் கூட அதன் பண்புகளையும், குறிப்பாக அதன் வாசனையையும் கெடுத்து விடும்.

'வெள்ளைப்போளம்' கசப்பாக இருப்பதால் அவ்வாறு பெயரிடப்பட்டது, இது முட்கள் நிறைந்த மரத்திலிருந்து எடுக்கப்படும் ஒருவகை பிசின் ஆகும். மரத்தின் தண்டுப்பகுதியில் கீறல்கள் செய்யப்படும்போது ஒரு திரவம் வெளியேறும். காற்று அதன் மேல் பட்டவுடன் அந்த திரவம் உறைந்து விடும். எனவே அதைத் திரவ வடிவத்தில் வைத்திருப்பது உண்மையில் ஒரு சவால். வெள்ளைப்போளத்தைத் திரவ நிலையில் பெற வேண்டுமாயின், அதன் அத்தியாவசிய எண்ணெய்யைப் பிரித்தெடுக்க ஒரு நீராவி வடித்தல் செயல்முறை செய்யப்பட வேண்டும். இதற்காக, அதிக அளவு வெள்ளைப்போளம் பயன்படுத்தப்படுகிறது. மேலும், முழு செயல்முறையும் அதிக நேரத்தை எடுத்துக்கொள்ளும். வெள்ளைப்போளம் பல பயன்பாடுகளைக் கொண்டிருந்தாலும், உலகளவில் இது எல்லா நாகரிகங்களிலும் மரணம் மற்றும் துக்கத்துடன் தொடர்புடையதாயிருக்கிறது. அழுகல் தன்மையை ஏற்படுத்தும் நுண்ணுயிரிகளின் வளர்ச்சியை இது தடுக்கிறது என்பது அதின் மிகவும் மதிப்புமிக்க பண்புகளில் ஒன்றாகும். இந்த காரணத்திற்காக, எதையும் பொருட்படுத்தாமல் ஒரு இறுதிச் சடங்கில் (தகனம், கல்லறைகளில் அடக்கம், பூமியின் கீழ் அடக்கம், சுகந்தவர்க்கமிட்டு உடலைப் பதப்படுத்துதல்), இது போன்ற நடைமுறைகள் அனைத்திலும் இயல்பாகவே வெள்ளைப்போளம் பயன்படுத்தப்பட்டது. இது அழுகும் துர்நாற்றத்தை மறைத்தது மட்டுமல்லாமல், அழுகுவதையும் கணிசமாகத் தாமதப்படுத்துகிறது. எரியும் வெள்ளைப்போளம் தூசு படலத்திலிருந்து காற்றைச் சுத்திகரிக்கிறது. யூதர்கள் இறந்தவர்களைக் கல்லறைகளில் அடக்கம் பண்ணினார்கள். வெள்ளைப்போளம் உட்படத் தேர்ந்தெடுக்கப்பட்ட சுகந்த வர்க்கம் இட்ட சணல் துணியால் சுற்றி கல்லறைகளில் வைத்தார்கள். இது உடல்களைக் காற்றில் உலர்த்துவதற்கும், சகிக்கக்கூடிய அளவு உடல் சிதைவிற்கும் உதவியது. உறவினர்கள் ஒரு வருடம் கழித்துத் திரும்பி வந்து அவர்களின் எலும்புகளை எடுத்து

மீண்டும், பெயரிடப்பட்ட சேமிப்பு பெட்டியில் வைத்து அந்த எலும்புகளை அதே கல்லறைக்குள், பல உடல்களின் எச்சங்களுக்கிடையில் ஒரு சிறப்பு அறையில் வைப்பார்கள். இது ஆபிரகாமின் நாட்களிலிருந்தே அவர்களின் வழக்கமாக இருந்தது. எஸ்தர் ராணி பெர்சிய அரண்மனையில் முதல் ஆறு மாதங்களுக்கு வெள்ளைப்போளத் தைலத்தினாலும், அடுத்த ஆறுமாதம் சுகந்தவர்க்கங்களினாலும் (மொத்தம் ஒரு வருடம்) சுத்திகரிக்கப்பட்டாள் என்று பார்க்கிறோம். அவளைச் சுத்திகரிக்க வெள்ளைப்போளம் பயன்படுத்தப்பட்டது என்ற உண்மையை இங்கு அறியலாம். மேலும் சுகந்தவர்க்கங்களின் வாசனை ராஜாவை மகிழ்விக்கக் கூடிய மற்றும் தொடர்ந்து வாசம் வீசக்கூடிய ஒரு நறுமணத்தை அவளுக்கு வழங்கிற்று. ராஜாவால் அங்கிகரிப்படும் நிலையை அடைய அவளுக்கு ஒரு வருடம் ஆனது.

வெள்ளைப்போளம் மரணத்தை தனக்குத்தானே சின்னமாகக் குறிக்கிறது. மற்ற பொருட்களோடு ஒப்பிடுகையில், அபிஷேக தைலத்திற்கு வெள்ளைப்போளத்தை இரண்டு மடங்கு பயன்படுத்தப்பட வேண்டும். இது அபிஷேகம் செய்யப்பட்டவர்கள் மீது தேவனுடைய அழைப்பு எவ்வளவு பரிசுத்தமானது மற்றும் உன்னதமானது என்பதைக் காட்டுகிறது. இது நம்முடைய கர்த்தராகிய இயேசு கிறிஸ்துவால் போடப்பட்ட ஒரு முக்கியமான அஸ்திபாரமாகும். நம் வாழ்க்கைக்கான தேவனுடைய சித்தத்தை நிறைவேற்றவும், பிதாவிடம் நாம் செல்வதற்கான வழியை ஏற்படுத்தவும் அவர் தமது மகிமையான இருப்பிடத்தை விட்டு பூமிக்கு வந்தார். அவர் "மேசியா", "அபிஷேகம் செய்யப்பட்டவர்", "கிறிஸ்து" என்று அழைக்கப்படுகிறார். இதை அடையாளப்படுத்த, கிழக்கிலிருந்து வந்த சாஸ்திரிகள் பாலகன் இயேசுவுக்கு வெள்ளைப்போளத்தைப் பரிசாகக் கொண்டு வந்தனர். லாசருவின் சகோதரியான மரியாள், இதைப் பற்றிய தனிப்பட்ட வெளிப்பாட்டைக் கொண்டிருந்திருக்கலாம். கர்த்தர் உயிருடன் இருந்தபோது விலையுயர்ந்த வெள்ளைக்கல் பரணியால் அவரை மீண்டும் அபிஷேகம் செய்த ஒரே நபர் அவளே! (ஏனென்றால் அவளுக்குப் பரிசுத்த தைலத்திற்கு அனுமதி இல்லை). சுயத்தை இழப்பது என்பது நம் வாழ்வில் அவரது அழைப்பைப் பின்பற்றுவதற்கான முதல் படியாகும்.

சுகந்த கருவாப்பட்டை (இனிப்பு மணம் கொண்ட கரும்பு), சுகந்த வசம்பு இரண்டும் சம அளவில் பயன்படுத்தப்பட்டன. இந்த இரண்டு கந்தவர்க்கங்களும் விலை உயர்ந்தவை, நறுமணமிக்கவை, சுவையானவை,

மருத்துவ (கிருமி நாசினி மற்றும் வலி நிவாரணிகள்), மேலும் பிணத்தைப் பதனிடும் கலவைகளிலும் பயன்படுத்தப்பட்டன. இந்த பொருட்களின் நறுமணம் மற்றும் குணங்கள் நம்மை ஈர்க்கின்றன. இலவங்கப்பட்டை வெள்ளைப்போளம் (500 சேக்கல்) ஒத்த விகிதத்தில் பயன்படுத்தப்பட்டது. இது மேலே உள்ள பொருட்களைப் போலவே இருந்தது. இந்த அனைத்து பொருட்களின் கலவையானது தேவனுடைய அபிஷேகம் அவரால் முன் குறிக்கப்பட்டவர்களுக்கு அவர் கொடுத்த நற்பண்புகளை அடையாளப்படுத்தியது. இவை எல்லாவற்றிலும் நமக்கு வைக்கப்பட்ட சிறந்த முன்மாதிரி கர்த்தராகிய இயேசு கிறிஸ்துவே.

இந்த அபிஷேக தைலம் தயாரிப்பதற்கு அடிப்படையான மூலப் பொருளாக ஒலிவ எண்ணெய்யைத் தேவன் தேர்ந்தெடுத்தார். தேவனே அதைத் தேர்ந்தெடுத்ததால், இயல்பாகவே அது உண்மையில் மிகவும் சிறப்பு வாய்ந்தது என்பதை நாம் ஒப்புக் கொள்ளலாம். அதன் பண்புகள் பல நோக்கங்களுடன் பொருந்ததக்கவை: நல்ல ஆரோக்கியத்திற்கான சிறந்த எண்ணெய், சமையல், விளக்குகளை ஏற்றுவதற்கு, களிம்புகளுக்கான அடிப்படை போன்றவை இதில் அடங்கும். இது சமாதானத்தின் அடையாளமாகவும், விளக்குத்தண்டை ஏற்ற தேவனால் தேர்ந்தெடுக்கப்பட்ட ஒரே எண்ணெய்யாகவும் இருக்கிறது. இன்று, இது சிறந்த தரமான எண்ணெய் என்று அறிவியல் பூர்வமாக நிரூபிக்கப்பட்டுள்ளது மற்றும் மற்றவற்றை விட மேன்மையானது. ஒலிவ மரத்தின் கிளை அமைதி, மகிமை மற்றும் செழிப்பின் அடையாளமாகும். கானான் தேசத்துக்குப் போய்க்கொண்டிருந்த இஸ்ரவேலர்களுக்கு அங்கே மிகச் சிறந்த பொருட்கள் வைக்கப்பட்டிருந்தன. அறுவடை தயாராக இருந்தது, அவர்கள் விசுவாசத்தோடு நடந்து ஆசீர்வாதத்தை அனுபவிக்க வேண்டியிருந்தது. நோவா பேழையிலிருந்து அனுப்பிய புறா, தளிர் ஒலிவ இலையுடன் (இரண்டாம் முறையாக) அவரிடம் திரும்பியது. முதல் பயணத்திற்கும் இரண்டாவது பயணத்திற்கும் இடையிலான இடைவெளி ஏழு நாட்கள். முதல் முறை, அந்த புறா கால்களுக்கு ஓய்வெடுக்க எந்த இடத்தையும் கண்டுபிடிக்கவில்லை (அது தரையில் கால்பதிப்பதற்கு வெட்டாந்தரை காணப்படவில்லை, தண்ணீர் குறையவில்லை). இரண்டாவது முறையாக அந்த புறாவை அனுப்பியது பயனுள்ளதாக இருந்தது, ஏனென்றால் அது ஒரு ஒலிவ இலையைக் கொத்திக் கொண்டு வந்தது. இது ஜீவனின் அடையாளம்! இது இரண்டு விஷயங்களில்

ஒன்றை மட்டுமே குறிக்கலாம்: ஒலிவ மரம் வெள்ளத்தால் அழிக்கப்படவில்லை **அல்லது** தண்ணீர் குறைந்தபோது வறண்ட நிலத்தில் முளைத்து வந்த முதல் மரம் இந்த ஒலிவ மரம். இது நோவாவுக்கும் அவனுடைய குடும்பத்தாருக்கும் சமாதானத்தையும் மிகுந்த மகிழ்ச்சியையும் கொடுத்து ஒரு அடையாளமாகத் திகழ்கிறது.

ஒலிவ மரத்திலிருந்து எண்ணெய் பிரித்தெடுக்கும் நடைமுறை ஆதியிலிருந்தே தேவன் மனிதருக்குக் கொடுத்த ஞானத்தின் மூலம் ஒழுங்கமைக்கப்பட்டது. இதில் எவ்வளவு கடின உழைப்பு உள்ளது என்பதையும், இது ஏன் மிகவும் விலை உயர்ந்தது என்பதையும் புரிந்துகொள்ள நீங்கள் இணையத்தில் சென்று செயல்முறையைப் பார்க்கப் பரிந்துரைக்கிறேன். முதலில் பிழியப்படும் எண்ணெய் மிகவும் தூய்மைப்படுத்தப்பட்ட முதல்தரமான ஒலிவ எண்ணெய் என்று அழைக்கப்படுகிறது மற்றும் இது உயர்தரமானது. இதில் ஒரு குறிப்பிட்ட பகுதி (பத்தில் ஒரு பங்கு போன்றது) மக்களால் தேவனுக்குச் சமர்ப்பிக்கப்பட்டு, பரிசுத்த அபிஷேக தைலம் தயாரிப்பதில் பயன்படுத்தப்பட்டது.

முடிவாக, தேவனுடைய அறிவுறுத்தலின்படி செய்யப்பட்ட அபிஷேக தைலம் தனித்துவமானது. அதின் தனிப்பட்ட பொருட்களின் அனைத்து (ஒன்றுடன் ஒன்று இணைந்த) குணங்களும் தேவனுடைய குணங்களைச் சுட்டிக்காட்டுகின்றன. அதின் மூலம் அபிஷேகம் செய்யப்பட்டவர்கள் தனித்து நின்றனர், அவர்கள் பொது மக்களுக்குத் தேவனுடைய குணங்களைச் சித்தரிக்க வேண்டியிருந்தது. **அது எல்லாமே தேவனைப் பற்றியது!** இந்த அபிஷேக எண்ணெய்யின் சாராம்சம் அப்போஸ்தலர் 10:38 இல் தெளிவாக விளக்கப்பட்டுள்ளது - **"நசரேயனாகிய இயேசுவைத் தேவன் பரிசுத்தஆவியினாலும் வல்லமையினாலும் அபிஷேகம் பண்ணினார்; தேவன் அவருடனேகூட இருந்தபடியினாலே அவர் நன்மைசெய்கிறவராயும் பிசாசின் வல்லமையில் அகப்பட்ட யாவரையும் குணமாக்குகிறவராயும் சுற்றித்திரிந்தார்."** நம் மீதுள்ள அவரது அபிஷேகத்தின் நோக்கத்தை அறியாத நம் அனைவருக்கும் இது முன்மாதிரியாகும். நமக்குக் கொடுக்கப்பட்ட மகத்தான பொறுப்பை நாம் ஒப்புக்கொள்ள வேண்டும். நாம் நல்லது செய்ய அழைக்கப்பட்டிருக்கிறோம் என்பதை அறிந்து, சாத்தானின் பிடியில் இருப்பவர்களை விடுவித்து, எப்போதும் தேவனை மனதில் எண்ணி ஸ்தோத்தரிக்க வேண்டும்.

5 (இ) என் பாத்திரம் நிரம்பி வழிகிறது.

தேவனுடைய உண்மை, இரக்கம் மற்றும் கிருபையின் கொடியின் கீழ் வாழ்ந்த தாவீது தனது வாழ்க்கையின் பிற்பகுதியில் இந்த சங்கீதத்தை எழுதினான் என்று நான் நம்புகிறேன். அவன் பழைய உடன்படிக்கை காலத்தில் வாழ்ந்தாலும், மாற்றம் நிகழும் காலம் மற்றும் புதிய ஏற்பாடு குறித்த அசாதாரணமான வெளிப்பாடு அவனுக்கு இருந்தது. அவற்றைக் குறித்து அவன் தன்னுடைய சங்கீதத்தில் அழகாகத் தீர்க்கதரிசனம் உரைத்துள்ளான். தேவனுடனான தனது நேரடி அனுபவத்தின் அடிப்படையில், தேவன் மிகவும் அதிகமாகக் கொடுப்பவர் என்றும், உலகத்தில் யாரும் அவருடன் போட்டியிடவோ அல்லது அவரை மிஞ்சவோ முடியாது என்றும் அவன் கூறுகிறான்.

ஒரு சிறிய மற்றும் பொறுப்பான இளம் மேய்ப்பனாக இருந்தாலும், அவன் தனது வாழ்வின் ஒவ்வொரு பகுதியிலும் அபிஷேகத்தின் வல்லமையையும், தேவனுடைய ஆசீர்வாதத்தையும் அனுபவித்தான். அவன் பல வித்தியாசமான பாத்திரமாக மாறினான் - இசைவாசிப்பவன், ஆயுதம் தாங்கி, ராட்சத வீரனைக் கொலை செய்தவன், ஆயிரம் பேரின் தளபதி, பத்தாயிரம் பேரைக் கொன்றவன், இறுதியாக அவன் முப்பது வயதில் யூதாவின் ராஜாவாக அபிஷேகம் செய்யப்படுவதற்கு முன்பு சவுலின் இலக்கிலிருந்து தப்பி ஓடிக்கொண்டும் இருந்தான். ஏழு ஆண்டுகளுக்குப் பிறகு, அவன் முழு இஸ்ரவேல் நாட்டிற்கும் ராஜாவாக அபிஷேகம் செய்யப்பட்டான். இஸ்ரவேலின் அனைத்து கோத்திரங்களையும் ஆட்சி செய்தான். அவன் தனது சொந்த மகன்களான அப்சலோம் மற்றும் அதோனியா உட்பட இஸ்ரவேலின் அனைத்து எதிரிகளையும் அடக்கினான். இஸ்ரவேலின் சத்துருக்களையெல்லாம் கீழ்ப்படுத்தினான். தனது சொந்த மகன்கள் ஆட்சியைக் கெடுக்க முயன்ற போதிலும், கர்த்தர் ராஜ்யத்தை தாவீதுக்கு மீட்டுக் கொடுத்தார். தாவீது தேவனுடைய நன்மை மற்றும் கிருபையைச் சுவைத்தது மட்டுமல்லாமல், வேறு எதுவும் அவனை எதிலும் நம்பிக்கை வைக்க முடியாத அளவுக்கு அவரை அறிந்திருந்தான். மேய்ப்பனாயிருந்தபோது அவனுடைய பணப்பையில் சில அல்லது நாணயங்கள் இல்லாத நிலையிலிருந்த அவனை, அரசனான பிறகு எருசலேமில் தேவனுடைய ஆலயத்தைக் கட்டுவதற்காகத் தனது பணப்பையிலிருந்து ஆடம்பரமான காணிக்கையை வழங்கியது வரை,

ஆபிரகாமின் ஆசீர்வாதம் தனது வாழ்க்கையில் நிறைவேறுவதைக் காண தாவீது உண்மையில் வெகுதூரம் பயணித்திருந்தான்.

"ஆசீர்வாதமாக இருப்பதற்காக ஆசீர்வதிக்கப்பட்டவர்" என்பது தேவனுடைய ஒவ்வொரு பிள்ளைகளுடைய சுதந்தரம். நாம் ஆசீர்வதிக்கப்படாவிட்டால், நாம் ஆசீர்வாதமாக இருக்க முடியாது. இதைப் பணத்துடன் மட்டும் தொடர்புபடுத்திப் பார்த்தல் நாம் மிகவும் குறுகிய பார்வை கொண்டவர்களாக இருப்போம். ஒரு கோப்பையில் தண்ணீர் இருந்தால் மட்டுமே, அதிலிருந்து ஒருவர் தாராளமாகக் குடிக்க முடியும். அது தொடர்ந்து நிரம்பி வழிந்தால் மட்டுமே அது தனக்கும், மற்றவர்களுக்கும் தொடர்ந்து வழங்குவதற்கான ஆதாரமாக இருக்க முடியும். இருந்தால் தான் மற்றவர்களுக்குக் கொடுக்க முடியும். பாத்திரம் நிரம்பி வழிகிறது, அது தேவனின் நன்மையால் மிகவும் நிரப்பப்பட்ட ஒரு வாழ்க்கையைப் பற்றிப் பேசுகிறது, அது போதுமானதாகவும் இன்னும் அதிகமாகவும் இருக்கின்ற நிலை! இந்த வாழ்க்கையையே தேவன் ஆரம்பத்திலிருந்தே அங்கீகரித்து தம்முடைய நேச குமாரனாகிய நம்முடைய கர்த்தராகிய இயேசு கிறிஸ்துவின் வாழ்க்கையில் மேலும் நிலைநாட்டினார்.

அறியாமை மற்றும் நியாயப்பிரமான விசுவாசிகள் நல்ல ஆரோக்கியம், செல்வம் மற்றும் செழிப்பு தேவனுடைய ஆசீர்வாதத்திற்கு எதிரானது என்று அப்பட்டமாகப் பேசும்போது, அத்தகைய மக்கள் ஒரு சில நிமிடங்கள் உட்கார்ந்து தங்கள் தவறான மற்றும் தீங்கு விளைவிக்கும் கோட்பாட்டைப் பற்றிச் சிந்திப்பது நிச்சயமாக அதிக நன்மை செய்யும். **பண ஆசையை எக்காரணம் கொண்டும் நான் ஆதரிக்கவில்லை, அல்லது தங்கள் ஆதாயத்திற்காக தங்கள் பைகளை நிரப்புவதற்காக அதைப் பற்றிப் பிரசங்கிக்கும் பேராசை கொண்ட பிரசங்கிகளை நான் ஆதரிக்கவில்லை.** அத்தகையவர்களைப் பகுத்தறியவும், அவர்களின் வஞ்சக தந்திரங்களிலிருந்து விலகி இருக்கவும் கர்த்தருடைய ஆவியானவர் நமக்குக் கிருபை நிச்சயம் அருளுவார். இந்த மக்கள் தங்கள் கனிகளால் அறியப்படுவார்கள் என்று வார்த்தை கூறுகிறது, அது சரிதான்! மற்றவர்களுக்கு மேலாக சுயத்தை மேம்படுத்துவதற்கும், காமம் மற்றும் பேராசை நிறைந்த வாழ்க்கைக்கு மக்களைக் கவர்ந்திழுப்பதற்கும் அவர்கள் அதை தங்கள் அழைப்பாக ஆக்குகிறார்கள். ஆனால், கர்த்தராகிய இயேசு கிறிஸ்துவின் சிலுவையின் மூலம் நமக்கு வழங்கப்பட்ட இரட்சிப்பின் நிச்சயம் (மொத்த நன்மைகள்) பற்றி நாம் அறிந்தவர்களாக இருப்பது முக்கியம்.

இதனால் நாம் மற்றவர்களுக்கு நன்மை செய்ய முடியும். வேறு வார்த்தைகளில் கூறுவதானால், *நம்மிடம் இருக்கும் நல்ல ஆரோக்கியமும் செழிப்பும் நம்மைத் தவிர வேறு யாருக்கும் பயனளிக்கவில்லை என்றால், அது நிச்சயமாகத் தவறான கோட்பாட்டில் வேரூன்றித் தோல்வியடையும்.* இந்த ஆசீர்வாதத்தை அனுபவிக்க நமக்குச் சிலாக்கியம் வழங்கப்பட்டுள்ளது, இதனால் நாம் சத்தியத்தைப் பகிர்ந்து கொள்ளவும், பூமியில் தேவனுடைய ராஜ்யத்தின் எல்லைகளை விரிவுபடுத்தவும், பின்னர் பரலோகத்தில் ஜனத்தொகையை அதிகரிக்கவும் முடியும். நாம் ஆரோக்கியமாக இருந்தால் மட்டுமே மற்றவர்களுக்கு ஊழியம் செய்ய முடியும் அல்லது தினசரி அடிப்படையில் நமது பொறுப்புகளை நிறைவேற்ற முடியும் என்பதை உணர பொது அறிவு போதுமானது. முதலில் நம்மிடம் ஏதாவது இருந்தால் மட்டுமே குறைவுள்ளவர்களுக்கு நாம் கொடுக்க முடியும். ஒரு நோய்வாய்ப்பட்ட அல்லது இயலாத நபர் மற்றொருவருக்கு எவ்வளவு உதவ முடியும் அல்லது சுவிசேஷத்தைப் பரப்ப முடியும்? ஒருவரின் பாத்திரம் காலியாக இருக்கும்போது, மற்றொருவரின் பாத்திரத்தை நிரப்ப அவர் எவ்வாறு உதவ முடியும்? நம்மிடம் இல்லாததை நாம் கொடுக்க முடியாது, **இது பணத்திற்கு மட்டும் பொருந்தாது!**

தேவனுடைய குணாதிசயத்தைப் பற்றிய தாவீதின் அறிக்கைகள் இன்று என்னைப் போன்ற லட்சக்கணக்கானவர்களுக்குத் தேவனுடைய நன்மையைப் புரிந்துகொள்ளவும், ருசி பார்க்கவும், அனுபவிக்கவும் உதவியிருக்கின்றன. அவனது பாத்திரம் தொடர்ந்து நிரம்பி வழியும் வாழ்க்கையை அவன் வாழ்ந்ததால் அவனால் இதைக் கூற முடிந்தது. அவன் ஆசீர்வதிக்கப்பட்டது மட்டுமல்லாமல், பலருக்கும் ஆசீர்வாதமாக இருந்தான். மேலும் 'தேவனுடைய இருதயத்திற்கு ஏற்ற மனுஷன்' என்று அழைக்கப்படும் மகிமையைத் தேவன் அவனுக்கு வழங்கினார்.

'நிரம்பி வழியும் பாத்திரம்' என்ற வாழ்க்கை என்பது, சிலுவையில் நம்முடைய **கர்த்தராகிய இயேசு கிறிஸ்து செய்து முடித்த வேலையை** நாம் உறுதியாகப் பற்றிக்கொள்ளும்போது முதலில் நமக்குள் தொடங்கும் ஒரு வாழ்க்கை. அப்போதுதான் நாம் தேவனுடைய பரிபூரணத்தால் நிரப்பப்பட்டிருக்கிறோம் என்பதையும், நாம் அவரில் முழுமையாயிருக்கிறோம் என்பதையும் நமது இருதயங்களில் முழுமையாகப் புரிந்துகொள்ள முடியும். நாம் இரட்சிக்கப்பட்ட போது, அக்கிரமங்களில் மரித்தவர்களாயிருந்த நாம் கிறிஸ்துவுடனேகூட உயிர்ப்பிக்கப்பட்டோம். இந்த ஜீவன் நமது ஆத்துமாவிலும் சரீரத்திலும்

கிரியை செய்ய ஆரம்பிக்கிறது. நம்முடைய கர்த்தராகிய கிறிஸ்துவுக்குள் நாம் பரிபூரணமுள்ளவர்களாயிருக்கிறோம் என்பதை அறிய, நம்முடைய சரீரக் கண்களால் நம்முடைய அறிக்கைக்கு முற்றிலும் எதிரான சூழ்நிலைகள் கண்டாலும், தேவனுடைய வார்த்தையை அறிந்து, விசுவாசித்து, அதை இடைவிடாமல் அறிக்கையிடுவது அவசியம். நாம் எவ்வளவு அதிகமாய் கேட்கிறோமோ, அவ்வளவாய் விசுவாசம் வேரூன்றுகிறது (ரோமர் 10:17 - ஆதலால் விசுவாசம் கேள்வியினாலே வரும், கேள்வி தேவனுடைய வசனத்தினாலே வரும்), தேவனுடைய செயல்கள் நமது ஆத்துமாவிலும் சரீரத்திலும் பாய்கின்றன. இது நம்மைச் சுற்றியுள்ளவர்களின் வாழ்க்கையில் தாக்கத்தை ஏற்படுத்தும் வகையில் நமது சொற்களையும், செயல்களையும் மேலும் செம்மைப்படுத்துகிறது. இதுவே நித்தியத்தைக் கணக்கிடும் சாட்சி.

நிறைய நல்ல காரியங்களைச் செய்து, தர்மம் செய்வதில் பெரியவர்களாக இருப்பவர்கள் பலர் இருக்கிறார்கள். ஆனால் அதற்கு அடித்தளமாகவோ அல்லது மையமாகவோ தேவன் இல்லாதபோது, அது இங்கே பூமியில் முடிவடைகிறது. ஆத்துமாக்களின் இரட்சிப்பு இல்லாததால் அது நித்தியத்தில் நுழைவதில்லை. ஒரு விசுவாசியின் உண்மையான நிரம்பி வழியும் பாத்திரத்திற்கும் ஒரு அவிசுவாசியின் போலியான நிரம்பி வழியும் பாத்திரத்திற்கும் இடையிலான வெளிப்படையான வேறுபாடு இதுதான். அக்கறையுள்ள அவிசுவாசிகள் தாராள மனப்பான்மையால் மக்களுக்கு உதவுகிறார்கள் என்பதில் சந்தேகமில்லை. ஆனால் அது பூமிக்கு உட்பட்டது மற்றும் தற்காலிகமானது. மரம், புல் மற்றும் வைக்கோலைக் கொண்டு கட்டுவது போன்றது, நெருப்பால் முற்றிலும் வெந்து போகும். கர்த்தராகிய இயேசு கிறிஸ்துவின் அஸ்திபாரத்தில் வேரூன்றுவதன் மூலம் நமது தாராள மனப்பான்மையை நாம் கணக்கிட வேண்டும். இது மரணம் என்ற சரீர தடையைக் கடந்து, நித்தியத்திற்குள் செல்லும் வல்லமையைக் கொண்டுள்ளது. நினைவில் வைத்துக் கொள்ளுங்கள்! ஒவ்வொரு விசுவாசியும் ஆசீர்வாதமாக இருக்க ஆசீர்வதிக்கப்படுகிறார். இது (ஒரு புத்திசாலி பிரசங்கி சொன்னது போல், நான் மேற்கோள் காட்டியது போல்) 'முடிந்தவரைப் பெறுங்கள், பெற்றதை குவியுங்கள், அதின் மேல் அமருங்கள்!' என்றிருக்க கூடாது.

எல்லா நேரங்களிலும் நாம் எங்கிருந்து நிரப்பப்படுகிறோமோ அந்த மூல ஆதாரத்துடன் நாம் இணைந்திருப்பது மிகவும் அவசியம். இல்லையென்றால், நாம் வறண்டு போவது நிச்சயம்! கர்த்தராகிய இயேசு, பல சந்தர்ப்பங்களில்,

மற்றவர்களுக்குச் சேவை செய்வதற்காக, முதலில் தம்மை நிரப்புவதற்காகப் பிதாவுடன் தனிப்பட்ட நேரத்தைச் செலவழித்தார். அவரே 'ஜீவ அப்பம்' என்றும், 'ஜீவத்தண்ணீர்' என்றும் அவர் நமக்குக் கூறியுள்ளார். யோவான் 7:37 லிருந்து 39 வரை, "பண்டிகையின் கடைசிநாளாகிய பிரதான நாளிலே இயேசு நின்று, சத்தமிட்டு: ஒருவன் தாகமாயிருந்தால் என்னிடத்தில் வந்து, பானம்பண்ணக்கடவன். வேதவாக்கியம் சொல்லுகிறபடி என்னிடத்தில் விசுவாசமாயிருக்கிறவன்எவனோ, அவன்உள்ளத்திலிருந்துஜீவத்தண்ணீருள்ள நதிகள் ஓடும்" என்றார். தம்மை விசுவாசிக்கிறவர்கள் அடையப்போகிற அவியையைக்குறித்து இப்படி சொன்னார். (பரிசுத்த ஆவியானவர் இன்னும் கொடுக்கப்படவில்லை, ஏனென்றால் இயேசு இன்னும் மகிமைப்படவில்லை). இந்த 'நிரம்பி வழியும் பாத்திரத்தைப்' பற்றிய வாழ்க்கையைத்தான் தாவீது பேசுகிறான்.

ஜீவ தண்ணீரின் ஊற்று நம்முடைய கர்த்தராகிய இயேசு கிறிஸ்து. அவர் இன்று பரிசுத்த ஆவியின் மூலம் நம்மில் வாசமாயிருக்கிறார். அவர் நம்மை ஜீவத்தண்ணீரால் நிரப்புகிறார், அநேக ஆத்துமாக்களை நம்முடைய கர்த்தருடைய இரட்சிப்பின் அறிவுக்குக் கொண்டு வந்து அவர்களை இரட்சிப்பதற்காக அது நம் வாழ்விலிருந்து இந்த உடைந்த உலகத்திற்குள்ளாக நிரம்பி வழிகிறது. நம்மில் உள்ள தேவனுடைய ஆவி நம் வாழ்க்கையைச் சரியாக அமைக்கிறது. இதனால் நாம், நம் பிதாவாகிய தேவனுடன் இணைந்து, உன்னதமான தேவனுடைய குமாரர்களாகவும் குமாரத்திகளாகவும் வாழ முடியும். ஆரோக்கியமான ஆவி, ஆத்துமா மற்றும் சரீரத்தைக் கொண்டிருக்கிறோம். இழந்து போன மற்றும் உடைந்த மற்றவர்களை தம்முடைய குமாரனின் சாயலாக மாற்றுவதற்காக ஊழியம் செய்ய அவர் அனைத்தையும் பயன்படுத்துகிறார். நம்முடைய ஊற்று நிலைநாட்டப்பட்டது, தேவனின் மகிமைக்காக நாம் இவ்வுலகத்தில் தாக்கத்தை ஏற்படுத்தும் பொருட்டு, அவர் சமூகத்தில் எப்பொழுதும் அமர வேண்டும். இது தேவனுடைய சமூகத்தில் தரமான அர்ப்பணிப்பான நேரத்தைச் செலவிட வேண்டியதன் அவசியத்தைக் குறிக்கிறது.

தேவனுடைய வார்த்தை நமக்கு இளைப்பாறுதலையும் புத்துணர்ச்சியையும் கொடுக்கும் உள்ளார்ந்த வல்லமையைக் கொண்டுள்ளது. தேவனுடைய பாதையில் நடப்பதற்கு நமக்குப் பலனைக் கொடுப்பது அதின் குணமாகும். இதற்கு "கிருபை" என்று பெயர். ஆனால் நாம் முழு மனதுடன் வந்து

அதைப் பெற வேண்டும். நாம் அவ்வாறு செய்யும்போது, அவருடைய வல்லமை இந்த பூமிக்குரிய ராஜ்யத்தில் நிறைவேற்றப்படுகிறது மற்றும் கட்டுகள் உடைக்கப்படுகின்றன. இது நம் வாழ்க்கையிலும் மற்றவர்களின் வாழ்க்கையிலும் வெளிப்படும் மற்றும் நிச்சயம் வித்தியாசத்தைக் காட்டும்.

6 (அ) என் ஜீவனுள்ள நாளெல்லாம் நன்மையும் கிருபையும் (இரக்கம்) என்னைத் தொடரும்;

இந்த அழகான சங்கீதத்தின் இறுதி வசனம் ஒவ்வொரு விசுவாசியின் வாழ்க்கையிலும் ஒரு அழகான சத்தியத்தை நிலைப்படுத்துகிறது. நாம் இரட்சிப்பைப் பெறும்போது பொதுவான ராஜ்யத்தின் கொள்கையையும், நம் வாழ்க்கை செல்லும் பாதையின் தகர்க்கமுடியாத அஸ்திபாரத்தையும் இது ஏற்படுத்துகிறது. கர்த்தருடைய ஒவ்வொரு வார்த்தையும் நூறு சதவீதம் உண்மையானவை. ஆகையால் பரிசுத்த ஆவியானவரின் நிச்சயத்தைப் பெறும்போது நிச்சயமாகவே, கட்டாயமாகவே அது இரட்டிப்பாக முத்திரையிடப்படுகிறது! அப்படியானால் இங்கே கூறப்பட்டுள்ள இரட்டிப்பான முத்திரையின் உண்மை என்ன? அது என்னவென்றால், கர்த்தரின் "நன்மை" மற்றும் "கிருபை", நமது சர்வவல்லமையுள்ள தேவனின் அற்புதமான நற்பண்புகள், நமது சுதந்தரமாக நமக்கு வழங்கப்படுகின்றன.

தேவன் நமக்கு முன்பாகச் சென்று, தம்முடைய நீதியான பாதைகளில் நம்மை வழிநடத்துகிறார் என்ற உறுதியுடன் தாவீது இந்த சங்கீதத்தைத் தொடங்கினான். இதைத் தொடர்ந்து, தேவன் நம்முடன் இருக்கிறார், நம் பக்கத்தில் இருக்கிறார், அவர் செலுத்திய மற்றும் நமக்குக் கிடைக்கச் செய்த அனைத்தையும் நம்பவும், புரிந்துகொள்ளவும், பெறவும் நமக்கு உதவுகிறார். இந்த சிறிய, ஆனால் ஆழமான சங்கீதத்தை முடிக்கும்போது, சர்வவல்லமையுள்ள தேவன், தம்முடைய அனைத்து சிறந்த பண்புகளுடன், நாம் வாழ்க்கையில் நடந்துகொண்டிருக்கும் போது எப்பொழுதும் நம்மைப் பின்தொடர்கிறார் என்று தாவீது மறுபடியும் உணர்த்துகிறான்.

வாழ்க்கையை இரண்டு வழிகளில் வாழலாம். ஒன்று நாம் தேவனுக்காக வாழ்கிறோம் (அவருடைய சித்தத்திற்குக் கீழ்ப்படிவதன் மூலம் அவரை மகிமைப்படுத்துகிறோம்) அல்லது நமக்காக வாழ்கிறோம் (நம்மையும் சாத்தானையும் மகிமைப்படுத்துகிறோம்). இடையில் அல்லது வேறுவிதமாக

எதுவும் இல்லை. நாம் தேவனுடைய நோக்கங்களுக்காக வாழும்போது, அதற்காக நமக்கு வழங்கப்பட்ட அவருடைய வல்லமையிலும் கிருபையிலும் நூறு சதவீதம் அதைச் செய்கிறோம். அதுதான் 'அவருடைய நற்குணம்'. நாம் தோல்வியடையும் போது, அவருடைய கிருபை அங்கேயே இருக்கிறது! ஆதலால், நாம் இரக்கத்தைப் பெறவும், ஏற்ற சமயத்தில் சகாயஞ்செய்யுங்கிருபையை அடையவும், தைரியமாய்க்கிருபாசனத்தண்டையிலேசேரக்கடவோம் (எபிரெயர் 4:16). தாவீது தேவனோடு நடந்தபோது இதை வலுவாக அனுபவித்தான். கர்த்தருடைய இந்த இரண்டு நற்பண்புகள் தன்னிடம் இருப்பதை அறிந்த அவன், தேவனுடைய கரம் தன் சார்பாக நன்மை செய்வதாகவும், தேவனுடைய அபரிமிதமான கிருபையைத் தழுவுவதாகவும், அவன் தோல்வியடையும் போதெல்லாம் பின்வாங்காமல் அவனை அது தாங்குவதாகவும் அடிக்கடி கூறினான்.

தீர்க்கதரிசியாகிய சாமுவேலின் முன்னிலையில் விசேஷமாக அழைத்துச் செல்லப்பட்டு, அவரால் அபிஷேகம் செய்யப்பட்ட தருணத்திலிருந்து, இறுதியாக தன் பிதாக்களோடு இளைப்பாறிய நாள் வரையில், தாவீது தேவனுடைய இந்த நற்பண்புகளின் உண்மையான மதிப்பை படிப்படியாகக் கற்றுக்கொண்டான். தாவீதின் தைரியமும், புத்திசாலித்தனமும் தனித்து நின்றாலும், அவன் இச்சையினால் தடுமாறி தனது சொந்த பாதுகாவலனும் தேவ சிந்தனையுள்ள மனுஷனாகிய உரியாவை கொல்ல திட்டம் பண்ணினான். பத்சேபாள் "ஸ்நானம்பண்ணுகிறதைப்" பார்த்த மாத்திரத்தில் இச்சை வரவில்லை. ஒரு பெண் தனது மனைவியாக இருப்பதில் அவன் திருப்தி அடைய முடியாதபோது அதாவது நீண்ட காலத்திற்கு முன்பே இது தொடங்கியது. தாவீது படிப்படியாக இச்சையில் வளர்ந்து இறுதியாக முனைவர் பட்டம் பெற்றான்! உபாகமம் புத்தகம் 17:17ல் தேவனிடமிருந்து கண்டிப்பான கட்டளைகள் பெற்று, இஸ்ரவேலின் ராஜாக்கள் **மனைவிகளையும், குதிரைகளையும் பெருக்குவதற்குத் தேவனால் முற்றிலும் தடைசெய்யப்பட்டிருந்தனர்.** தாவீது எட்டு பெண்களை ஆடம்பரமாகத் திருமணம் செய்து கொண்டான், அதற்கு மேல் குறைந்தபட்சம் பத்து மறுமனையாட்டிகளைக் கொண்டிருந்தான். நிச்சயமாக, அவனது இச்சை கட்டுப்படுத்தப்படவில்லை! இது அவன் மகன் சாலொமோனுக்கு ஒரு நல்ல முன்னுதாரணத்தை அமைத்தது. அவன் தாவீதை முந்திக்கொண்டு எழுநூறு மனைவிகள் மற்றும் முந்நூறு மறுமனையாட்டிகளைக் கொண்டிருந்தான், அவர்களில் ஒருவர் கூட யூதர் அல்ல! அதோடுகூட, சாலொமோன்

குதிரைகளையும் பெருகச் செய்தான்! தன் ஒழுக்கமின்மை காரணமாக, தாவீதால் ஒருபோதும் தனது மகன்களை (அம்னோன் தொடங்கி) கண்டிக்க முடியவில்லை. அவர்கள் தங்கள் வாழ்க்கையில் கடுமையான ஒழுக்கமின்மை கொண்டிருந்தனர். இது மோசத்திலிருந்து மிக மோசமான நிலைக்கு மட்டுமே இழுத்துச் சென்றது. இந்தத் தோல்விகளின் மத்தியிலும், தேவனுடைய கிருபையை எவ்வாறு தழுவுவது என்பதை தாவீது கற்றுக்கொண்டான், மேலும் தனது வாழ்க்கைக்கான தேவனுடைய நோக்கத்தைத் தொடர்ந்து நிறைவேற்றினான்.

இந்த வெளிப்பாட்டின் ஆழத்தை நாம் புரிந்து கொள்ள வேண்டுமானால், சாமுவேல் மற்றும் 1 நாளாகமம் ஆகிய இரண்டு புத்தகங்களையும் நன்கு படிப்பது அவசியம். இந்த புத்தகங்களைப் படித்து முடித்த பிறகு, இந்த வசனத்தின் அர்த்தத்தைப் புரிந்துகொள்ள உதவும், தாவீதின் வாழ்க்கையிலிருந்து சில நிகழ்வுகளை முன்னிலைப்படுத்தக் கர்த்தர் என்னை வழிநடத்தினார்.

நற்குணம்:

✡ தாவீது ஈசாயின் மிகவும் பொறுப்பான (இளைய) மகன். அவன் தனது தந்தையின் சில ஆடுகளை நன்றாகப் பராமரிப்பதில் அர்ப்பணிப்புடன் இருந்தான், மிகவும் ஆபத்தானவற்றிலிருந்து அவற்றைப் பாதுகாக்க தன்னால் முடிந்த அனைத்தையும் செய்தான். சாமுவேல் தீர்க்கதரிசி பெத்லகேமுக்கு வந்தபோது, அவருடைய வருகைக்கான காரணம் (ராஜாவை அபிஷேகம் பண்ணுதல்) தீர்க்கதரிசிக்கும் தேவனுக்கும் இடையே ஒரு ரகசியமாக இருந்தது. ஏன் தாவீதும் ஈசாய்யும் அல்லது வேறு யாரும் கூட அதை அறியும் படிக்கு அனுமதிக்கப்படவில்லை. ஏன் நான் இதைச் சொல்கிறேன் என்பதை விளக்குகிறேன்: சவுலை ராஜாவாக நிராகரித்த துக்கத்தை நிறுத்தும்படியும், கொம்பில் தைலத்தை நிரப்பும்படியும், அடுத்த ராஜாவை அபிஷேகம் செய்வதற்காகவுமே பெத்லகேமுக்குச் செல்லும்படியும் சாமுவேலிடம் தேவன் சொன்னபோது, சாமுவேல் சவுலின் நிமித்தம் இதைச் செய்யத் தயங்கினான். சவுலுக்கு இது தெரிய வந்தால் கண்டிப்பாகக் கொலை செய்வான். இந்தக் கவலையை சாமுவேல் தீர்க்கதரிசி தேவனிடம் தெரிவித்தான். பெத்லகேமில் கர்த்தருக்கு ஒரு பலியைச் செலுத்தி, ஈசாயின் குடும்பத்தை பலிவிருந்துக்கு அழைக்கும் காரணத்தின் கீழ்

(அப்படிச் சொல்லலாம்) தேவனுடைய திட்டத்தை நிறைவேற்றும்படி தேவன் கட்டளையிட்டார். இப்போது இது சந்தேகத்திற்குரியதல்ல, ஏனென்றால் தீர்க்கதரிசியாகிய சாமுவேல் நீண்ட காலமாக ராமாவில் (அவரது சொந்த ஊரில்) குடியேறியிருந்தான். அடிக்கடி இஸ்ரவேலின் நகரங்களுக்குச் சென்று, பலி செலுத்துவான், குறிப்பாகத் குறிப்பிட்ட சிலரை அதன் ஒரு பகுதியாக இருக்க அழைப்பான், ஆனாலும் எல்லோரும் அழைக்கப்படவில்லை. அழைக்கப்பட்டவர்கள் பலிவிருந்து நிகழ்ச்சியில் கலந்துகொள்ளலாம், பலிகளைத் தொடர்ந்து வரும் விருந்திலும் பங்கேற்கலாம். சாமுவேல் பெத்லகேம் ஜனங்களுக்கு முன்பாக ராஜாவை அபிஷேகம் செய்யப்போவதை விளம்பரப்படுத்தியிருந்தால், முழு "பலிவிருந்தும்" முற்றிலும் வீணாகியிருக்கும், ஏனெனில் யாராவது நிச்சயமாகச் சவுலுக்குச் செய்தியைக் கொண்டு சென்றிருப்பர். அவன் தாவீதையும், சாமுவேலையும் உடனே கொலை செய்திருப்பான்! தாவீதின் சொந்த சகோதரர்களே சவுலிடம் இந்த விஷயத்தைக் கசியவிட்டிருப்பார்கள் என்று நான் நம்புகிறேன். ஏனென்றால், அவர்கள் சவுலிடம் வேலை செய்தார்கள், வெளிப்படையாக தங்கள் சிறிய சகோதரனைப் பார்த்துப் பொறாமைப்பட்டார்கள்.

அபிஷேகம் எப்போதும் சிறப்பு வாய்ந்தது. அவர்கள் அனைவரும் அறிந்த மிக முக்கியமான விஷயம் என்னவென்றால், தாவீது அவர்கள் அனைவரையும் விட ஏதோ ஒரு சிறப்பு வாய்ந்த காரணத்திற்காகத் தேர்ந்தெடுக்கப்பட்டிருக்கிறான் என்பது தான். இதன் காரணமாக, எலியாப் தாவீது பெருமை கொண்டவன் எனவும், அற்பத்தனமாகவும் இருப்பதாகவும் நினைத்தான். ஏனெனில், அவன் (தாவீது) கோலியாத்தை எதிர்த்துப் போராட விரும்பினான், அபிஷேகம் தாவீதை தூண்டியது என்பதை எலியாப் உணரவில்லை. ஆனால் இந்த அபிஷேகத்தின் வெளிப்பாடு விரைவில் தாவீதில் வெளிப்பட்டது. மக்கள் அவனது ஆளுமையிலும் மாற்றத்தைக் கண்டார்கள். தாவீது தேவனின் இந்த அபிஷேகம் மற்றும் கிருபையைப் பெற எதையும் செய்யவில்லை. உண்மையில், தேவன் அவனை 1 சாமுவேல் 13:14-ல் "தம்முடைய இதயத்திற்கு ஏற்றவன்" என்று அழைத்தார். இது தாவீது பிறப்பதற்குப் பல ஆண்டுகளுக்கு முன்பே தேவனால் உரைக்கப்பட்டது! யோசித்துப் பார்த்தால், நம்மில் யாருக்கும்

தெரியாது! தேவனுடைய நன்மையையும் கிருபையையும் முதன் முதலில் பெற்றவன் தான் என்பதை தாவீது அறிந்திருந்தான்!

✡ தேவனுடைய தயவினால் தாவீது ஒரு சிறப்பு நோக்கத்திற்காக அபிஷேகம் செய்யப்பட்ட பிறகு, தாவீது தனது ஆளுமையில் கடுமையான மாற்றத்தைக் கண்டான். தனக்கு முன் பதவியிலிருந்த சவுலைப் போலல்லாமல், தாவீது தன் ஆடுகளை மேய்த்துக் கொண்டும், வேட்டையாடும் விலங்குகளை விரட்டும்போதும் கூட அந்த அபிஷேகத்தின் நோக்கத்தை ஆராய்ந்து அதை சிந்தித்து கொண்டே இருந்தான். அவன் படிப்படியாக அபிஷேகத்தில் வளர்ந்து கொண்டே இருந்தான் என்று சொல்லலாம். தாவீது செய்த படிப்படியான முன்னேற்றம் தேவனுடைய வார்த்தையில் தெளிவாகச் சித்தரிக்கப்பட்டுள்ளது. அவன் கோலியாத்தை சிங்கத்தோடும் கரடியோடும் ஒப்பிட்டபோது, அது வெற்று ஒப்பீடு அல்ல. இஸ்ரவேலின் வனாந்தரத்தில் காணப்படும் கரடிகள் பின்னங்கால்களில் நிற்கும்போது சராசரியாக ஒன்பது அடி உயரம் இருக்கும். ஆக, அது உண்மைதான்! அவன் செய்த எல்லாவற்றிலும், உதாரணமாகத் தனது இசையில், கவண் எறிதலில், மற்றும் வேட்டையாடுபவர்களைத் தடுக்க உத்திகளைப் பயன்படுத்துவதில் தனது அபிஷேகத்தை முழுமையாகப் பயன்படுத்தினான். தேவன் தான் தன்னை காட்டு மிருகங்களிடமிருந்து காப்பாற்றினார் என்றும், கோலியாத்தையும் தன் கைகளில் கொடுக்க தயங்க மாட்டார் என்றும் அவன் சவுல் ராஜாவுக்கு முன்பாக தைரியமாக அறிக்கையிட்டான். தேவனும் அதை உறுதிப்படுத்தினார்!

✡ ராட்சதனை வென்ற வெற்றி தாவீதை அவனுடைய வாழ்க்கையைக் குறித்த தேவனுடைய சித்தத்திற்குள் மேலும் வலுவேற்க செய்தது. தாவீது கோலியாத்தைக் கொன்றபோது, சவுல் அவனைத் தன்னுடைய **ஆயுத தாரியாக** நியமித்தான். அது சாதாரண வேலை அல்ல. இது சவுலின் கவசத்தைப் பளபளப்பாக்குவதைப் பற்றியதோ அல்லது அவன் எங்குச் சென்றாலும் அவனுக்காக அதை எடுத்துச் செல்வதோ அல்ல. சவுலுக்கு உயர்ந்த அந்தஸ்திலிருந்த மெய்க்காப்பாளனாக இருந்ததன் மூலம் ராஜாவின் உயிரைக் காப்பாற்றும் பாக்கியம் தாவீதுக்குக் கிடைத்தது! இதுதான் கவசம் தாங்குபவனின் இலக்கணம். இந்த காலகட்டத்தில், தாவீது சவுலுடன் போருக்குச்

செல்ல வேண்டியிருந்தது, மேலும் இராணுவ உத்திகள் மற்றும் போர்க் கலையில் தானாகவே பயிற்சி பெற்றான். அதில் அவன் சிறந்து விளங்கினான்! பிற்பாடு சவுல் தாவீதை உயர் தலைமைக்கு உயர்த்தி, அவனை நூற்றுக்கும் ஆயிரத்திற்கும் தலைவனாக ஆக்கினான். இனிமேல் தாவீதும் தன் படைவீரர்களுடன் தனியாகப் போருக்குச் செல்ல முடியும். தாவீது புத்திசாலித்தனமாக நடந்து கொண்டான் என்றும், அனைவராலும் நன்கு நேசிக்கப்பட்டான் என்றும் கூறப்படுகிறது. அவன் இஸ்ரவேலில் புகழ் ஏணியில் படிப்படியாக ஏறிக் கொண்டிருந்தான். அத்தகைய ஒரு வெற்றியின் போதுதான் ஸ்திரீகள், தாவீதை உற்சாகப்படுத்தி, சவுல் கொன்றது ஆயிரம் தாவீதுக் கொன்றது பதினாயிரம் என்ற பாடலைப் பாடினார்கள். இந்த உயர்ந்த ஒப்பீடு உடனடியாக சவுலின் இதயத்தில் தாவீதின் மீது பொறாமையையும், எரிச்சலையும் தூண்டியது. இதற்குப்பின் தாவீதின் நாடோடி வாழ்க்கை தொடங்கியது. தேவ தயவே தன்னை இந்த அளவுக்கு உயர்த்தியது என்பதை தாவீது அறிந்திருந்ததால், சவுல்கூட அவனைப் பார்த்துப் பொறாமைப்பட்டான்.

✡ பத்தாயிரம் பேரைக் கொன்ற ஒரு நபராக தாவீது புதிய அந்தஸ்தைப் பெற்றதைத் தொடர்ந்து, சவுலால் பதவி இறக்கம் செய்யப்பட்டுத் தொடர்ந்து குறிவைக்கப்பட்டான். அதனால் அவன் சவுலின் முன்னிலையிலிருந்து தப்பி ஓடினான். சவுலின் பொறாமைக்குப் பலியாவதைத் தவிர வேறு எந்த நல்ல காரணத்திற்காகவும் அவன் யூதேயாவின் வனாந்தரத்தில் ஒரு நாடோடியாகச் சுற்றித் திரியவில்லை. சவுல் தாவீதைக் கொல்வதையே தனது இலக்காக மாற்றினான், ஏனென்றால் தாவீது அவனுடைய சிங்காசனத்திற்கும் அவனது வாரிசுகளுக்கும் ஒரு மிகப்பெரிய அச்சுறுத்தலாக இருந்தான். சவுல் தாவீதின் பெற்றோரையும், சகோதரரையும் தொந்தரவு செய்வதையுங்கூட விட்டுவைக்கவில்லை. ஏனென்றால் அவர்களொல்லாரும் பின்னால் வனாந்தரத்தில் அவனோடு சேர்ந்துகொண்டதை நாம் காண்கிறோம். இவை உண்மையில் ஒரு விரக்தியின் காலங்கள். இஸ்ரவேலின் எதிரிகளோடு போர் செய்வதற்குப் பதிலாக, தாவீதைக் கொல்வதற்காகச் சவுல் ஆட்களை ஏற்பாடு செய்தான்! ஆனால் தாவீது இந்த நேரத்தை எல்லாம் தன்னை மேம்படுத்திக் கொள்ளவே பயன்படுத்தினான். அவன்

அதுல்லாம் குகையில் ஒளிந்திருந்தபோது, ஒடுக்கப்பட்டவர்கள், கடன்பட்டவர்கள், அதிருப்தி அடைந்த மக்கள் யாவரும் (யூதர்களும் யூதரல்லாதவர்களும்) அவனோடே கூடிக்கொண்டார்கள். ஆரம்பத்தில், அவர்களின் எண்ணிக்கை சுமார் நானூறாக இருந்தது, விரைவில் அறுநூறாக வளர்ந்தது. இந்த ஜனங்கள் தங்கள் வாழ்க்கையைத் தொலைத்துவிட்டவர்கள். ஆனால் அவர்களுக்குக் காட்டப்பட்ட கிருபையால் அவர்கள் மிகவும் திறமையானவர்களாக மாறினார்கள், தாவீதின் வீரர்கள் என்று அறியப்பட்டார்கள்! அவர்கள் ஒரே நேரத்தில் ராட்சதர்களையும் நூற்றுக்கணக்கான எதிரிகளையும் கொல்வதில் பிரபலமானார்கள். அவர்கள் வாள் வீச்சாளர்களாகவும், வில் வித்தையிலும், போர்க்கலையிலும் சிறந்து விளங்கினர்.

சவுல் மற்றும் தாவீதின் தலைமையின் கீழ் இருந்த இராணுவப் படையில் வாள்வீரர்கள் மற்றும் வில்லாளர்கள் இருந்தார்கள் என்பதை இங்கே குறிப்பிடுவது முக்கியம். குதிரைகளும் ரதங்களும் இல்லை! இவை சாலமோனின் ஆட்சியின் போதும் அதற்குப் பின்னரும் மட்டுமே வந்தன.

சவுலை வீழ்த்துவதற்கு தாவீதிடம் தேவையான அனைத்து பலமும் இருந்தது. ஆனால் அவன் கர்த்தருக்குப் பயப்படுவதைத் தெரிந்துகொண்டான். தேவன் அவனைப் பழிவாங்குவார் என்பதையும், சரியான நேரத்தில் தன்னை சிங்காசனத்தில் அமர்த்துவார் என்பதையும் அவன் அறிந்திருந்தான். அவன் வனாந்தரத்தில் அலைந்து திரிந்தாலும், ஒவ்வொரு போரிலும் தேவனுடைய கிருபை அவனுக்கு வெற்றியையும், அறுநூறு நல்ல விசுவாசமான தோழமையான ஆண்மக்களையும், சவுலின் அச்சுறுத்தலிலிருந்து தேவனுடைய பாதுகாப்பையும் கொடுத்தது. ஆகீஸ் என்னும் காத்தின் ராஜாவினிடத்தில் போய்ச் சேர்ந்து தேவனுடைய தயவினால் எதிரியின் எல்லையிலே அவன் தங்குவதற்கு ஒரு பகுதியையும் (சிக்லாக்) பெற்றுக்கொண்டு கிட்டத்தட்ட பதினாறு மாதங்கள் அங்கே வாசம் செய்தான். அதற்காக தாவீது எப்பொழுதும் நன்றியுணர்வுடன் இருந்தான். தாவீது காத்தூருக்கு ஓடிப்போனதைப் பற்றி சவுல் கேள்விப்பட்டபோது, பெலிஸ்தரே அவனை கொன்று போடுவார்கள் என்று நினைத்ததால், தாவீதைத் பின்தொடர்வதை நிறுத்திவிட்டான். ஆனால் தேவன் **தாவீதின் சத்துருக்களும்**

அவனோடே சமாதானமாகும்படி செய்தார் (நீதிமொழிகள் 16:7). சிக்லாகில் தங்கியிருந்த தாவீது, தொடர்ந்து போரிட்டு, இஸ்ரவேலின் எதிரிகளை (கெசூரியர், கெஸ்ரியர், அமலேக்கியர்) தோற்கடித்து, கொள்ளைப் பொருட்கள் அனைத்தையும் சவதரித்தான். சிக்லாக் என்பது தாவீது கொன்ற ராட்சதனான கோலியாத்தின் சொந்த ஊரான காத்தின் ராஜாவாகிய ஆகீசுக்குச் சொந்தமான ஒரு நகரம். ஆயினும், தேவனுடைய தயவு தாவீதுக்கு அவனுடைய எதிரிகளின் கண்களில் தயவைக் கொடுத்து. அவர்களை அவனோடு சமாதானமாயிருக்கச் செய்தது!

சிக்லாகில் தாவீது தங்கியிருந்தது சிலரால் மிகவும் வித்தியாசமாக வர்ணிக்கப்படுகிறது. தாவீது தேவனுக்குக் கீழ்ப்படியவில்லை என்பதாக அவர்கள் முத்திரை குத்துகிறார்கள். முதலாவதாக, தாவீது தளர்ந்து போய் தன் உயிரைக் காப்பாற்றிக் கொள்ளச் சவுலை விட்டு ஓடி வந்தான் என்பதை நாம் புரிந்து கொள்ள வேண்டும். அந்த நிலையில் இஸ்ரவேலின் எதிரிகளைத் தோற்கடிப்பது, இழந்த தேசத்தை மீண்டும் கைப்பற்றுவது, மற்றும் தேவனுடைய பிள்ளைகளை (இஸ்ரவேலர்) பாதுகாப்பது போன்ற தேவன் அழைத்த பணியை அவனால் நிறைவேற்ற முடியவில்லை. அத்துடன், அவனுடைய சொந்த ஜனங்களும், கேகிலாவின் மக்களும் அவனைச் சவுலிடம் காட்டிக்கொடுக்க வகைதேடினர். தேவன் அவனை உன்னதமான சேவைக்கு அபிஷேகம் செய்திருந்தார். தாவீது தனக்காக தேவனுடைய விருப்பத்தை நிறைவேற்ற முடியாமல் திகைத்துப் போனான். இஸ்ரவேலின் எதிரிகளுடன் சண்டையிடுவதற்குப் பதிலாக, சவுல் தாவீதைப் பின்தொடர்வதில் முனைப்பாய் இருந்தான். அவர்கள் இருவரும் ஒருவர் பின்னால் ஒருவர் வட்டமடித்துக் கொண்டிருந்தனர். இந்த சங்கிலியை உடைக்க, தாவீது தேவனை நம்பி காத் பட்டணத்து ராஜாவாகிய ஆகீசை அணுகினான் என்று நான் நம்புகிறேன். இந்த புறஜாதி ராஜாவின் கண்களில் தேவன் தாவீதுக்கு தெய்வீக தயவை வழங்கினார். (அவனுடைய நாயகனான கோலியாத்தை தாவீது ஏற்கனவே கொன்றிருக்கிறான்). இப்படி தாவீது சிக்கலாக்கில் தஞ்சம் புகுந்தது இந்த இரண்டு பிரச்சினைகளையும் தீர்த்தது! சவுல் தாவீதைப் பின்தொடர்வதை நிறுத்தினான், தாவீது இஸ்ரவேலின் எதிரிகளை (கெசூரியர், கெஸ்ரியர், அமலேக்கியர்) தோற்கடிக்கத் தனது

அழைப்பை மீண்டும் தொடங்கினான். இஸ்ரவேலின் பிராந்தியத்தை விரிவுபடுத்தினான். இருப்பினும், அவன் கொள்ளையிட்ட பகுதி குறித்து ஆகீசிடத்தில்ப் பொய் சொன்னான். தாவீது ஒருபோதும் தன் சொந்த யூத சகோதரர்களைக் கொல்லத் துணியவே மாட்டான். ஆனால் பிற்பாடு, அவன் ஏத்தியனான உரியாவை (அவனுக்கு வலதுகரம் போன்றவன்) கொடூரமாகக் கொலை செய்தான். இது அவனது குடும்பத்தில் அழிவை ஏற்படுத்தியது. தாவீது தன்னுடைய மூன்று மகன்களை (அம்னோன், அப்சலோம் மற்றும் அதோனியா) இழந்தான். அவனது அழகான மகள் தாமாரின் வாழ்க்கை முழுவதும் பாதிக்கப்பட்டது. அவன் செய்த குற்றத்திற்காக மிகவும் விலையுயர்ந்த கிரயத்தைக் கொடுக்க வேண்டியிருந்தது! தேவன் பார்த்துக் கொண்டிருந்தார்; நிச்சயமாக, அந்த கொடூரமான, முதுகெலும்பற்ற செயலிலிருந்து தாவீதால் தப்பிக்க முடியவில்லை. அதே காரணத்திற்காக, அவன் தனது சொந்த யூத சகோதரர்களையும் கொன்றுவிட்டான் என்றால் தேவன் நிச்சயமாக அவனைத் தப்ப விடமாட்டார்!

✡ தாவீது தேவனுக்குப் பயந்து நடந்தவனாயிருந்தான். சவுல் இரண்டு முறை அவன் கையில் ஒப்புக்கொடுக்கப்பட்டும், சவுலைக் கொலை செய்யும்படி சவுலோடு இருந்தவர்கள் தாவீதைத் தூண்டிய போதிலும் சவுலைப் பழிவாங்க அவன் முற்றிலும் மறுத்துவிட்டான். சவுலைப் பொறுத்தவரை, எல்லா சோதனைகளிலும் தாவீது உத்தமத்தன்மையோடு இருந்தான். அவன் சவுலின் வாழ்க்கையை ஒரே ஒரு காரணத்திற்காக மட்டுமே மதித்தான்: அவன் (சவுல்) கர்த்தரால் அபிஷேகம் செய்யப்பட்டவன். மேலும் சவுல் தனக்குச் செய்த எல்லா தீமைகளுக்கும் கர்த்தர் அவனுக்குப் பதிலளிப்பார் என்று அவன் உறுதியாக நம்பினான். சொல்லப்போனால், ஒருமுறை அவன் சவுலின் சால்வையின் தொங்கலை வெட்டினான். அப்படிச் செய்ததற்காகக் அவன் மனது அடித்துக்கொண்டிருந்து! அவன் ஒரு முறை கூட தன்னை ராஜாவாக முடிசூட்டிக்கொள்ள முயற்சிக்கவில்லை. இதைக் கர்த்தரே நிறைவேற்றி முடிக்கட்டும் என்று கர்த்தருக்காகப் பொறுமையுடன் காத்திருந்தான். இறுதியாக, கில்போவா மலையில், சவுலும் அவனது மூன்று மகன்களும் பெலிஸ்தருடனான போரில் கொல்லப்பட்டனர். பின்னர் தேவன் தாவீதை யூதாவின் முதல் ராஜாவாக முடிசூட்டினார்.

அவன் எப்ரோனில் ஏழு ஆண்டுகள் அரசாண்டான். சவுலின் மற்றொரு மகன்களில் இஸ்போசேத் இஸ்ரவேலை ஆண்டான். ஆனால் இஸ்போசேத் அவனது படைத்தலைவர்களாலேயே படுகொலை செய்யப்பட்டான். இதற்குப் பிறகு, தாவீது இஸ்ரவேல் தேசம் முழுவதற்கும் ராஜாவாக்கப்பட்டு, அடுத்த முப்பத்து மூன்று ஆண்டுகள் (மொத்தம் 40 ஆண்டுகள்) ஆட்சி செய்தான். தாவீது எல்லாக்காரியங்களிலும் தேவனிடம் விசாரிப்பதை நாம் அடிக்கடி பார்க்கலாம். தேவனுடைய தயவு அவனுக்கு முன்னால் சென்றது, அவனுடன் இருந்தது, அவனுக்குப் பின்னால் நெருக்கமாக பின்தொடர்ந்தது என்பதை அவன் நன்கு அறிந்திருந்தான். அவன் செய்ய வேண்டியதெல்லாம் அதை அடைந்து தழுவிக் கொண்டே இருப்பதுதான். அவன் அப்படிச் செய்த ஒவ்வொரு முறையும், கர்த்தர் அவனை ஆசீர்வதித்து, அவனுடைய நாமத்தை மேன்மைப்படுத்தினார்.

இரக்கம்:

தயவுசெய்து கவனிக்கவும்:

சங்கீதம் 23:6-ல் உள்ள எபிரேய வார்த்தை "கெசெட்" (H2617, முழுமையாக ஒத்துப்போகும் ஒரு சரியான வார்த்தை) ஆங்கில கிங் ஜேம்ஸ் பதிப்பில் "இரக்கம்" என்று மொழிபெயர்க்கப்பட்டுள்ளது. அறியப்படாத காரணங்களுக்காக, இந்த வார்த்தை தமிழில் "கிருபை" என்று மொழிபெயர்க்கப்பட்டுள்ளது. இரக்கமும் கிருபையும் வெவ்வேறு அர்த்தங்களைக் கொண்டிருந்தாலும், அவை கைகோர்த்துச் செல்கின்றன, குறிப்பாக புதிய உடன்படிக்கையின் கீழ். மூல எபிரேய உரை மற்றும் அதன் ஆங்கில மொழிபெயர்ப்பு "இரக்கம்" என்பதைக் குறிக்கிறது என்பதால், நான் இந்த பத்தியை அதே சூழலில் எழுதியுள்ளேன்.

தாவீது தேவனுடைய தயவை எவ்வாறு அனுபவித்தான் என்பதைப் பற்றிப் பார்த்தோம். இப்பொழுது தாவீது எவ்வாறு தொடர்ந்து தேவனுடைய இரக்கத்தை அனுபவித்தான் என்பதைப் பார்ப்போம். தேவனுடைய நன்மை மற்றும் கிருபை இவ்விரண்டும் நம்மைத் தொடராவிட்டால் நாம் உண்மையில் சுயநீதி மற்றும் குற்றஞ்சாட்டும் வாழ்க்கையைத் தான் வாழ முடியும். கிருபை ஒருபோதும் மலிவாக வரவில்லை. அண்ட சராசரங்களையும் உண்டாக்கின தேவன் மிகவும் விலையுயர்ந்த விலையைக் கொடுத்தார். நமது மேசியா தமது

உயிரைக் கொடுத்தார். அவருடைய விலை மதிக்க முடியாத நற்குணத்தை நாம் சாதாரணமாக எடுத்துக் கொள்ளக் கூடாது. கிருபை மற்றும் படிப்படியாகப் புதுப்பிக்கும் மனதுடன் இணைந்தே இருக்க வேண்டும், இது மாம்சத்தின் பலவீனத்திற்கு எதிரான மிகவும் பயனுள்ள ஆயுதமாகும். நாம் இரக்கத்தைப் பற்றிக்கொள்ளும்போது, ஆக்கினைத்தீர்ப்பினால் ஏற்படும் முடக்குவாதத்தைக் கடந்து, நம் வாழ்வில் தேவனுடைய அழைப்பின் சரியான பாதையில் திரும்ப முடியும். தேவனுடைய கிருபை நம்மை கவனச்சிதறல்களிலிருந்து விலகிச் செல்ல உதவுகிறது, மேலும் நமது செயல்களைக் கிருபை சரிசெய்கிறது, இதனால் நமது ஆவி நம் சரீரத்தை மேற்கொள்ளும்.

✡ **தாவீதும் உடன்படிக்கைப் பெட்டியும்:** தாவீது தனக்கு முன்னிருந்த சவுலைப் போலல்லாமல் உடன்படிக்கைப் பெட்டியின் மீது நேசம் கொண்டிருந்தான். ஏலியின் மகன்கள் தேவனுடன் கலந்தாலோசிக்காமல், உடன்படிக்கைப் பெட்டியை இஸ்ரவேல் படையுடன் போர்க்களத்திற்கு எடுத்துச் செல்ல வழிவகை செய்தனர். அந்தப் போரில் இஸ்ரவேலர்கள் தோற்றார்கள், ஏலியின் மகன்கள் கொல்லப்பட்டார்கள், பெலிஸ்தியர்கள் உடன்படிக்கைப் பெட்டியைக் கைப்பற்றினார்கள். பெலிஸ்தியர் தங்கள் வெற்றியைக் காட்டவும் கொண்டாடவும் கர்த்தருடைய பெட்டியை தாகோனின் கோவிலுக்குள் கொண்டு சென்றனர். அந்த உடன்படிக்கைப் பெட்டி அவ்வளவு பலமாக தன்னைத்தானே தற்காத்துக் கொண்டது. தாகோன் கர்த்தருடைய பெட்டிக்கு முன்பாகத் தரையிலே முகங்குப்புற விழுந்துகிடந்ததுமல்லாமல், தாகோனின் தலையும் அதின் இரண்டு கைகளும் வாசற்படியின்மேல் உடைபட்டுக் கிடந்தது; தாகோனுக்கு உடல் மாத்திரம் மீதியாயிருந்தது. தேவன் அஸ்தோத்தின் ஜனங்களையும், அதின் எல்லைகளுக்குள் இருக்கிறவர்களையும் மூலவியாதியினால் வாதித்தார். தேசம் எலிகளால் பாழாக்கப்பட்டது! இது பழங்காலத்தில் 'புபோனிக் பிளேக்' (பாக்டீரியத்தால் ஏற்படும் ஒரு வகை நோய்த்தொற்று) என்று நான் நம்புகிறேன். கர்த்தருடைய பெட்டி பெலிஸ்தரின் தேசத்தில் ஏழுமாதம் இருந்தது. இரண்டு கறவைப்பசுக்களைக் கொண்டு வந்து, அவைகளை வண்டியிலே கட்டி, அவைகளின் கன்றுக்குட்டிகளை வீட்டிலே அடைத்துவைத்து, கர்த்தருடைய பெட்டியையும், பொன்னால் செய்த சுண்டெலிகளும் தங்கள் மூலவியாதியின் சாயலான சுரூபங்களும் வைத்திருக்கிற சிறிய

பெட்டியையும், அந்த வண்டியின்மேல் வைத்தார்கள். அப்பொழுது அந்தப் பசுக்கள் பெத்ஷிமேசுக்குப் போகிற வழியிலே செவ்வையாய்ப் போய், வலது இடது பக்கமாய் விலகாமல், பெரும்பாதையான நேர்வழியாகக் கூப்பிட்டுக் கொண்டே நடந்தது. பெலிஸ்தரின் அதிபதிகள் பெத்ஷிமேசின் எல்லைமட்டும் அவைகளின் பிறகே போனார்கள். பெத்ஷிமேசின் மனுஷர் பள்ளத்தாக்கிலே கோதுமை அறுப்பு அறுத்துக்கொண்டிருந்தார்கள்; அவர்கள் தங்கள் கண்களை ஏற்றெடுக்கும்போது, பெட்டியைக் கண்டு, அதைக் கண்டதினால் சந்தோஷப்பட்டார்கள். அந்த வண்டி பெத்ஷிமேஸ் ஊரானாகிய யோசுவாவின் வயலில் வந்து, அங்கே நின்றது; அங்கே ஒரு பெரிய கல்லிருந்தது; அப்பொழுது வண்டியின் மரங்களைப் பிளந்து, பசுக்களைக் கர்த்தருக்குச் சர்வாங்கதகனபலியாகச் செலுத்தினார்கள். பெலிஸ்தரின் ஐந்து அதிபதிகளும் இவைகளைக்கண்டு, அன்றைய தினம் எக்ரோனுக்குத் திரும்பிப் போனார்கள். ஆனாலும் பெத்ஷிமேசின் மனுஷர் கர்த்தருடைய பெட்டிக்குள் பார்த்தபடியினால், கர்த்தர் ஜனங்களில் ஐம்பதினாயிரத்து எழுபதுபேரை அடித்தார். அப்பொழுது கர்த்தர் ஜனங்களைப் பெரிய சங்காரமாக அடித்ததினிமித்தம், ஜனங்கள் துக்கித்துக்கொண்டிருந்தார்கள். மேலும் பல உயிர்கள் பலியாகிவிடுமோ என்று பயந்து, அவர்கள் 'கிர்யாத் யாரீமின்' மக்களிடம் (யூதா தேசத்தில், காலேபினால் சுதந்தரித்த) வந்து பெட்டியை தங்கள் இடத்திற்கு எடுத்துச் செல்லுமாறு கேட்டுக்கொண்டனர். கீரியாத் யாரீமின் மனுஷர் வந்து, பெட்டியை யூதா தேசத்திலுள்ள அபினதாபின் வீட்டுக்குக் கொண்டுபோனார்கள். அங்கே அவருடைய குமாரனாகிய எலெயாசாரை அதற்கு ஊழியஞ்செய்ய பிரதிஷ்டை செய்தார்கள். தாவீது வரும்வரை தேவனுடைய பெட்டி அங்கே இருந்தது (60 லிருந்து 70 ஆண்டுகள்).

பெட்டி அபினதாபின் வீட்டில் வைக்கப்பட்ட சிறிது காலத்திற்குப் பிறகு, ஜனங்களின் வேண்டுகோளின்படி சவுல் இஸ்ரவேலின் ராஜாவாக அபிஷேகம் செய்யப்பட்டான். சவுல் தேவனுடைய பெட்டியைக் குறித்து சிறிதும் அக்கறை காட்டவில்லை. ஏபோத்தையும், பெட்டியையும் கொண்டு வரும்படி அவன் விரும்பிய ஒரு காலம் இருந்தது; ஆனால் விரைவில் அந்த விருப்பத்தைக் கைவிட்டுவிட்டான். உடன்படிக்கைப் பெட்டி என்பது நம்முடைய கர்த்தராகிய இயேசு

கிறிஸ்துவைக் குறிக்கும் நிழல். வேறு வார்த்தைகளில் சொன்னால், சவுல் தேவனுடைய ஞானத்தை நம்புவதற்குப் பதிலாகத் தனது சொந்த ஞானத்தைநம்பவிரும்பினான்.மறுபுறம்,தாவீதின்இருதயம்எபூசையும் (எருசலேம்) கீரியாத் யாரீமிலுள்ள பெட்டியையும் விரும்பியது. அவன் இஸ்ரவேலின் ராஜாவாக முடிசூட்டப்பட்டபோது, அவன் இந்த இரண்டையும் பெற்றுக்கொள்ளச் சற்றும் தாமதிக்கவில்லை. தாவீதுக்காக யோவாப் எபுசைக் கைப்பற்றினான், அது அவனுடைய தலைநகரானது. இரண்டாவதாக, அவன் எருசலேமில் (சீயோன் மலை) தனது வீட்டிற்கு முன்பாக ஒரு கூடாரத்தைக் கட்டி, அங்குப் பெட்டியைக் கொண்டுவரத் திட்டமிட்டான். இந்தக் கூடாரம் மோசேயின் ஆசரிப்புக் கூடாரத்தைப் போலல்ல.

உடன்படிக்கைப் பெட்டியை மலையின் மீதுள்ள அபினதாபின் வீட்டிலிருந்து இடம் மாற்றும்போது, தாவீது அதைச் செய்ய வேண்டிய முறையைமறந்துவிட்டான்(எண்ணாகமம்4).பெலிஸ்தியர்கள்செய்வது போல், கீதவாத்தியங்களோடும், சுரமண்டலம் தம்புரு மேளம் வீணை கைத்தாளம் ஆகிய இவற்றோடும், ஆடிப்பாடிக்கொண்டுபோனார்கள் (இது வழக்கத்தின்படி செல்லாமல், நாம் அறிந்த சரியான வழியில் செல்ல வேண்டும் என்பதற்கு ஒரு சிறந்த உதாரணம்). மாடுகள் மிரண்டு பெட்டியை அசைத்த படியினால், ஊசா தேவனுடைய பெட்டியினிடமாய்த் தன் கையை நீட்டி, அதைப் பிடித்தான். தேவன் அவனை அடித்தார், அவன் செத்துப்போனான். வெளிப்படையாகச் சொன்னால், ஊசாவுக்கு எதிராகத் தேவனுக்குத் தனிப்பட்ட கோபம் எதுவும் இல்லை. ஊசா செய்த காரியத்தை தாவீது செய்திருந்தால் தாவீதுகூட செத்திருப்பான். பெட்டியை யாரும் வெறும் கைகளால் தொடக்கூடாது என்பது அனைவரும் அறிந்த சட்டம். இது மின்சாரக் கம்பியைத் தொடுவதற்குச் சமம்! (தேவன் கட்டளையிட்டபடி) அந்தப் பெட்டியைக் கொண்டு செல்வதற்கான ஒரே வழி, அதை லேவிய ஆசாரியர்களின் தோள்களில் சுமப்பதுதான். ஊசாவின் நோக்கங்கள் நியாயப்படுத்தப்பட்டாலும், ஊசாவின் மரணம் ஒரு விளைவுதான். ஆனால் ஊசா பெட்டியைத் தொடுவதைப் பற்றி நன்கு அறிந்திருக்க வேண்டும், ஏனென்றால் அது பல ஆண்டுகளாக (சுமார் 60 லிருந்து 70 ஆண்டுகள்) அவன் தந்தையின் வீட்டில் பயபக்தியுடன் வைக்கப்பட்டிருந்தது.

இந்த சம்பவத்தால் தாவீது கோபமும் பயமும் அடைந்தான். அவன் மேற்கொண்டு பயணிக்க மறுத்துவிட்டான். இதன் விளைவாக, பெட்டி ஓபேத் ஏதோமின் வீட்டிற்கு மாற்றப்பட்டது. அது மூன்று மாதங்கள் அங்கேயே இருந்தது, ஓபேத் ஏதோமின் முழு குடும்பமும் ஆசீர்வாத மழையால் நிரப்பப்பட்டது! பெட்டியை எருசலேமுக்கு மாற்றுவது இப்போது பாதுகாப்பானது என்பதை இது தாவீதுக்கு உறுதியளித்தது. இருப்பினும், இந்த முறை அவன் அதைச் சரியான முறைப்படி செய்தான். லேவியர்கள் அதை தங்கள் தோள்களில் சுமந்து, ஒவ்வொரு ஆறு அடிகளுக்கும் பிறகு பலி செலுத்தினான். ஊசாவின் மரணத்தை தாவீது ஒரு கெட்ட சகுனமாக எடுத்துக்கொண்டு, கர்த்தருடைய பெட்டியின் மீதான தனது ஆசையை விட்டுவிட்டிருக்கலாம். அதற்குப் பதிலாக, அவன் திரும்பி தேவனுடைய கிருபையை நாடி, தனது இருதயத்தின் விருப்பத்தை நிறைவேற்றினான். விசுவாசிகள் நம்முடைய வாழ்க்கைக்கான அவருடைய சித்தத்தை நிறைவேற்ற தேவனுடைய கிருபையை சார்ந்திருப்பதைப் போலவே, நாம் தோல்வியடையும் போதும் மீண்டும் உயர அவருடைய இரக்கத்தையும் அதே அளவு சார்ந்திருக்க வேண்டும். அப்போதுதான் நமக்காக அவருடைய சித்தத்தை திறம்பட செயல்படுத்த முடியும். தாவீது இந்தப் பாடத்தை நன்றாகக் கற்றுக் கொண்டான்!

✡ *சவுல், தாவீது மற்றும் நோபிலுள்ள ஆசாரியர்கள்:* சவுல் தாவீதைக் கொல்ல தொடர்ந்து முயன்றான். பொறாமையாலும் எரிச்சலினாலும் தூண்டப்பட்ட சவுல், தாவீதை அழிப்பதையே தன் வேலையாக ஆக்கிக்கொண்டான். தாவீதினால் ஒரு கட்டத்திற்கு மேல் பொறுத்துக்கொள்ள முடியாமல், அவன் தனது சிநேகிதனான யோனத்தானிடம் (சவுலின் மகன்) விடைபெற்று, யூதேயாவின் வனாந்தரத்தில் ஒரு நாடோடியின் வாழ்க்கையை வாழ்ந்தான். அங்குச் செல்லும் வழியில், லேவியர்களின் பட்டணமான நோபில் தங்கினான். ஏலியின் சந்ததியைச் சேர்ந்த அகிமெலேக்கு என்பவன் அங்கு ஆசாரியனாக இருந்தான். தாவீதுக்கும் சவுலுக்கும் இடையே இருந்த பிரச்சினைகளை அவன் அறிந்திருக்கவில்லை. தாவீது அனைவராலும் நேசிக்கப்பட்டவன் மற்றும் தேவனால் அபிஷேகம் பண்ணப்பட்டவன் என்பதை மட்டும் அவன் அறிந்திருந்தான். எனவே அவன் தாவீதின் கோரிக்கையை ஏற்று கொஞ்சம் உணவு (பரிசுத்த அப்பம்) மற்றும்

ஒரு ஆயுதம் (கூடாரத்தில் வைக்கப்பட்டிருந்த கோலியாத்தின் வாள்) வழங்கினான். அந்தச் சமயத்தில், ஏதோமியனாகிய தோவேக்கு (சவுலின் பிரதான மேய்ப்பன்) நோபிலே இருந்தான். அவன் இந்த நிகழ்வுகள் அனைத்தையும் பார்த்தான். தோவேக்கு இதை தனக்குச் சாதகமாகப் பயன்படுத்துவான் என்று தாவீது அறிந்திருந்தபடியே தோவேக்கு அதைத்தான் செய்தான். அவன் சவுலிடம் வந்தபோது, இங்கே நடந்தவற்றைக் கூறி தாவீதைக் காட்டிக்கொடுத்தான். உடனே சவுல் நோபிலிருந்து வந்த எல்லா ஆசாரியர்களையும் வரவழைத்து, அவர்களிடம் நடந்தவற்றை விசாரித்து தாவீது அங்கு வந்ததை உறுதிப்படுத்திக் கொண்டான். ஆனால் அவர்கள் குற்றமற்றவர்கள் என்ற கூற்றைச் சவுல் நம்பவில்லை. பின்பு ராஜா தன்னண்டையிலே நிற்கிற சேவகரை நோக்கி: நீங்கள் போய், கர்த்தருடைய ஆசாரியர்களைக் கொல்லுங்கள் என்றான்; ராஜாவின் வேலைக்காரரோ, கர்த்தருடைய ஆசாரியர்களைக் கொல்லத் தங்கள் கைகளை நீட்டச் சம்மதிக்கவில்லை. அப்பொழுது ராஜா தோவேக்கை நோக்கி: நீ போய் ஆசாரியர்களைக் கொன்றுபோடு என்றான்; ஏதோமியனாகிய தோவேக்கு ஆசாரியர்கள்மேல் விழுந்து, சணல்நூல் ஏபோத்தைத் தரித்திருக்கும் எண்பத்தைந்துபேரை அன்றையதினம் கொன்றான். ஆசாரியர்களின் பட்டணமாகிய நோபிலுமுள்ள புருஷரையும், ஸ்திரீகளையும், பிள்ளைகளையும், குழந்தைகளையும், மாடுகளையும், கழுதைகளையும், ஆடுகளையும் பட்டயக்கருக்கினால் வெட்டிப்போட்டான். அவர்களில் ஒருவனாகிய அபியத்தார் (அகிமெலேக்கின் குமாரன்) மாத்திரம் தப்பித்து நடந்த இந்தக் கொடூரமான சம்பவத்தைப் பற்றி தாவீதுக்கு அறிவித்தான். சவுலின் பொறாமை, எரிச்சல், வெறுப்பு ஆகியவை அவனை ஒரு அரக்கனாக மாற்றியது. அதனால் அடிப்படையில் எது சரி எது தவறு என்பதைக் கூட சவுலால் வேறுபடுத்திப் பார்க்க முடியவில்லை. இந்தச் செய்தியை அபியத்தார் தாவீதிடம் சொன்னபோது, அத்தனை உயிர்களின் இழப்புக்கும் தானே காரணம் என்பதை அறிந்தான். தாவீதின் இடத்தில் நாம் இருந்தால் அந்தக் குற்ற உணர்வை எப்படிச் சமாளித்திருப்போம்? கடினமாக இருக்கிறது இல்லையா? ஆயினும் தாவீது தேவனின் இரக்கத்தைத் தழுவி, அபியத்தாரை இறுதிவரை தனது பாதுகாப்பில் வைத்திருந்தான் (அவன் அதோனியாவுடன் சேரும் வரை).

1 சாமுவேல் 2:31 லிருந்து 33 வரை கூறப்பட்டுள்ளபடி, தேவனால் பேசப்பட்ட சாபத்தைச் சுமந்த ஏலியின் வம்சத்தைச் சேர்ந்தவன் தான் இந்த அபியத்தார் என்பதை நான் இங்கே சுட்டிக்காட்ட விரும்புகிறேன். அபியத்தாரின் தகப்பனாகிய அகிமெலேக்கு, ஏலியின் பேரனாகிய இக்போதின் சகோதரனாகிய அகிதூபின் மகன். இவன் ஏலியும் அவன் குமாரரும் மரித்தபோது பிறந்தான். ஏலி தேவனுக்குப் பயந்த ஒரு மனிதனாக இருந்தான், ஆனால் தன் மகன்கள் தேவனுடைய பார்வைக்குப் பொல்லாப்பானதைச் செய்ததைக் கண்டித்து அவர்களைத் திருத்த அழுத்தம் காட்டவில்லை. தேவ சமுகத்தில் வளர்ந்த இளைஞனான சாமுவேல் மூலமாகத் தேவன் பலமுறை எச்சரித்த பிறகும், ஏலி தன் குமார்களைக் கண்டித்து உணர்த்தவில்லை, அவர்களுடைய துன்மார்க்கத்தைத் தொடர்ந்து கண்டுகொள்ளாமல் விட்டுவிட்டான். இஸ்ரவேலின் காணிக்கைகளிலெல்லாம் பிரதானமானவைகளைக்கொண்டு அவர்கள் தங்களைக் கொழுக்கப்பண்ணினார்கள் எனவே தேவன் ஏலியின் வம்சத்தைச் சபித்தார். இந்தச் சாபம் சவுல் நோபின் ஆசாரியர்களை அழித்தபோது சவுலின் கைகளினால் நடந்தேறியது. ஆனால் சவுல் மற்றும் தாவீது இருவரும் ஏலியின் வீட்டார் மீது பேசப்பட்ட சாபத்தை அறியாதவர்கள் என்று நான் நம்புகிறேன். ஆனாலும் கர்த்தருடைய வார்த்தை நிறைவேறியது.

✡ **பலதார மணம்:** கர்த்தர் தம்முடைய குமாரத்திகளை உயர்வாக மதித்தாலும், வேதாகமத்தின் பக்கங்களிலிருந்து அதை அழுத்தமாக சொன்னாலும், சாத்தான் ஆரம்பத்திலிருந்தே பெண்களிடம் கொடூரமாகவும், அநியாயமாகவும் நடந்து கொள்ளும்படி உலகத்தில் செல்வாக்கு செலுத்தி வந்திருக்கிறான். ஆதியாகமம் புத்தகத்திலிருந்து, பெண்கள் குறித்த தமது நிலைப்பாட்டைத் தேவன் மிகவும் தெளிவுபடுத்தியுள்ளார். தேவன் ஆதாமுக்கு ஏவாள் என்ற ஒரு மனைவியைக் கொடுத்தார். அவர்கள் கர்த்தரின் முழுமையான மற்றும் மாறாத திருமணத்திற்கான வடிவமைப்பு. ஆனால் வீழ்ச்சி இந்த அழகான உறவை அதிக அளவு சுயநலம் கொண்ட ஒன்றாக மாற்றியது. ஆதியிலிருந்து அந்தம் வரை அறிந்திருக்கும் கர்த்தர், பெண்கள் காலங்காலமாக தங்களுக்கு எதிராகச் செய்யப்படும் அநியாயங்களுக்கு (பெரிய மற்றும் சிறிய) எதிராக உறுதியாக

நிற்கும்படி, தம்முடைய வார்த்தையில் வல்லமை வாய்ந்த கட்டளைகள் மற்றும் நியமத்தையும் வைத்து வைத்தார். பெண்களைக் குறித்த கர்த்தருடைய தராதரங்களை ஆண்கள் ஒப்புக்கொள்ளத் தவறியதைப் போலவே, பெண்களும் வார்த்தையில் தங்களைப் பயிற்றுவிக்கவும் சரியானதற்காக எழுந்து நிற்கவும் தவறிவிட்டனர். சாத்தான் வெகு காலத்திற்குக் கல்வியறிவைப் பெண்களிடமிருந்து விலக்கி வைப்பதை உறுதி செய்தான். **பெண்களின் அறியாமையே அவர்கள் வாழ்க்கையில் எதிர்கொள்ளும் துயரங்களுக்கு மிகப்பெரிய காரணமாக அமைந்தது, இப்போதும் இருக்கிறது.** ஏனென்றால், அவர்கள் அறியாமையால் கர்த்தரால் கொடுக்கப்பட்ட நியாயமான உரிமைகளை இழக்கிறார்கள்.

இந்த முக்கியமான விஷயத்தைப் பதிவு செய்த பிறகு, இந்த புத்தகத்தை வாசிக்கும் பெண்களைக் கர்த்தருடைய வார்த்தைக்குச் சென்று தங்களை யார் என்று அடையாளப்படுத்திக்கொள்ளுமாறு ஊக்குவிக்க விரும்புகிறேன். அகில உலகத்தை படைத்த தேவன் நமக்கு வழங்கியிருக்கும் வரங்கள் எவை என்று நாம் அறிந்து கொள்வது, கர்த்தருடைய நன்மையை வெளிப்படுத்தும் வாழ்க்கையை வாழவும், பூமியில் அவருடைய ராஜ்யத்தை விரிவுபடுத்தவும், இருளின் ராஜ்யத்தைச் சுருக்கவும், அழிக்கவும் நமக்கு உதவி புரியும். உன்னதமான தேவனுடைய குமாரத்திகளாகத் தேவன் கொடுத்த வல்லமையையும் உரிமைகளையும் உணர்ந்த பெண்கள் தங்கள் சமகாலத்தவர்களுக்கும், இந்த நாட்களில் நமக்குத் தெளிவாக்கவும் உதாரணமாகத் திகழ்ந்தனர். அவர்களிடமிருந்து கற்றுக்கொள்வதற்கும், நம்முடைய கர்த்தரும் பிதாவுமான தேவனுடனான நமது உறவில் மேலும் முன்னேறுவதற்கும் நிறைய இருக்கிறது.

தேவனை மதிக்கும் ஆண்கள் ஒவ்வொருவரும் நிச்சயமாகப் பெண்களையும் தேவனுடைய தராதரங்களையும் அவருடைய கட்டளைகளையும் மதிப்பார்கள்! அது அவ்வளவு எளிது! ஆனால், தாவீதின் வாழ்க்கையை நாம் ஆராய்ந்தால், அவன் இந்த சோதனையில் பலமுறை பயங்கரமாகத் தோல்வியடைந்தான். 'இச்சை' தாவீதின் இதயக் கதவை அடிக்கடி வந்து தட்டியது, அது

தட்டும் ஒவ்வொரு முறையும் அவன் அதை மகிழ்வித்தான். **தீர்க்கதரிசி நாத்தான் இச்சையை 'வழிப்போக்கன்' என்று அழைத்தான்.** தாவீது தன் வாழ்வில் அனுபவித்த மிகப்பெரிய வேதனைக்கு மூல காரணம் இந்த இச்சையே.

தேவன் ஏற்படுத்தின ராஜாக்களுக்குத் தேவன் கொடுத்த நியமம் தாவீதுக்கு மட்டும் தெரியாமல் இருந்ததா? நான் அப்படி நினைக்கவில்லை. உபாகமம் 17-ல் மோசே மூலமாக இஸ்ரவேலின் எதிர்கால ராஜாக்களுக்குத் தேவன் திட்டவட்டமான கட்டளைகளைக் கொடுத்திருந்தார். ஆலோசனைகள் தெளிவாக இருந்தன, சந்தேகத்திற்கு இடமில்லை. கூடுதலாக, ஒவ்வொரு ராஜாவும் ராஜாவாக முடி சூடும் பொழுது, நியாயப்பிரமாண புத்தகத்தின் (பரிசுத்த வேதாகமத்தின் முதல் 5 புத்தகங்கள்) ஒரு நகலை தனக்காக தனது சொந்த கைப்பட உருவாக்க வேண்டும். மூலப் புத்தகம் ஆசாரியர்கள் வசம் இருந்தது. எனவே அடிப்படையில், ஒவ்வொரு ராஜாவும் உண்மையில் ஒரு வேதபாரகன் தான். மேலும், அவன் உண்டுபண்ணின இந்தப் பிரதி அவனுடனேயே இருக்கவேண்டியதாயிருந்தது. தன் தேவனாகிய கர்த்தருக்குப் பயப்படக் கற்றுக்கொள்ளவும், சகல நியாயப்பிரமாணங்களையும் நியமங்களையும் கைக்கொள்ளக் கவனமாயிருக்கும்படிக்கும், தன் வாழ்நாளெல்லாம் இதை வாசிக்க வேண்டியதாயிருந்தது. இதே அதிகாரத்தில், கர்த்தர் ராஜாக்களுக்கு மூன்று காரியங்களைக் குறித்து மிகத் தெளிவாகக் கட்டளையிட்டார்: அவர்கள் தங்களுக்குக் குதிரைகள், மனைவிகள், பொன் மற்றும் வெள்ளியைப் பெருக்குவதைத் தவிர்க்க வேண்டும். இதை தாவீது தன் கைகளாலேயே எழுதியிருப்பான். முதலாவதையும் கடைசியையும் அவன் தவிர்த்திருந்தாலும், மனைவிகள் விஷயத்தில் தோல்வியடைந்தான். பெண்களுக்கான தேவனின் மதிப்புமிக்க நியமம் உபாகமத்தில் நன்றாக வெளிப்படுத்தப்பட்டுள்ளது. இந்த நியமங்களுக்கு மனிதர்கள் கீழ்ப்படியாமல் போனால் அது தேவனுடைய குற்றமல்ல. மற்றவர்களை எச்சரிப்பதற்காகத் தேவன் அவர்களுக்கு நல்ல தண்டனை கொடுத்திருக்கலாம் என்று கூறலாம். பெண்களை இழிவுபடுத்தும் ஒவ்வொரு ஆணையும், ஆண்களை அவமதிக்கும் ஒவ்வொரு பெண்ணையும் தேவன் தண்டிக்க

நினைத்திருந்தால், இன்று இந்த பூமியில் ஒருவர் கூட உயிரோடு இருந்திருக்க மாட்டார்கள்!

திருமணத்திற்கான தேவனுடைய பரிபூரண நியமம் ஒருதார மணம்; பலதார மணமோ அல்லது இன்று உலகம் அனுமதிக்கும் வேறு எதுவுமே அல்ல. இது ஏதேன் தோட்டத்தில் மிகவும் தெளிவாக விளக்கப்பட்டது. தாவீது, இதைப் பல முறை எழுதி வாசித்திருந்தான். ஒவ்வொரு முறையும் அவன் ஒரு புதிய பெண்ணை மணந்தபோதோ அல்லது ஒரு மறுமனையாட்டியை கொள்ளும்போதோ இந்த சட்டத்தை மீண்டும் மீண்டும் மீறினான். இந்த அவமதிப்பான செயல் தேவனின் இதயத்தை உடைத்திருக்கும். இதைப் பற்றிப் படிக்கும் பெண்களாகிய எங்களுக்கு இருக்கும் கோபத்தை விட அதிகமாக இருக்கும். ஆனால் பெண்கள் ஒவ்வொருவருக்கும் அவர்கள் விரும்பியிருந்தால் தாவீதை மறுத்து எதிர்த்து நிற்க வாய்ப்பு இருந்தது! தாவீதின் இச்சையைக் காட்டிலும் அவனுடைய மனைவிகளும், மறுமனையாட்டிகளும் கொண்டிருந்த மனப்பான்மையும் மூர்க்கத்தனமானது. தாவீது தங்களை மணப்பதற்கு அபிகாயிலும் பத்சேபாளும் எந்த எதிர்ப்பையும் காட்டவில்லை. அவனது எட்டு மனைவிகள் அல்லது பத்து (பதிவுசெய்யப்பட்ட) மறுமனையாட்டிகளில் எவரும் தாவீதின் முன்மொழிவுக்கு எதிராக நின்றதாகவோ அல்லது நிராகரித்ததாகவோ எந்த பதிவும் இல்லை. அவர்கள் அதைச் செய்திருந்தால், தேவன் அதை நமக்காகப் பதிவு செய்வதை உறுதி செய்திருப்பார் என்று நான் நம்புகிறேன். அவர் நிச்சயமாக அவர்களுடன் நின்று அவர்கள் மூலம் தாவீதுக்கு ஒரு பாடம் கற்பித்திருப்பார். துரதிர்ஷ்டவசமாக, இந்த பெண்கள் (அபிகாயிலைப் போல) விரைவில் ராஜாவாக வரவிருக்கும் ராஜாவின் மனைவியாக இருப்பதை ஒரு பாக்கியமாக நினைத்தார்களோ? தாவீது அபிகாயிலை விவாகம் செய்தபோது சவுலின் மகள் மீகாளை ஏற்கெனவே கல்யாணம் செய்திருந்தான். ஆனால் அவள் வனாந்தரத்தில் அவனுடன் இல்லை. இருப்பினும், தாவீது (தேவனுடைய நியமத்தின்படி) மற்றொரு மனைவியைத் தேடுவதற்கு இது முற்றிலும் நியாயப்படுத்தப்பட முடியாது. யாரைக் குறை சொல்ல வேண்டும் என்று இப்போது புரிகிறதா? இன்றைக்கு நம் வீடுகளில் பெரும்பாலான பெற்றோர்கள் தங்கள் பெண் பிள்ளைகளை ஏற்கெனவே திருமணமான ஒருவருக்குத் திருமணம்

செய்து கொடுப்பதைத் தவிர்த்து விடுகிறார்கள். அந்த அடிப்படை அறிவு அக்காலத்தில் மக்களுக்கு இல்லை.

பெண்கள் தங்களைக் குறித்த தேவனுடைய எண்ணத்தையும், அவர் தம்முடைய குமாரத்திகள் மீது காட்டும் உயர்ந்த மரியாதையையும் அறிந்திருந்தால், அவர்களுடைய வாழ்க்கை மிகவும் நன்றாக இருந்திருக்கும். நீதிமொழிகள் 24:5 கூறுகிறது, 'ஞானமுள்ளவன் பெலமுள்ளவன்; அறிவுள்ளவன் தன் வல்லமையை அதிகரிக்கப்பண்ணுகிறான்.' மற்றும் கொலோசெயர் 2:8 கூறுகிறது, 'லௌகிக ஞானத்தினாலும், மாயமான தந்திரத்தினாலும், ஒருவனும் உங்களைக் கொள்ளைகொண்டுபோகாதபடிக்கு எச்சரிக்கையாயிருங்கள்; அது மனுஷர்களின் பாரம்பரிய நியாயத்தையும், உலகவழிபாடுகளையும் பற்றினதேயல்லாமல், கிறிஸ்துவைப் பற்றினதல்ல.' ஒவ்வொரு பெண்களும் இந்த இரண்டு வசனங்களை தங்கள் இருதயத்தில் பதித்துக்கொள்ளவேண்டும். மனிதர்களின் பாரம்பரியங்கள் சாத்தானின் வஞ்சகத்தில் வேரூன்றியுள்ளன. என் நாட்டில், திருமண கலாச்சாரம் முற்றிலும் சார்புடையது. 'கிறிஸ்தவர்களும்' இந்தப் பாரம்பரியங்களைப் பற்றிக்கொண்டிருக்கின்றனர், இவை அப்பட்டமான தெய்வபக்தியற்றவையாகவும், தேவனால் ஸ்தாபிக்கப்பட்ட திருமண நியமத்திற்கு எதிரானவையாகவும் இருக்கின்றன. பல திருமணங்கள் குழப்பமடைவதற்கு இதுவே காரணம்! உன்னதமானவரின் குமாரத்திகளாகிய நாம், நம் கழுத்தை வளைத்து, இந்த தீங்கு விளைவிக்கும் பாரம்பரியங்களை ஏற்றுக்கொள்ளும்போது, நாம் பலியாகிறோம். அறியாமையோடும் பயத்தோடும் அவற்றுக்குக் கீழ்ப்படிவதன் மூலம், இப்படிப்பட்ட தீங்கு விளைவிக்கும் பாரம்பரியங்கள் செழித்தோங்கும்படி நாம் பார்த்துக்கொள்கிறோம்! நம் பிள்ளைகளுக்கு (குறிப்பாக மகனின்) திருமணம் நடக்கும் போது இதை நாம் பயன்படுத்திக் கொள்வதால் சுழற்சி மீண்டும் நிகழ்கிறது. ஆகவே பெண்கள், தேவன் நம்மீது வைத்துள்ள அன்பையும், நம் வாழ்க்கையின் ஒவ்வொரு பகுதிக்கும் அவர் நிர்ணயித்துள்ள நியமங்களை அறிந்துகொள்ளவும், ஒப்புக்கொள்ளவும் தேவனுடைய வார்த்தையை ஆராய்ந்து படிப்பது காலத்தின் தேவையாகும். தேவன் வகுத்த நியமங்களை ஆரம்பத்திலேயே கடைப்பிடிப்பது மலை

போன்ற தொல்லைகளையும், இருதய வேதனையையும் தடுக்கும். இரண்டாவதாக, நம்மைப் பற்றிய அவருடைய எண்ணங்களை நிராகரிக்கும் மனிதர்களின் குற்றத்தில் நாமும் ஒரு பங்காளி அல்ல என்பதை நாம் உறுதிப்படுத்திக் கொள்ள வேண்டும்.

பிரியமான சகோதரியே, நம்மீது அவர் வைத்திருக்கும் அன்பையும், அவருடைய வார்த்தையில் அவர் ஸ்தாபித்துள்ள மகிமையான தரத்தையும் நாம் தழுவிக் கொண்டால், நமக்காகக் கிரியை செய்யக் கர்த்தர் மகிழ்ச்சியுடன் பெரிதான காரியங்களை நிகழ்த்துவார். திருமணத்தைப் பற்றிய நமது யோசனையை வடிவமைக்க உலக பாரம்பரியத்தை நாம் அனுமதித்தால், நம் வாழ்க்கையில் நடக்கும் துரதிர்ஷ்டவசமான விஷயங்களுக்குத் தேவனைக் குறை சொல்ல நம்மில் யாருக்கும் உரிமை இல்லை.

பிரியமான சகோதரிகளே, தேவன் எப்போதும் நல்லவர்! அதில் உறுதியாக இருங்கள். யதார்த்தத்தை அறிந்துகொள்ளுங்கள்; உங்களைப் பற்றிய அவரது உண்மையையும், அவர் வரையறுத்த தரங்களையும் ஒப்புக் கொள்ளுங்கள்; அவர் கொடுத்த சுதந்திரத்தைத் தவறாகப் பயன்படுத்த வேண்டாம்; தேவனுக்கு அடிபணிதல் மற்றும் அவர் அமைத்துக் கொடுத்த வாழ்வியல் மிக முக்கியமானவை; கீழ்ப்படிதலோடு அவருடன் வேலை செய்யுங்கள்; அவருடைய மறுசீரமைப்பில் நீங்கள் ஒரு பெரிய சாட்சியாக இருப்பீர்கள்!

தாவீதின் கட்டுக்கடங்காத இச்சை அவனை மிகவும் வேதனைப்படுத்தியது. ஒரு கட்டத்தில், பல மனைவிகள் மற்றும் மறுமனையாட்டிகள் கூட அவனுக்கு போதுமானதாக இல்லை, மேலும் அவன் விபச்சாரம் மற்றும் கொலை செய்தான்! தீர்க்கதரிசி நாத்தான் மூலமாக தேவன் அவனைக் கண்டிக்கும் வரை அவன் கிட்டத்தட்ட பத்து மாதங்களுக்கும் மேலாக உணர்வில்லாதவனாக இருந்தான். தாவீது இறுதியாகத் தனது மாயையிலிருந்து விழித்துக்கொண்டபின், அவன் கடுமையான விளைவுகளை எதிர்கொள்ள வேண்டியிருந்தது. பூமியில் அவனது மீதமுள்ள வாழ்நாள் முழுவதும் நிகழ்ந்த நிகழ்வுகள் அனைத்தும், இதயத்தை உடைக்கும் நிகழ்வுகளின் தொடர்ச்சியாக இந்த சம்பவம் இருந்தது. தாவீது ஒருபோதும் தனது குடும்பத்திற்கு

ஒரு தார்மீக தரத்தை அமைக்க முடியவில்லை. ஏனென்றால் அவன் இந்த விஷயத்தில் பயங்கரமாகத் தோல்வியடைந்தான். இது தொடர்பாக அவன் தனது மகன்களிடம் ஒரு வார்த்தை கூட பேச முடியவில்லை. அவர்களின் செயல்களுக்காக அவர்களைக் கண்டிக்கவும் முடியவில்லை. தகாத உறவும், விபச்சாரமும் அவனுடைய பிள்ளைகளின் வாழ்க்கையை ஒன்றன்பின் ஒன்றாகக் கிழித்தெறிந்தன. பூமியில் வாழ்ந்த ஞானமுள்ள ராஜாவான அவனது மகன் சாலமோன், இதே இச்சையில் அதிகம் தடுமாறி, இஸ்ரவேலில் விக்கிரகாராதனையை நிறுவிய முதல் ராஜாவாக ஒரு படி மேலே சென்றான். இது தேவனுக்கு முன்பாக முற்றிலும் அருவருப்பானது. தகப்பன்மார்கள் தங்கள் பிள்ளைகளுக்குப் போதித்து, கர்த்தருக்கு ஏற்ற சிந்தையிலும், போதனையிலும் அவர்களை வளர்க்க வேண்டுமென்று தேவன் எதிர்பார்க்கிறார். இதில் தாய்மார்களுக்கும் பங்கு உண்டு. இதில் தாவீது தோல்வியடைந்தான் என்றபோதிலும் அவன் தன் தவறை அறிக்கையிட்டு, தேவனுடைய அளவற்ற இரக்கத்தைப் பெற்றுக்கொண்டு, தன் வாழ்க்கையை குறித்த தேவனுடைய நோக்கத்தை நிறைவேற்றுவதில் தன் இருதயத்தை ஊற்றினான். அவனுடைய சங்கீதங்கள் 23 மற்றும் 103 கூறுகிறபடி **அவன் செய்த பாவங்கள் அவனை முடமாக்க அவன் அனுமதிக்கவில்லை; மாறாக, அவன் பிதாவின் கிருபையும் இரக்கமும் நிறைந்த நீட்டிய கரங்களைப் பற்றிக்கொண்டு அவரது அழைப்பை நிறைவேற்றினான்.**

நீதிமொழிகள் 31:3-ன் சாராம்சத்தை இங்கே வெளியே கொண்டு வருகிறேன். தாவீது யூதாவின் ராஜாவாக ஆனபோது அவனுக்கு முப்பது வயது. இஸ்ரவேலையும் யூதாவையும் மொத்தம் நாற்பது வருஷங்கள் ஆட்சி செய்தான். அவன் தனது எழுபது வயதில் தீர்க்காயுசும் ஐசுவரியமும் மகிமையுமுள்ளவனாய் மரணமடைந்தபின் (1 நாளாகமம் 29:28), அவன் குமாரனாகிய சாலொமோன் அவன் ஸ்தானத்திலே அரசாண்டான். எழுபது ஆண்டுகள் ஒரு நல்ல ஆயுட்காலம் என்பதை நான் ஒப்புக்கொள்கிறேன். ஆனால், இன்று அதையும் தாண்டி மக்கள் வாழ்வதைப் பார்க்கிறோம். அவனது வாழ்க்கையின் கடைசி சில ஆண்டுகளில், உடல்வெப்பக்குறைவு நோயால் பாதிக்கப்பட்டான். இது எந்த சிகிச்சையாலும் சரிசெய்ய

முடியவில்லை. தாவீதுராஜா வயதுசென்ற விர்த்தாப்பியனானபோது, வஸ்திரங்களினால் அவனை மூடினாலும், அவனுக்கு அனல் உண்டாகவில்லை. அப்பொழுது அவனுடைய ஊழியக்காரர் அவனை நோக்கி: 'ராஜசமுகத்தில் நின்று, அவருக்குப் பணிவிடை செய்யவும், ராஜாவாகிய எங்கள் ஆண்டவனுக்கு அனல் உண்டாகும்படி உம்முடைய மடியிலே படுத்துக்கொள்ளவும் கன்னியாகிய ஒரு சிறு பெண்ணை ராஜாவாகிய எங்கள் ஆண்டவனுக்குத் தேடுவோம்' என்று சொல்லி, இஸ்ரவேலின் எல்லையிலெல்லாம் அழகான ஒரு பெண்ணைத் தேடி, சூனேம் ஊராளாகிய அபிஷாகைக் கண்டு, அவளை ராஜாவினிடத்தில் கொண்டுவந்தார்கள். **அது ஒரு முட்டாள்தனமான அறிவுரை.** இன்று நம்மைச் சுற்றி ஏராளமான நலம் விரும்பிகள் இருக்கிறார்கள். அவர்கள் நம்மைப் பற்றி உண்மையிலேயே அக்கறை கொண்டவர்கள் போல் நடிக்கிறார்கள். ஆனால் இது தேவனுடைய எளிய கட்டளைகளைப் பற்றிய அவர்களின் அறியாமையை காண்பிக்கிறது. அவனது மற்ற மனைவிகள் அல்லது மறுமனையாட்டிகளால் இதை எளிதாகச் செய்திருக்க முடியும். சூனேம் ஊராளாகிய அபிஷாக்கை ராஜா அறியவில்லை. இந்த முறை அப்படி செய்யக் கூடாது என்ற உணர்வு தாவீதுக்கு இருந்தது. அவனது பலம் அனைத்தும் போயிற்று. நீதிமொழிகளில் இந்த வசனத்தில் லேமுவேலின் தாய் அவனுக்கு அறிவுறுத்தியது இதுதான்: "ஸ்திரீகளுக்கு உன் பெலனையும், ராஜாக்களைக் கெடுக்கும் காரியங்களுக்கு உன் வழிகளையும் கொடாதே". எழுபது வயதில் தாவீதின் பெலன் அற்றுப்போனது, ஏனென்றால் அவன் தனது பெலனைப் பெண்களிடம் செலவழித்திருந்தான்.

இந்த விவரங்களை ஒரு காரணத்திற்காகத் தேவன் தம்முடைய வார்த்தையில் பதிவு செய்துள்ளார்: மூடத்தனத்தையும் தேவையற்ற வேதனையையும் நாம் எவ்வாறு தவிர்க்கலாம் என்பதற்கான ஒரு பாடமாக இது உள்ளது. இப்படிப்பட்ட பொறுப்பற்ற நடத்தையைத் தேவன் ஒருபோதும் அங்கீகரித்ததில்லை அல்லது ஆதரித்ததில்லை. அவர்களின் மூடத்தனத்தின் விளைவுகள் வார்த்தையில் நன்கு காணப்படுகின்றன. மேலும் நாம் அந்த இடத்திலிருந்திருந்தால் அத்தகைய துயரத்தைச் சமாளிக்க முடியுமா என்று நான் சந்தேகிக்கிறேன். **இந்த ராஜாக்களின் செயல்களை**

அவர் ஏற்றுக்கொள்ளாததையும், அதைத் தொடர்ந்து ஏற்பட்ட வேதனையான விளைவுகளையும் நமக்குத் தெரியப்படுத்தத் தேவன் அவர்களின் கடைசி நாட்களைப் பதிவு செய்தார். தாவீது தேவனுடைய கிருபையைத் தழுவி, பூமியில் தனது நாட்களை நிறைவு செய்திருந்தாலும், அவனது மகன் சாலொமோன் அதே வழியில் செல்லவில்லை. அவன் தனது இச்சைகளுக்கு அடிமையானான். அவனுடைய ஆயிரம் மனைவிகள் மற்றும் மறுமனையாட்டிகளில் ஒருவர் கூட யூதராக இருக்கவில்லை. அந்த அளவுக்கு அவன் தேவனுக்குக் கீழ்ப்படியவில்லை. அவனுக்குப் பின் ஆட்சிக்கு வந்த ரெகொபெயாம், அம்மோனிய இளவரசிக்குப் பிறந்தவன். அப்பொழுதிலிருந்து இஸ்ரவேலர் அங்கிருந்து கீழ்நோக்கிச் சென்றார்கள். இவையெல்லாம் தெய்வீக பெற்றோர் நல்ல முன்மாதிரிகளை வைப்பதற்கான தேவையை வலியுறுத்துகின்றன!

பத்சேபாளும் உரியாவும்:

சாமுவேல் மற்றும் 1 நாளாகமம் ஆகிய இரண்டு புத்தகங்களையும் அக்கால யூத கலாச்சாரத்தைப் பற்றிய போதுமான பின்னணி ஆராய்ச்சியுடன் படித்திருப்பதால், தாவீது, பத்சேபாள் மற்றும் உரியா ஆகியோரின் கதையில் முக்கியமான நிகழ்வுகளின் சுவாரஸ்யமான வரிசையை என்னால் உங்களுக்கு எழுத முடியும்.

ஏத்தியனாகிய உரியா தாவீதின் பராக்கிரமசாலிகளில் ஒருவன். அவன் தாவீதுடன் கொண்டிருந்த தொடர்பின் காரணமாக யூதனாக மதம் மாறியவனாக இருந்திருக்கலாம். பரிசுத்த வேதாகமத்தில் உள்ள அவனது வார்த்தைகள் மற்றும் செயல்களின் சிறிய பதிவிலிருந்து அவனது குணாதிசயத்தை மிகவும் தெளிவாகப் புரிந்து கொள்ளலாம். 2 சாமுவேல் 11:11-ல், உரியா தாவீதை நோக்கி: 'பெட்டியும், இஸ்ரவேலும், யூதாவும் கூடாரங்களிலே தங்கி, என் ஆண்டவனாகிய யோவாபும் என் ஆண்டவனின் சேவகரும் வெளியிலே பாளயமிறங்கியிருக்கையில், நான் புசிக்கிறதற்கும், குடிக்கிறதற்கும், என் மனைவியோடே சயனிக்கிறதற்கும், என் வீட்டுக்குள் பிரவேசிப்பேனோ? நான் அப்படிச் செய்கிறதில்லை என்று உம்முடைய பேரிலும் உம்முடைய ஆத்துமாவின்பேரிலும் ஆணையிட்டுச் சொல்லுகிறேன்' என்றான். இதிலிருந்து அவன் தன் ராஜாவுக்கு விசுவாசமாக இருந்தான் என்பது தெளிவாகப்

புலப்படுகிறது. அவன் தாவீதை மிகவும் நம்பினான். அவனுடைய மாறுபாடான செயல்களை உரியா கேள்வி கேட்கவில்லை. இப்போது இருப்பதைப் போலச் செய்திகளை வெளியிடும் அனுகூலங்கள் அக்காலத்தில் அவர்களுக்கு இருக்கவில்லை. போர்க்களத்திலிருந்து அனுப்பப்பட்ட யாரோ ஒருவர் ராஜாவுக்குத் தகவல் தெரிவிப்பது வழக்கம். ஆனால் அந்த நபர் 'ராஜாவின் பராக்கிரமசாலி' அல்லாத வேறு ஒருவராக இருப்பார். இவை எதுவுமே அவனுக்குச் சிறிதளவும் சந்தேகத்தைத் தரவில்லை! வனாந்தரத்தில் சவுல் தாவீதை வேட்டையாடிக்கொண்டிருந்தபோது அவனோடு சேர்ந்துகொண்ட அறுநூறு பேரில் உரியாவும் ஒருவன். அவன் தாவீதுடன் வாழ்ந்து அவனுக்கு உண்மையாயிருப்பவன் என்பதை நிரூபித்தான்.

பத்சேபாள் அகித்தோப்பேலின் குமாரனாகிய எலியாமின் குமாரத்தி. இந்த அகித்தோப்பேல் தாவீது ராஜாவின் அரண்மனையில் மிகவும் மதிக்கப்பட்ட ஆலோசனைக்காரனாக இருந்தான். 2 சாமுவேல் 16:23 கூறுகிறது, 'அந்நாட்களில் அகித்தோப்பேல் சொல்லும் ஆலோசனையெல்லாம் தேவனுடைய வாக்கைப்போல இருந்தது' என்று. அப்படியே அகித்தோப்பேலின் ஆலோசனையெல்லாம் தாவீதுக்கும், அப்சலோமுக்கும் இருந்தது. தாவீதின் முப்பது பராக்கிரமசாலிகளில் எலியாமும் ஒருவன். அவர்கள் யூதாவிலிருந்த கீலோ என்ற பட்டணத்தைச் சேர்ந்தவர்கள். ஆனால், அவர்கள் யூதர்களா இல்லையா என்பது தெரியவில்லை. ஆனால், அகித்தோப்பேல் தேவ ஆலோசனைக்காகக் கலந்தாலோசிக்கப்பட்டதாலும், தாவீதின் முப்பது பேரில் எலியாமும் ஒருவனாக இருந்ததாலும், அவர்கள் யூத மதத்தைப் பின்பற்றுபவர்கள் என்று நாம் யூகிக்கலாம்.

தாவீது மேடான இடத்தில் தனக்கென ஒரு பிரம்மாண்டமான வீட்டைக் கட்டியிருந்தான். முழு நகரத்தையும் கவனிக்க ஒரு உப்பரிகை இருந்தது. அது கேதுரு மரத்தால் செய்யப்பட்டது. தீருவின் ராஜாவாகிய ஈராம் தாவீதுக்கு அதை அன்பளிப்பாக அளித்தான். தாவீதின் ஆட்சியின் போது, நகரத்தின் தெற்குப் பகுதியில் மட்டுமே மக்கள் இருந்தனர். பின்னர் சாலொமோன் தேவனுடைய ஆலயத்தையும் தனது சொந்த அரண்மனையையும் கட்டியபோது இது விரிவுபடுத்தப்பட்டது. ஆனால், வடக்குப் பகுதியில் போரடிக்கும் களம் இருந்தது.

தாவீது தன் வாழ்நாளின் பெரும்பகுதியைத் தேவன் இஸ்ரவேலருக்கு கொடுத்த சுதந்திர நிலத்தை வென்று கைப்பற்றுவதிலேயே செலவிட்டான்.

அவன் இஸ்ரவேலின் எல்லையை விரிவுபடுத்தினான். பெலிஸ்திய, சீரியா, மோவாப், அம்மோன் முதலிய பல நகரங்களில் காவற்படைகளை நிறுத்தியிருந்தான். அவர்கள் அவனது சிற்றரசர்களாக இருந்து, அவனுக்குத் தவறாமல் கப்பம் கட்டி வந்தனர். அப்படிப்பட்ட ஒரு ராஜா தான் அம்மோன் ராஜாவான நாகாஸ். அம்மோன் புத்திரரின் ராஜாவாகிய நாகாஸ் மரித்து, அவன் குமாரன் அவன் ஸ்தானத்தில் ராஜாவானான். அப்பொழுது தாவீது: 'ஆனூனின் தகப்பனாகிய நாகாஸ் எனக்குத் தயவுசெய்ததுபோல, நானும் அவன் குமாரனாகிய இவனுக்குத் தயவுசெய்வேன் என்று சொல்லி, அவன் தகப்பனுக்காக அவனுக்கு ஆறுதல் சொல்ல ஸ்தானாபதிகளை அனுப்பினான். ஆனால் அனுபவமில்லாத ஆனூன், தாவீதின் ஊழியக்காரரைப் பிடித்து, அவர்கள் தாடியைச் சிரைத்து, அவர்களுடைய வஸ்திரங்களை இருப்பிடமட்டும் வைத்துவிட்டு, மற்றப் பாதியைக் கத்தரித்துப்போட்டு, அவர்களை அனுப்பிவிட்டான். அந்த செய்தி தாவீதுக்கு தெரிவிக்கப்பட்டது. இப்போது இது மிக மோசமான திருப்பத்தை ஏற்படுத்தியது, அம்மோனியரை அழிக்கும்படி தாவீது யோவாபுக்கு கட்டளையிட்டான். அம்மோன் பல நகரங்களைக் கொண்ட நாடாக இருந்தது. அந்த மனுஷர் மிகவும் வெட்கப்பட்டபடியினால் 'உங்கள் தாடி வளருமட்டும் நீங்கள் எரிகோவிலிருந்து பிற்பாடு வாருங்கள்' என்று தாவீது சொல்லச்சொன்னான்.

ஆபத்தை உணர்ந்த ஆனூன், சீரியர்களுக்கு பெரும் பணம் கொடுத்து அவர்களை தன் கூட்டணியில் சேர்த்தான். இந்தப் போரில் போரிட தாவீது தன் படையுடன் செல்லவில்லை. தாவீது ஏன் போருக்குப் போகாமலிருந்தான் என்பதை என்னால் சரியாகப் புரிந்து கொள்ள முடியவில்லை. இருப்பினும் அவனது திறமையான தளபதி யோவாபும், திறமையான இஸ்ரவேலின் இராணுவமும் அவன் இல்லாமலே வேலையை நன்றாக முடிக்க முடியும் என்று அவன் நினைத்திருக்கலாம். இருப்பினும், இது அவனுக்கு அவப்பெயராக மாறியது. தேவன் அவனுக்குக் கொடுத்த எல்லா வெற்றிகளிலும் அவன் சோம்பேறித்தனமாக இருந்திருக்கலாம் அல்லது அம்மோனின் பலத்தை அவன் தவறாக மதிப்பிட்டிருக்கலாம். சீரியர்கள் அம்மோனியரோடு கூட்டணி சேர்ந்திருக்கிறார்கள் என்பதை யோவாப் அங்கே போய்ச் சேர்ந்தபோதுதான் உணர்ந்தான். இருந்தபோதிலும், யோவாபும் அவனுடைய சகோதரன் அபிசாயும் திறமையான தளபதிகளாக இருந்ததால், அம்மோனியரையும் சீரியரையும் தோற்கடிக்க ஒரு தந்திரத்தை வகுத்தார்கள். யுத்த இராணுவங்களின் முகப்புத் தனக்கு முன்னும் பின்னும் இருக்கிறதை யோவாப் கண்டு, அவன் இஸ்ரவேலிலே

தெரிந்துகொள்ளப்பட்ட அனைவரிலும் ஒரு பங்கைப் பிரித்தெடுத்து, அதைச் சீரியருக்கு எதிராக நிறுத்தி, மற்ற ஜனத்தை அம்மோன் புத்திரருக்கு எதிராகப் போருக்கு ஆயத்தப்படுத்தி, தன் சகோதரனாகிய அபிசாயிக்கு ஒப்புவித்து, அவனை நோக்கி: 'என்னைப்பார்க்கிலும் சீரியர் பலங்கொண்டால் நீ எனக்குத் துணைநில்; உன்னைப்பார்க்கிலும் அம்மோன் புத்திரர் பலங்கொண்டால் நான் உனக்குத் துணைநிற்பேன்' என்றான். இந்தப் போர் மாதக்கணக்கில் நீடித்தது. எதிரிகள் பின்வாங்கி, பின்னர் ஒரு பெரிய ஆட்சேர்ப்புடன் மறுபடியும் திரும்பி வருவார்கள். மறுபடியும் யோவாபாலும் அவனுடைய ஆட்களாலும் பிடிக்கப்படுவார்கள். அம்மோன் நாட்டில் பல நகரங்கள் இருந்தன. எனவே, யோவாப் அவர்களை மேற்கொள்ளச் சிறிது காலம் பிடித்தது.

தாவீதின் தளபதியும், பராக்கிரமசாலிகளும், படையும் போருக்குச் சென்றிருந்தபோது, தாவீதுக்கு நல்ல ஓய்வு நேரம் கிடைத்தது. ஒரு நாள் மாலை, அவன் தனது படுக்கையிலிருந்து எழுந்து தனது உப்பரிகையில் உலாவிக் கொண்டிருந்தான். அங்கிருந்து ஒரு பெண் ஸ்நானம் பண்ணுவதைக் கண்டான். சிலர் தவறாகச் சொல்வது போல இந்த பெண் தன் வீட்டு மொட்டை மாடியில் குளிக்கவில்லை. தாவீது உப்பரிகையில் உலாவிக் கொண்டிருந்ததால், எருசலேமில் இருந்த தன் குடிமக்களின் வீடுகளையும், இடங்களையும் கீழ்நோக்கிப் பார்க்க அவனுக்கு ஒரு தேவையற்ற அனுகூலம் கிடைத்தது. பத்சேபாள் தனது மாதாந்திர மாதவிடாய் சுழற்சிக்குப் பிறகு சடங்கு சுத்திகரிப்பு செய்து கொண்டிருந்தாள் (2 சாமுவேல் 11:4). இது "மிக்வே குளியல்" என்று அழைக்கப்பட்டது. இந்த சுத்திகரிப்புக்கான காலம் பெண்களுக்கு மாதவிடாய் காலம் தொடங்கிய ஏழு முதல் பதினான்கு நாட்களுக்கு இடையில் இருந்தது. இந்த நேரத்தில் உண்மையான மிக்வே (இந்த சுத்திகரிப்பு சடங்குக்காக ஒரு குளத்துடன் கூடிய சிறப்பு அறை) இருந்ததா என்பது தெரியவில்லை. ஆனால் நிச்சயமாக, ஒவ்வொரு மாதவிடாய் காலத்திற்குப் பிறகும் பெண்கள் தங்களைத் தூய்மைப்படுத்திக் கொள்வது யூத கலாச்சாரமாக இருந்தது.

விருந்தாளி (இச்சை) ஏற்கனவே தாவீதின் இதய கதவைத் தட்டினது. அங்கிருந்து அவளை அடையாளம் காட்ட ஒருவரை வரவழைத்து, அவள் ஏத்தியனான உரியாவின் (தாவீதின் பராக்கிரமசாலிகளில் ஒருவன்) மனைவி பத்சேபாள் என்று தெரிவிக்கப்பட்டது. பத்சேபாள் எலியாமின் (தாவீதின் பராக்கிரமசாலிகளில் ஒருவன்) மகளும், அகித்தோப்பேலின் (தாவீதின் ஆலோசனைக்காரனும்) பேத்தியும் ஆவாள். குறைந்த பட்சம் இந்த

கட்டத்தில், தாவீது எந்தவொரு சட்டவிரோத விவகாரத்தின் யோசனையையும் கைவிட்டிருக்க வேண்டும். ஆனால் அவனது இச்சை எல்லா விவேகமான காரணங்கள்மீதும் ஆதிக்கம் செலுத்தியது. அவனது மனைவிகள் அல்லது மறுமுனையாட்டிகளில் யாராவது அவனது காம ஆசையைத் தணித்திருக்க முடியும். அவளைத் தொடாமல் விட்டிருக்கக் கூடும்! பத்சேபாளைப் கொண்டுவர அவளிடம் தாவீது ஆள் (போர்ச்சேவகர்களை அல்ல) அனுப்பினான். பத்சேபாள் ஒருவேளை அழைப்பின் காரணத்தை அறிந்திராமல் தாவீதின் ஆட்களுடன் சென்றாள் என்று நான் நம்புகிறேன். ஆனால் அவள் அங்குச் சென்றபோது நடந்த நிகழ்வுகளின் பதிவு மிகவும் விபரீதமாக இருக்கிறது. அவள் அவனிடத்தில் வந்தபோது, அவளோடே சயனித்தான்; பிற்பாடு அவள் தன் தீட்டு நீங்கும்படி சுத்திகரித்துக்கொண்டு தன் வீட்டுக்குப் போனாள் என்று வார்த்தை கூறுகிறது! **இந்த சம்பவத்தில் எனக்கு ஏன் சிக்கல் உள்ளது?** அம்னோன் மற்றும் தாமாரைக் குறித்து (2 சாமுவேல் 13) நான் வாசித்தபோது, 11 லிருந்து 19 வசனங்கள் தாமாரின் (அப்சலோமின் சகோதரி) எதிர்வினையை நன்றாக விளக்கின. மீறலுக்கு முன்பும், மீறலுக்கு பின்பும், அவள் வெளிப்படுத்திய எதிர்ப்பு வலுவானது. அது நாம் வாசிப்பதற்காகப் பதிவு செய்யப்பட்டுள்ளது. பத்சேபாளுடன் ஒப்பிடுகையில், தாமார் அரச குடும்பமாக இருந்தாள். இந்த சம்பவம் அவளையும் அவளுடைய தந்தை தாவீதின் வீட்டையும் அழித்துவிடும் என்பதால், இந்த சம்பவத்தை அவள் வெளியே கூறாமல் விட்டுவிட்டிருக்கலாம். இருந்தும் கூட அவள் மிகுந்த மனஸ்தாபத்தை வெளிப்படுத்தியதால் அப்சலோமின் வீட்டிலேயே வாழ்நாள் முழுவதும் பாழாக்கப்பட்டவளாய் கிடந்தாள்! இந்த நடத்தை பத்சேபாளுடன் ஒப்பிடுகையில் முற்றிலும் முரணானது. பத்சேபாள் எதிர்க்கத் தவறியதால், தாவீது முன்னேறுவதற்கு மௌனமாகச் சம்மதித்தாளா? ஒருவேளை அப்படி இருக்கக் கூடுமோ?

இத்துடன் சேர்த்து, இங்கே இன்னொரு நியாயமான விஷயத்தையும் எழுப்புகிறேன். தாவீது மக்களின் ராஜாவாக இருந்தான். அவன் ஒரு கொடுங்கோலன் அல்ல. ஆரம்பம் முதலே மக்கள் அவனைக் கௌரவித்து மரியாதை செலுத்தி வந்தனர். பத்சேபாள் நினைத்திருந்தால், இந்த அடிப்படையில் அவனை எதிர்த்து மிரட்டியிருக்கலாம். அவள் எதிர்த்தாள் என்பதாக எந்தப் பதிவும் இல்லை. இது இரகசிய சம்பவம் அல்ல என்று நான் உறுதியாக நம்புகிறேன். பத்சேபாள் அரண்மனைக்குள் வந்து ராஜாவின்

அறையை விட்டு வெளியேற வேண்டியிருந்தது. ஒவ்வொரு கட்டத்திலும் தூதுவர்கள் ஈடுபட்டனர். எனவே அந்த நேரத்தில் அவள் பயந்திருக்கலாம். ஆனால் ராஜாவின் அறையை விட்டு வெளியே வந்த பிறகும் அவள் அதைப் பற்றி மௌனமாக இருந்தாள். தாமாருக்கும், இவளது நடத்தைக்கும் பெரிய வேறுபாடு உள்ளது. அநீதியை எதிர்த்துப் போராடும் மன உறுதி அவளிடம் இல்லை. நாத்தான் தீர்க்கதரிசியின் கதையில் வரும் ஆட்டுக்குட்டிக்கும் பத்சேபாளுக்கும் இடையிலான உவமை அவளின் உதவியற்ற தன்மையை மட்டுமே சுட்டிக்காட்டுகிறது. ஏனெனில் அந்த செல்வந்தன் ஏழையிடம் இருந்த ஒரே ஒரு ஆட்டுக்குட்டியைக் கொன்று அவனுடைய விருந்தினர்களுக்கு உணவளித்தான் என்று அந்த உவமையில் சொல்லப்பட்டுள்ளது. ஆனால், அந்த ஏழையின் மடியில் கிடந்த அந்த பெண் ஆட்டுக்குட்டி, பேராசை பிடித்த அந்த பணக்காரனிடமிருந்து தப்பிக்க நன்றாகப் போராடியிருக்கும். அதைக் கொல்வதற்காக அவன் அதை இழுத்துச் சென்றிருப்பான்! இப்படி யோசிக்கலாம் அல்லவா? சிந்தியுங்கள்.

உரியாவின் கதாபாத்திரத்தைப் பற்றியும் பேச இதுவே சரியான இடம். அவனைக் குறித்துச் சொல்லப்படும் கொஞ்ச நஞ்ச வார்த்தைகளிலும் (2 சாமு 11:8 லிருந்து 14), ஒரு நற்குணம் தெளிவாக வெளிப்படுகிறது. அவன் இஸ்ரவேலின் இளைப்பாறுதலுக்காகவும், தேவனுக்காகவும், அவனுடைய ராஜாவுக்காகவும், அவனுடைய தளபதியாகிய யோவாபுக்காகவும் தன்னை அர்ப்பணித்திருந்தான். அவன் தனது தேசத்திற்கு மிகவும் விசுவாசமாக இருந்தான். அவன் தனது மனைவியுடன் படுப்பதைப் பற்றி நினைத்துக் கூட பார்க்கவில்லை. இஸ்ரவேலின் இளைப்பாறுதலுக்காகவும் ராஜாவின் பாதுகாப்பிற்காகவும் உரியா கொண்டிருந்த வைராக்கியத்தின் காரணமாக, உரியா தன் குடும்ப வாழ்க்கைப் பற்றிக் கூட யோசிக்கவில்லை (பத்சேபாள் இன்னும் மாதவிடாய் காலத்திலிருந்ததாலும், அவர்கள் ஒரு தம்பதியாகப் பிள்ளைகளைப் பெற்றதாக எந்த குறிப்பும் இல்லை என்பதாலும்). ஒருவேளை அப்படி இருக்கக் கூடுமோ? அவன் இந்த ஒரே ஒரு போரைப் பற்றி மட்டும் பேசவில்லை, இஸ்ரவேல் அனைத்து போர்களிலிருந்தும் நிரந்தர ஓய்வு பெறுவதைக் கவனத்தில் கொண்டிருந்தான். அவன் இஸ்ரவேலின் இளைப்பாறுதலுக்காக ஏங்கினான். எல்லா போர்களும் நடத்தப்பட்டு நிலங்கள் மீண்டும் கைப்பற்றப்படும் வரை, இஸ்ரவேல் உண்மையில் இளைப்பாற முடியாது என்பதை அறிந்திருந்தான். பதினோராம் வசனத்தில் தாவீதுக்கு

அவன் அளித்த பதில், அவனுடைய இருதயம் எங்கே இருந்தது என்பதைக் காட்டுகிறது. கர்த்தருடைய பெட்டி அவனது முதன்மையான அக்கறையாக இருந்தது. தன் ராஜாவின் ஆசையை தன் வாழ்நாளின் முதல் லட்சியமாகக் கருதினான். அப்படிச் செய்ததனால், தனக்கு முன்னால் வைக்கப்பட்டிருந்த ஒவ்வொரு வஞ்சகத்தையும் உரியா காணாதபடி குருடாக்கப்பட்டான். உக்கிரமான சீரியருடனான போரிலிருந்து ஒரு பராக்கிரமசாலியை ராஜா ஏன் அழைப்பித்திருக்க வேண்டும்? அவன் ஒரு உளவாளியாக மட்டுமே இருக்க வேண்டும். ஏன் தாவீது அவனைத் தனக்கு முன்பாகப் புசித்துக் குடிக்கிறதற்கு அழைத்து, அவனை வெறிக்கப்பண்ணினான்? தாவீதின் குப்பையிலிருந்து லேசான துர்நாற்றத்தை அவன் முகர்ந்திருந்தால் கூட போர்க்களத்திற்குத் திரும்பிச் செல்லும்போது தன் கையால் அனுப்பப்பட்ட கடிதத்தைத் திறந்திருப்பான், ஆனால் அவன் அப்படிச்செய்யவில்லை!

உரியாவின் குணாதிசயத்திலிருந்து நாம் கற்றுக்கொள்ள வேண்டிய ஒரு நல்ல பாடம் இருக்கிறது. அது 'தெய்வீக விவேகம்' நாம் பெற்றிருப்பதாகும். மனிதர்கள் மீது ஒரு தைரியமான நம்பிக்கை மற்றும் தெய்வீக பகுத்தறிவு இல்லாதது அவனுக்கு மரணத்தை ஏற்படுத்தியது. எனினும், நாத்தான் தீர்க்கதரிசியின் உவமை உரியா பத்சேபாள் மீது கொண்டிருந்த காதலை அழகாகக் காட்டுகிறது. உண்மையில், இவ்வளவு ஆழமான காதலுக்கு ஒரு சோகமான முடிவு. இது தேவனுடனான தனிப்பட்ட உறவின் அவசியத்தை நமக்குக் கற்றுத் தருகிறது.

இந்த ஒரு இரவிற்குப் பிறகு, தாவீது மற்றும் பத்சேபாள் இருவரும் அவள் கருத்தரிக்கும் வரை அந்த வாழ்க்கையைத் தொடர்ந்தனர். அவள் கர்ப்பத்தை உறுதிப்படுத்தக்குறைந்தபட்சம்ஒருமாதமாவதுஆகியிருக்கும்.அவள்தாவீதுக்கு செய்தி அனுப்பினாள். இதையொட்டி, தாவீது (குற்றவாளி) எல்லாவற்றையும் மறைக்க ஒரு திட்டம் தீட்டினான்! கதையின் இந்தப் பகுதி அனைவரும் அறிந்ததே. போர்முனையிலிருந்து தாவீது உரியாவை வரவழைத்தான். ராஜா கட்டளையிட்டபடியே யோவாப் அவனை அனுப்பினான். உரியா போரிலிருந்து வந்த பிறகு, தாவீது அவனை வீட்டிற்குப் போக வைக்கவும், கர்ப்பிணியான அவன் மனைவியுடன் படுக்க வைக்கவும் தன்னால் முடிந்தவரை முயன்றான்! அதுவே உச்சக்கட்ட கொடுமை என்று நான் உணர்கிறேன்! அவன் முயற்சிகள் அனைத்தும் தோல்வியுற்றபோது, உரியாவின் சொந்த கைகளால் ஒரு மரண ஆணையை அனுப்பினான். உரியா அம்மோனியர்களின் வாளால் (இராணுவம்

பின்வாங்கியதால்) போர்க்களத்தில் கொல்லப்பட்டான். தாவீது உரியாவின் மரணத்தைப் பற்றி திட்டம் தீட்டியது மட்டுமல்லாமல், அவன் உண்மையில் அதை அரங்கேற்றம் செய்தான். பின்னே ஏன் அவன் தான் செய்ததை எண்ணி இவ்வளவு பயந்தான்? அவனே ராஜா! அவன் நினைத்திருந்தால் அவர்கள் அனைவரையும் மெளனமாக்கத் தனது செல்வாக்கைப் பயன்படுத்தியிருக்க முடியும். ஆனால் தாவீது ஒரு கொடுங்கோலன் அல்ல. முன்பு சொன்னபடி, பத்சேபாள் நினைத்திருந்தால் தாவீதுக்கு எதிராக இதை மிக எளிதாகப் பயன்படுத்தியிருக்க முடியும். ஆனால் அவள் செய்யவில்லை.

இதையெல்லாம் யோசித்துப் பாருங்கள். அம்மோனின் புதிய ராஜாவுக்கு தாவீது அனுப்பிய ஒரு எளிய இரங்கல் செய்தியிலிருந்து இவை அனைத்தும் தொடங்கின! நான் சில நேரங்களில் ஆச்சரியப்படுகிறேன் "இந்த செய்தி கூட தேவையா"? இல்லையெனில் ஆனூன் இந்த போருக்கு அக்கறை காட்டியிருப்பானா? நாம் செய்யும் எல்லாவற்றிலும் விவேகத்துடன் இருக்க இது நமக்கு அறிவுறுத்துகிறது. தாவீதினிடத்தில் வைத்திருந்த பற்றுதலை உரியா தேவன் மீது வைத்திருந்திருந்தால், அவன் ஒருவேளை அந்த வஞ்சகத்தை ஆராய்ந்து உயிரோடு இருந்திருக்கக் கூடும். இந்த புதிய உடன்படிக்கை நாட்களில், கர்த்தராகிய இயேசு கிறிஸ்துவை மட்டுமே நோக்கிப் பார்க்கவும், அவருக்கு நமது விசுவாசத்தைச் சமர்ப்பிக்கவும் நாம் அழைக்கப்படுகிறோம். வேறொருவரின் அழைப்பு நமக்கு பொருந்தாது. தேவன் நம் ஒவ்வொருவருக்கும் ஒரு அழைப்பு வைத்திருக்கிறார், அதனுடன் இணங்குவது நமது கடமை. அப்படிச் செய்தால் நன்மை நம்மைச் சூழ்ந்து கொள்ளும். தேவனுடன் நம் ஒவ்வொருவருக்கும் தனிப்பட்ட உறவு தேவை. அது எல்லா ஏமாற்றுகளையும் புதைத்து, வாழ்க்கை முழுவதும் நம்மை நடத்த போதுமானது.

போரின் இறுதிக் கட்டங்களில் (விபச்சாரத்தால் கருத்தரித்த குழந்தையின் மரணம் மற்றும் சாலமோனின் பிறப்புக்குப் பிறகு), தாவீதும் சேர்ந்துகொண்டு சீரியர்களை அளித்தான். எனினும், உரியாவின் மரணத்தில் தாவீதின் கை சம்பந்தப்பட்டிருந்தது என்பதை யோவாப் அறிந்திருந்தான். அவன் அதை தனக்குச் சாதகமாகப் பயன்படுத்தினான் மற்றும் போரில் தனது சொந்த உத்திகளைப் பயன்படுத்தினான். இது சம்பந்தமாக தாவீதினால் அவனிடம் கேள்வி கேட்க முடியவில்லை. தன் கணவனின் மரணத்தைப் பற்றிக் கேள்விப்பட்ட பத்சேபாள் துக்கம் அனுசரித்தாள். பின்னர் தாவீது கர்ப்பவதியான பத்சேபாளை தனது மனைவியாக ஏற்றுக்கொண்டான். கர்ப்ப

காலம் முடிந்ததும் அவள் அவனுக்கு ஒரு மகனைப் பெற்றெடுத்தாள். இந்த நேரம் வரை (கிட்டத்தட்ட பத்து மாதங்கள் முதல் ஒரு வருடம் வரை) தாவீதிடம் எந்த வருத்தமோ, உறுத்தலோ தென்பட்டதாகத் தெரியவில்லை. எனவே கர்த்தர் இந்த தேவதூஷண செயலை தாவீதுக்கு முன்பாக உவமையாகச் சொல்லத் தீர்க்கதரிசியாகிய நாத்தானை அனுப்பினார். இதன் பின்னணியில் உள்ளக் கருத்து என்னவென்றால், தாவீது தனக்கான தண்டனையைக் கேட்க வேண்டும் என்பது தான் என்று நான் நினைக்கிறேன். தாவீது உடனடியாக குற்றவாளிக்கு மரண தண்டனையைக் கொடுக்க வேண்டும் என்று கூறினான். மேலும் இது இரக்கமற்ற செயல் என்பதால் நான்கு மடங்கு கொடுத்துத் தீர வேண்டும் என்று கூறினான். இருப்பினும், கர்த்தர் தாவீதின் உயிரைக் காப்பாற்றியதன் மூலம் தாவீதுக்கு இரக்கம் காட்டினார். ஆனால் இந்த விபச்சாரச் செயலின் விளைவாகப் பிறந்த குழந்தை இறந்தது. இந்த ஆண் குழந்தையோடு தாவீதுடைய மூன்று மூத்த மகன்களான அம்னோன், அப்சலோம், அதோனியா ஆகியோர் ஒருவர் பின் ஒருவராக மரித்தார்கள். தாவீது கட்டளையிட்டபடியே நான்கு மடங்காகத் திருப்பிக் கொடுத்தான்!

நாத்தான் தீர்க்கதரிசியின் உவமை மிக முக்கியமான ஒரு உண்மையை எடுத்துக்காட்டுகிறது. பணக்காரனுக்கு மந்தைகள் இருந்தன, ஆனால் அவற்றுடன் எந்தவிதமான உணர்ச்சி ரீதியான தொடர்பும் இல்லை. இருப்பினும், ஏழை மனிதனுக்கும் அவனது குட்டி ஆட்டுக்குமான இடையே கடல் போன்ற அன்பு இருந்தது. இது பலதாரமணம் மற்றும் ஒற்றைமணம் வாழ்க்கையில் உள்ள துணைவர்களிடையேயான அன்பின் அளவோடு நன்கு தொடர்புடையது. பலதாரமணம் வாழ்க்கையில் அன்பின் கூறு அழிக்கப்படுகிறது என்று நான் நிச்சயமாகக் கூறுவேன். இதை நிரூபிக்க வார்த்தையில் பல உதாரணங்கள் உள்ளன. பணக்காரனின் செல்வம் பணக்காரனுக்கு அவனது செல்வம், மந்தைகளாக மட்டுமே இருந்தது. ஆனால் ஏழை மனிதனுக்கு, அந்த சிறிய ஆட்டுக்குட்டி அவனுக்கு "தன் மகள்" போன்றது. இது ஆழமாகப் பேசுகிறது! ஒரு மனிதன் தனது மனைவியை மகள் போல் கவனித்துக் கொள்ளும்போது, அவள் நிச்சயமாக ஆசீர்வதிக்கப்பட்டவள்!

தாவீது மிகவும் அதிககிரயமாக நான்கு மடங்கு இழப்பீடு செலுத்த வேண்டியிருந்தது. இது அவனது வாழ்நாள் முழுவதும் நீடித்தது. அவனுடைய நான்கு மகன்களான- அம்னோன், அப்சலோம், அதோனியா மற்றும் விபச்சாரத்தால் பிறந்த மகன் ஆகியோரின் வாழ்க்கை பெருமளவில்

பாதிக்கப்பட்டது. அத்துடன், அவனுடைய அழகிய மகள் தாமாரின் வாழ்க்கையும் பாழடைந்தது. தேவனுடைய இரக்கத்தைப் பற்றிக்கொள்ளாமல் இருந்திருந்தால், தாவீது தனது அழைப்பில் ஒரு அங்குலம் கூட முன்னேறியிருக்க முடியாது. தாவீது எல்லா தார்மீக அதிகாரத்தையும் இழந்துவிட்டான். விளைவுகளை எந்த வகையிலும் சரிசெய்ய முடியவில்லை.

அதே வழிப்போக்கனான இச்சை, அம்னோனை (தாவீதின் மூத்த மகன்) பற்றிக் கொண்டது. அவன் தனது சொந்த ஒன்றுவிட்ட சகோதரியான தாமாரின் வாழ்க்கையைக் கொடூரமாக பாலியல் பலாத்காரம் செய்து அழித்தான். தாவீதின் நாக்கு கட்டப்பட்டிருந்தது. தாமார் மிகவும் துக்கமடைந்து, தன் வாழ்நாள் முழுவதும் தன் சகோதரன் அப்சலோமின் வீட்டிலேயே பாழாக்கப்பட்டவளாய் கிடந்தாள். ஒவ்வொரு நாளும் தனது அழகான சிறிய சகோதரியின் நிந்தனையையும், தனது தந்தையின் மௌனத்தையும் பார்த்து அப்சலோம், தனது இதயத்தில் ஒரு கசப்பை வளர்த்துக் கொண்டான். அது இறுதியாக இரெண்டு ஆண்டுகளுக்குப் பிறகு அம்னோனின் கொலையில் உச்சக்கட்டத்தை அடைந்தது. யோவாப் தாவீதை சமாதானப்படுத்தினான். அப்சலோம் மேலும் மூன்று ஆண்டுகள் தனது தாய்வழி தாத்தாவின் இடத்திற்கு (கேசூர்) சென்று தலைமறைவாக வாழ்ந்தான். அவன் திரும்பி வந்த பிறகும், தாவீது இரெண்டு ஆண்டுகளுக்கு அவனுடன் பேசவோ அல்லது அவனைப் பார்க்கவோ மறுத்துவிட்டான். இறுதியாக, அவர்கள் சமரசம் செய்தபோது (மொத்தம் ஐந்து ஆண்டுகளுக்குப் பிறகு), அப்சலோம் இஸ்ரவேல் மக்களை வஞ்சகத்தின் மூலம் தன்னை நோக்கித் திருப்பத் தொடங்கினான். அடுத்த ராஜாவாக இருக்கத் தனது முழு பலத்துடனும் போராடினான். தனது தந்தை உயிருடன் இருக்கும்போதே தன்னை ராஜாவாக அறிவித்தான். இதை அறிந்த தாவீது தற்காப்புக்காக எருசலேமை விட்டு வெளியேறினான். அவனுடைய விசுவாசமுள்ள ஊழியர்கள் அவனோடு சென்றனர்.

பத்சேபாளின் தாத்தா அகித்தோப்பேல், தன் பேத்திக்கும் அவளுடைய கணவனுக்கும் இழைக்கப்பட்ட அநீதியை மனதில் கொண்டு, அப்சலோமின் பக்கம் சேர்ந்தான். அவன் அப்சலோம் உப்பரிகையின் மேல் ஒரு கூடாரம் அமைக்க ஆலோசனை கூறினான் (தாவீது பத்சேபாள் குளிப்பதைப் பார்த்த அதே இடம்). மற்றும் சூரியனுக்கு முன்பாக முழு இஸ்ரவேலின் பார்வையில் தனது தந்தையின் பத்து மறுமனையாட்டிகளுடன் உடலுறவு கொள்ளும்படி அறிவுறுத்தினான்! அப்சலோம் எந்தவித எதிர்ப்புமின்றி இந்த செய்கைக்குக்

கீழ்ப்படிந்தான். இந்த முழு சம்பவம் அப்சலோமுகும் தாவீதுகும் இடையேயான போரில் முடிந்தது. அப்சலோமுக்கு எந்தக் கெடுதலும் செய்யக் கூடாது என்று தாவீது கட்டளையிட்டிருந்தும், யோவாப் அவனைக் கொன்றான். தேவன் தம்முடைய இரக்கத்தினால் தாவீதை மீண்டும் ராஜாவாக்கினார்.

இதற்குப் பிறகு, தாவீதின் மகன் அதோனியா அப்சலோமின் அடிச்சுவடுகளைப் பின்பற்றினான். இதனால் தாவீது சாலொமோனை அடுத்த ராஜாவாக அபிஷேகம் செய்தான். கடைசியில், தன் பிதாக்களண்டையில் சேர்க்கப்பட்டான். இறந்துபோன தன் அப்பாவின் இளம் மனைவி அபிஷாகின் மீது ஆசைப்பட்டதால் சாலொமோன் அதோனியாவை கொன்றான். தாவீதின் குமாரர்கள் தாவீதைக் காட்டிலும் அதிகமாகத் தகாத உறவிலும் விபசாரத்திலும் ஈடுபட்டனர். நான்கு மடங்கு தண்டனை கணிசமான விலையில் கொடுக்கப்பட்டது. தாவீது தேவனுடைய இரக்கத்தைப் பற்றிக்கொண்டு இந்த எல்லா விளைவுகளையும் கடந்து சென்றான்.

இவ்வளவு பெரிய வீழ்ச்சி மற்றும் அவனது சொந்த குடும்பத்தில் நடந்த ஏராளமான வெட்கக்கேடான நிகழ்வுகளுக்குப் பிறகு, தாவீது தன்னை நிலைப்படுத்திக் கொண்டான். மேலும் பல விஷயங்களை ஒழுங்கமைக்கத் தொடங்கினான். அர்வனாவின் போரடிக்கும் களத்தில் மகிமையான ஆலயத்தைக் கட்டும்படி அவன் தேவனிடமிருந்து கட்டளைகளைப் பெற்றான். ஆலயத்தின் நுணுக்கமான விவரங்கள் தேவனால் அவனுக்கு வழங்கப்பட்டன, அவை அனைத்தையும் அவன் எழுத்துப்பூர்வமாகப் பதிவு செய்தான். பின்னர் அதை சாலமோனிடம் கொடுத்து, அதைக் கண்டிப்பாகக் கடைப்பிடிக்குமாறு அறிவுறுத்தினான். அவன் இஸ்ரவேலின் இராணுவத்தை ஒழுங்கமைத்தான். அவன் ஒவ்வொரு மாதமும் இருபத்து நான்காயிரம் வீரர்களை பணியில் அமர்த்தினான். ஒவ்வொரு மாதமும் ஒரு திறமையான தலைவனின் கீழ் ஒரு வருடம் முழுவதும் இஸ்ரவேலைப் பாதுகாக்க நியமிக்கப்பட்ட பனிரெண்டு குழுக்கள் இருந்தன. லேவியரைக் கணக்கெடுத்து, கர்த்தருடைய ஆலயத்தில் ஒவ்வொரு ஆராதனைக்கும் அவர்களை நியமித்தான். தான் இறந்த பிறகும் புதிய ஆலயத்தில் எந்நேரமும் துதியும், வழிபாடும் தொடரும் என்பதை இசைக்கலைஞர்களை நியமித்து உறுதி செய்தான். வாயிற்காவலர்களையும் நியமித்தான். தாவீது தனது மரணத்திற்கு முன் மலையளவு பணிகளை நிறைவேற்றினான். ஏனென்றால் அவன் தேவனுடைய கனிவான கிருபையால் அரவணைக்கப்பட்டிருந்தான்.

6 (ஆ) நான் கர்த்தருடைய வீட்டிலே நீடித்த நாட்களாய் நிலைத்திருப்பேன்.

நான் முன்பு குறிப்பிட்ட நிகழ்வுகளின் மூலம், தேவன் தனக்கு முன்னால் செல்வதையும், தன்னுடன் நடப்பதையும், பின்னாலும் முன்னாலும் தன்னை சூழ்ந்திருப்பதேயும் தாவீது எவ்வாறு தொடர்ந்து அனுபவித்தான் என்பதை நாம் காணலாம். தாவீது எப்பொழுதும் தேவனுடைய நன்மையையும், கிருபையையும் சார்ந்திருந்தான். தேவனுடைய நன்மை (கிருபை) தேவனுடைய ராஜ்யத்திற்கான தேவனுடைய நோக்கங்களை நிறைவேற்ற தாவீதை பெலப்படுத்தியது, அவருடைய கிருபை ஒவ்வொரு தோல்வியிலும் அவனை ஆதரித்தது. நீதிமான் ஏழு முறை விழுந்தாலும் எழுந்திருப்பான் என்று நீதிமொழிகள் 24:16 கூறுகிறது. இது தாவீதின் வாழ்க்கையில் தெளிவாக நிருபிக்கப்பட்டுள்ளது. தேவனுடைய விலைமதிப்பற்ற நல்லொழுக்கத்தைப் பற்றிய இந்த தெளிவான புரிதலை அவன் கொண்டிருந்ததால், இந்த பூமியில் தாவீதின் இறுதி காலத்தில் நோக்கமுள்ளதாகவும், அர்த்தமுள்ளதாகவும் இருந்தன. அவை இன்றும் நமக்குக் கற்றுத்தருகின்றன.

தேவனுடைய நோக்கங்கள் ஒரு குறிப்பிட்ட காலத்திற்கு அல்லது ஒரு தலைமுறைக்கு மட்டுப்படுத்தப்பட்டவை அல்ல. ஆதாமில் தொடங்கி பூமியில் பிறக்கப் போகும் கடைசி நபருடன் முடிவடையும் அனைத்து நிகழ்வுகளும் ஒரு பெரிய புதிரை உருவாக்குகின்றன. இந்தப் புதிருக்கான முழுமையான சித்திரத்தைக் காணக் கூடியவர் கர்த்தர் மட்டுமே. நாம் ஒவ்வொருவரும் ஏதோ ஒரு புதிருக்குள் பொருந்துகிறோம், அதை நாம் அறிந்தால் போதும். மீட்பு என்பது பூமி படைக்கப்படுவதற்கு முன்பே தேவனுடைய சிந்தனையாக இருந்தது. அவர் ஏதேன் தோட்டத்திலிருந்து தொடங்கி அதைச் செய்தார். நான்காயிரம் ஆண்டுகளுக்குப் பிறகு மேசியா, அவரைக் குறித்து தீர்க்கதரிசனமாக உரைக்கப்பட்ட அனைத்தையும் நிறைவேற்ற, நேரில் வந்தார். இப்போது, அவருடைய பரமேறுதலுக்கு இரெண்டாயிரம் ஆண்டுகளுக்குப் பிறகு, தேவனுடைய வாக்குத்தத்தத்தின் வியக்கத்தக்க அளவில் நாம் வாழ்கிறோம். அவர் திரும்பி வரும்வரை இது தொடரும்.

தேவனின் இருதயம் எப்போதும் நமக்காக அகாப்பே (தியாகமுள்ள அன்பு) அன்புடன் துடிக்கிறது. நீதிமொழிகள் 8:31 கூறுகிறது, ஞானம் (கர்த்தராகிய இயேசு) பூவுலகத்தில் சந்தோஷப்பட்டு, மனுமக்களுடனே

மகிழ்ந்துகொண்டிருந்தார் என்று. தேவன் மகிழ்ச்சியாக இருப்பது மட்டுமல்லாமல், நம்முடன் ஒரு உறவைக் கொண்டிருப்பதில் அவர் மகிழ்ச்சியடைகிறார். அவருடைய சித்தத்தின் நல்ல விருப்பத்தின்படி, இந்த இருண்ட மற்றும் தணிந்த உலகில் நாம் அவருடைய நன்மையை வெளிப்படுத்தும் படிக்கு, நம்முடைய கர்த்தராகிய இயேசு கிறிஸ்துவின் மூலம் அவர் நம்மை தம்முடைய பிள்ளைகளாக்கினார். அவர் தமது கிருபையினாலும், இரக்கத்தாலும் நம் வாழ்வை நிரப்பியிருக்கிறார். அவருடைய வார்த்தையின் அனைத்து உத்தரவாதங்களையும் மீறி, மனிதன் தன் மீதான அன்பை நம்பவைக்கத் தேவனிடமிருந்து ஒருவர் இன்னும் எவ்வளவு கோர முடியும்? அவரிடம் திறந்த மனதுடன் இருப்பவர்களுடன் தொடர்பு கொள்ள அவர் ஒருபோதும் தயங்குவதில்லை. அவர் இஸ்ரவேலின் சேனைகளை எகிப்தின் அடிமைத்தனத்திலிருந்து விடுவித்தபோது, அவர்கள் வனாந்தரத்தில் பயணிக்கையில் பகலில் மேகஸ்தம்பமாகவும், இரவில் அக்கினி ஸ்தம்பமாகவும் அவர்களுடன் இருப்பதை முழு உலகமும் காண வேண்டும் என்று அவர் விரும்பினார். அவர்கள் எகிப்திலிருந்து புறப்பட்ட சிறிது காலத்திற்குப் பிறகு, ஆசரிப்புக் கூடாரத்தையும் அதனுடன் தொடர்புடைய கூறுகளையும் கட்டுவதற்குத் தேவன் மோசேயை ஏவினார். மக்கள் கூடாரங்களில் குடியிருந்தபோது, சர்வலோகத்தைப் படைத்த நம் தேவனும் அவர்கள் நடுவே ஒரு கூடாரத்தில் வாழ்ந்தார். இது தேவனுடைய தாழ்மையும், மனிதக்குலத்தின் மீதான அவருடைய அன்பின் அடையாளமுமாகும். **அவர் நம்முடன் இருப்பதை அடையாளப்படுத்துகிறார்.**

மோசேயின் கூடாரம் மேசியாவைப் பற்றியது; கர்த்தராகிய இயேசு கிறிஸ்துவைப் பற்றியது. ஒவ்வொரு சிறிய விவரமும் கூறுகளும் அவரை சுட்டிக்காட்டின. அது நிறம், பொருள், உலோகம் அல்லது வடிவமைப்பு எதுவாக இருந்தாலும், கர்த்தராகிய இயேசு எல்லாவற்றிற்கும் பின்னால் உள்ள படமாக இருந்தார். இந்த கூடாரம் பரலோக ஆலயத்தின் பிரதியாக இருந்தது (எபிரெயர் 8:5). இந்தக் கூடாரத்தின் மிக முக்கியமான பகுதி உடன்படிக்கைப் பெட்டி. பழைய உடன்படிக்கையின் கீழ், பிரதான ஆசாரியன் மட்டுமே பெட்டியைத் தன் கண்களால் பார்க்கும் சிலாக்கியத்தைப் பெற்றிருந்தான், அதுவும் பிராயச்சித்த நாளில் வருடத்திற்கு ஒரு முறை மட்டுமே. வேறு எந்த நபரும் அதைப் பார்க்கவோ அல்லது அதன் அருகில் கூட செல்லவோ முடியாது. பெட்டி மக்களுடன் பயணித்தபோது, அது

எப்போதும் பல அடுக்குகளால் மூடப்பட்டிருக்கும். மறைவின் திரைச்சீலையை இறக்கி, அதினாலே சாட்சியின் பெட்டியை மூடி, அதின்மேல் தகசுத்தோல் மூடியைப்போட்டு, அதின்மேல் முற்றிலும் நீலமான துப்பட்டியை விரித்து (பிரதான ஆசாரியன் மற்றும் அவரது மகன்களால்) பின்னர் கோகாத்தியர்கள் (அவர்களின் தோள்களில்) அதைச் சுமந்தனர். இது எண்ணாகமம் 4:1 லிருந்து 15 வரை மிகத் தெளிவாகக் குறிப்பிடப்பட்டுள்ளது. ஏலியின் பொல்லாத மகன்கள் பெட்டியைப் போர்க்களத்திற்கு எடுத்துச் சென்றபோது, அவர்கள் அதை சரியாக மூடியிருக்கலாம் என்று நான் நம்புகிறேன். இல்லையென்றால் அவர்கள் அப்போதே இறந்திருப்பார்கள். பின்னர் பெலிஸ்தர் பெட்டியை மூடாமல் எடுத்து தாகோனின் ஆலயத்தில் வைத்திருந்திருக்க அதிக வாய்ப்பு இருக்கிறது. இதன் காரணமாக, பயங்கரமான கொள்ளை நோய் உண்டாயிற்று, அதனால் ஆயிரக்கணக்கானோர் மாண்டனர். கடைசியில், அவர்கள் அதை பெத்ஷிமேசுக்குத் திருப்பி அனுப்பியபோது, அது ஒருவேளை கண்டுபிடிக்கப்பட்டிருக்கலாம். நகரத்திலிருந்து வந்த லேவியர்கள் பலிகளைச் செலுத்தினர், ஆனால் அதைச் சரியான முறையில் மூட மறந்துவிட்டனர். பெத்-ஷிமேஷில் கொள்ளை நோய் ஏற்பட்டதற்குக் காரணம் மக்கள் தங்கள் கண்களால் பெட்டியைப் பார்த்ததாக இருக்குமோ என்று நான் எண்ணுகிறேன். கடைசியில், கீரியாத்யாரீமிலிருந்து ஜனங்கள் வந்து பெட்டியை தங்கள் இடத்திற்கு எடுத்துச் சென்றார்கள், ஒருவரும் சாகவில்லை. பெட்டியைச் சரியான முறையில் கையாண்டதன் மூலம் அவர்கள் அதைச் சரியான வழியில் செய்திருக்கலாம் என்ற உண்மையை நான் நிச்சயமாகக் காரணம் கூறுவேன். சொல்லப்போனால், அதே முறையில் தான், தாவீது பெட்டியையும் எருசலேமுக்குள் கொண்டு வந்தான் என்று நான் நம்புகிறேன். தேவன் தம்முடைய நெறிமுறையை அவர்களுக்குக் கொடுத்திருந்தார், அவரைச் சேவிப்பவர்கள் அதற்குக் கீழ்ப்படிந்து, பரிசுத்தப்படுத்த வேண்டும் என்று அவர் எதிர்பார்த்தார். மதிக்கப்படாதபோது, அது எப்போதும் பயங்கரமான விளைவுகளை வரவழைத்தது.

பெட்டி எப்போதும் தன்னைத் தற்காத்துக்கொண்டது. பெலிஸ்தியரால் பிடிக்கப்பட்டு தாகோன் ஆலயத்தில் வைக்கப்பட்டிருக்கையில், அதனால் ஏற்பட்ட விளைவுகள் தேசத்தை தலைகீழாக மாற்றின. ஆனால் இது நிச்சயமாக அவர்களுக்கு நல்ல பாடத்தைக் கற்றுக்கொடுத்தது. மேலும் குற்ற நிவாரண பலி மூலம் அதை இஸ்ரவேலுக்குத் திருப்பி அனுப்ப அவர்கள் தீர்மானித்தனர்.

விழும் பெட்டியைத் தாங்கி பிடிக்க ஊசா தன் கையை நீட்டியதும், உடனடியாக தேவனால் அடிபட்டு செத்தான். இந்த காரணத்திற்காக, பெத்-ஷிமேசின் மக்கள் மூடப்படாத பெட்டியைப் 'பார்த்ததால்' (அதை மூட முயற்சிக்கவில்லை) தண்டிக்கப்பட்டார்கள் என்று நான் நம்புகிறேன், அதை 'பார்க்க' முயற்சிப்பது ஒருபுறம் இருக்கட்டும். அதை விரல்களால் தொட்ட பின் தப்பி பிழைக்க வழியே இல்லை. இன்னும் என்ன? பெத்ஷிமேஸ் ஒரு லேவிய நகரம். அங்கிருந்த மக்கள் அதை நன்றாக அறிந்திருக்க வேண்டும்! கீரியாத்யாரீமின் மக்கள் பெட்டியைக் மேட்டின் மேலிருக்கிற அபினதாபின் வீட்டுக்குக் கொண்டுவந்து, கர்த்தருடைய பெட்டியைக் காக்கும்படி அவன் குமாரனாகிய எலெயாசாரைப் பிரதிஷ்டை பண்ணினார்கள். 1சாமுவேல் 7:2-ல், பெட்டி இருபது ஆண்டுகள் அங்கேயே இருந்ததாகப் பதிவுகள் கூறுகின்றன. ஆனால் அதற்கும் மேலாக அது இருந்தது.

இஸ்ரவேலின் முதல் ராஜாவுக்குப் பெட்டி மீது அவ்வளவாக ஆர்வம் இருந்ததில்லை. ஒரே ஒரு முறை மட்டுமே அவன் பெட்டியைப் போர்க்களத்திற்குக் கொண்டு வரும்படி கேட்டான். ஆனால் மற்ற கவனச்சிதறல்கள் காரணமாக அந்த திட்டம் கைவிடப்பட்டது (1 சாமுவேல் 14:18 லிருந்து 19). ஒப்பிட்டுப் பார்த்தல், தாவீது பெட்டியை நேசித்தான். சங்கீதம் 132:6-ல், அவன் பெத்லகேமில் (எப்பிராதாவில்) இருந்தபோது, எப்பிராத்தாவிலே அதின் செய்தியைக் கேட்டு, வனத்தின் வெளிகளில் அதைக் கண்டோம் என்று கூறுகிறான். தாவீது அபினதாபின் வீட்டிற்குச் சென்று கர்த்தருடைய சந்நிதியில் ஆராதனை செய்திருக்கலாம். பெட்டிக்கும் அவனுக்கும் இடையே ஒரு "தொடர்பு" இருந்தது. தாவீதிற்கு இரண்டு முக்கியமான விடயங்கள் இருந்தன: முதலாவது எபூசியரிடமிருந்து எருசலேமைக் கைப்பற்றுவது, இரண்டாவது பெட்டியை எருசலேமுக்குள் கொண்டு வந்து அங்குக் கர்த்தருக்கு ஒரு ஆலயத்தைக் கட்டுவது, இறுதியாகப் பெட்டியை இளைப்பாற செய்வது.

அவன் இஸ்ரவேல் தேசம் முழுவதற்கும் ராஜாவாக நியமிக்கப்பட்டவுடன், தனது முன்னுரிமைகளில் மும்முரமாக இருந்தான் மற்றும் அவனது சகோதரியின் மகன் யோவாபின் போர் திறமையினால் எபூசியரிடமிருந்து எபூசை (எருசலேமை) கைப்பற்றினான். பின்பு அபினதாபின் வீட்டிலிருந்து பெட்டியை எருசலேமுக்குக் கொண்டுவரப் புறப்பட்டான். ஆனால் அவன் அதைத் தனது முறையில் செய்தான் (எண்ணாகமம் 4-ல் கூறப்பட்டுள்ள

கர்த்தருடைய பரிசுத்த முறைமையின்படி அல்ல). பெட்டியை பெலிஸ்தரின் வழியாகக் கொண்டு சென்றான், இதன் விளைவாக ஊசா இறந்தான். பெட்டி மூன்று மாத காலத்திற்கு ஓபேத் ஏதோமின் வீட்டிற்கு மாற்றப்பட்டது. இதனால் கர்த்தர் அவன் வீட்டை ஆசீர்வதித்தார்! தாவீது இதைக் கேள்விப்பட்டபோது, பெட்டியைச் சரியான முறையில் எருசலேமுக்குள் கொண்டு வரத் தேவையான நடவடிக்கைகளை எடுத்தான் (பலிகள் செலுத்திய பின்னர் லேவியர்கள் அதைத் தங்கள் தோள்களில் சுமக்க வேண்டும்). அதைத் தன் வீட்டின் முன்னால் அமைத்திருந்த கூடாரத்துக்குள் கொண்டு வந்தான். இந்தக் கூடாரம் மோசே கட்டிய கூடாரத்தை விட வெகு வித்தியாசமாக இருந்தது. பெட்டி உள்ளே வைக்கப்பட்டது மற்றும் இருபத்தி நான்கு மணி நேரமும் வாரத்தின் ஏழு நாட்களும் ஆசாரியர்கள் இருந்தனர். அது வித்தியாசமாக இருந்தது! அந்த நேரத்தில் கிபியோனில் மோசேயின் கூடாரமும் செயல்பட்டது; ஆனால் மகா பரிசுத்த ஸ்தலத்தில் பெட்டி இல்லை. எனினும், மோசேயின் நியாயப்பிரமாணத்தின்படி பலிகள் அங்கே வழக்கமாய்ச் செய்யப்பட்டன.

தாவீது ராஜா தீர்க்கதரிசியாகிய நாத்தானை நோக்கி: பாரும், கேதுருமரங்களால் செய்யப்பட்ட வீட்டிலே நான் வாசம்பண்ணும்போது, தேவனுடைய பெட்டி திரைகளின் நடுவே வாசமாயிருக்கிறதே என்றான். சீயோன் மலையில் (எருசலேம்) ஒரு பெரிய ஆலயத்தில் பெட்டியின் இறுதி ஓய்வு இடத்தைக் கட்ட அவன் விரும்பினான். அவன் தனது ஆத்துமாவில் ஏற்பட்ட இந்த எண்ணத்தைத் தீர்க்கதரிசி நாத்தானிடம் வெளிப்படுத்தினான். ஆரம்பத்தில் தீர்க்கதரிசி ஆலயம் கட்ட பச்சைக்கொடி காட்டினார். ஆனால் கர்த்தர் நாத்தானிடம் பேசி, சாலொமோன் என் ஆலயத்தை கட்டுவான் என்று தாவீதிடம் சொல்லும்படி அறிவுறுத்தினார். தாவீதை ஆலயத்தைக் கட்ட கர்த்தர் அனுமதிக்காததற்குக் காரணம், அவன் ஒரு "யுத்த மனுஷன்" என்பதால். கர்த்தர் ஏன் அப்படிச் சொன்னார் என்பதை இப்போது நாம் புரிந்துகொள்ள வேண்டும். இஸ்ரவேலர்களின் சுதந்தரமான வாக்குத்தத்தம் பண்ணப்பட்ட தேசத்தை முழுமையாகச் சொந்தமாக்கிக்கொள்ள தாவீது கீழ்ப்படிதலோடு முயற்சி செய்தான். இதைச் செய்யும்போது, அவன் தனது கைகளை இரத்தத்தினால் நிரப்பினான். பத்சேபாளின் விஷயத்தில் தாவீது தவறு செய்து, தன் குடும்பத்திற்குள்ளேயே அதிக கொந்தளிப்பை வரவழைப்பான் என்பதை தேவன் முன்னறிந்தார். அவன் வாழ்நாள் முழுவதும் நீடிக்கக் கூடிய பிரச்சினைகள் மற்றும் கொந்தளிப்புகளைக்

கொண்டிருந்தான். இவையெல்லாம் நடந்து கொண்டிருக்கையில், தேவனுடைய உன்னதமான பணியான அவருடைய பரிசுத்த ஆலயத்தின் கட்டுமானத்திற்கு தாவீது ஒருபோதும் சரியான தேவையான கவனத்தைக் கொடுக்க முடியவில்லை. ஒரு காலை ஆலய வேலைகளிலும், மறுகாலைப் போர்க்களத்திலும் வைக்க அவனால் முடியவில்லை. கர்த்தருடைய ஆலயம் சிறியதல்ல. அது மகிமையில் சிறந்து விளங்கியது! ஆகவே, ஆலயப் பணியில் தனது முழு இருதயத்தையும் ஆத்துமாவையும் செலுத்தவும், எல்லாவற்றிற்கும் மேலாக அதற்கு முன்னுரிமை அளிக்கவும் தேவனுக்கு ஒரு மனிதன் (ஒரு ராஜா) தேவைப்பட்டான். இதிலிருந்து நாம் கற்றுக்கொள்ள வேண்டியது நிறைய இருக்கிறது. எல்லாப் போர்களிலிருந்தும் ஓய்வில் இருக்கும் ஒரு ராஜா (சாலொமோன்) இந்த வேலையை நிறைவேற்றுவான் என்று கர்த்தர் வெளிப்படையாகச் சுட்டிக்காட்டுகிறார். **நாம் எதைச் செய்ய அழைக்கப்பட்டிருக்கிறோமோ அவை அனைத்தும் இளைப்பாறும்போது, கவனம் செலுத்திச் செய்யப்பட வேண்டும்!** இது நம் இருதயத்தில் பதிந்திருக்க வேண்டும்.

சீயோன் மலையில் தன் மகன் கர்த்தருடைய ஆலயத்தைக் கட்டப்போகிறான் என்று தாவீதிடம் சொல்லப்பட்டபோது, அவன் கோபப்படவில்லை. அவன் தேவனுடன் வாதாடவில்லை, அல்லது அவன் தனது தேவனை எதிர்த்துத் தான் நினைத்த திட்டத்தை முன்னெடுத்துச் செல்லவில்லை. மாறாக, முழு மனத்தாழ்மையுடன், தேவனுடைய தீர்மானத்தை ஏற்றுக்கொண்டு, மகிமையான ஆலயத்தைக் கட்டுவதற்குத் தேவையான சிறியதும் பெரியதுமான எல்லாவற்றையும் தயார் செய்வதில் தன் பங்கைச் செய்யத் தொடங்கினான். சீயோன் மலையில் பெட்டி வைக்கப்பட்டிருக்கும் என்பதை அறிந்திருந்ததால், அந்தப் பெட்டியை எருசலேமிலிருந்த கூடாரத்திலேயே வைத்திருந்தான். தாவீது இந்த கூடாரத்தில் கர்த்தருக்கு முன்பாக அதிக நேரம் செலவழித்து, லேவியருடன் சேர்ந்து அவரை வணங்கினான். அவன் கர்த்தரை ஆராதிப்பதில் மகிழ்ச்சி அடைந்தான், அதைத் தனது பல சங்கீதங்களில் வெளிப்படுத்துகிறான். அவன் பத்சேபாள் விஷயத்தில் தவறி, அவர்களுக்குப் பிறந்த பிள்ளை வியாதிப்பட்டபோது, அவன் முழு நேரத்தையும் அவர் சமூகத்தில், அவர் பாதத்தில் தேவனுடைய ஆலயத்தில் (தாவீதின் கூடாரத்தில்) கழித்தான். **அவனது நம்பிக்கை அவனைத் தேவனுக்கு நேராக வழிநடத்தியது, அவனை விடுவிக்க முடிந்த ஒரே ஒருவரிடமிருந்து அவன் விலகிச் செல்லவில்லை.**

அப்சலோம் இறந்த பிறகு, அதோனியா தன்னைத்தானே உயர்த்தும்வரை, தாவீது தனது வாழ்க்கையை ஆலய கட்டுமானத்தின் ஆயத்த வேலையில் கவனம் செலுத்தி வந்தான். அவன் செய்த எல்லா செயல்களும் நாளாகமம் முதலாம் புத்தகத்தின் பிற்பாதியில் விவரமாகக் குறிப்பிடப்பட்டுள்ளன. அவன் இஸ்ரவேலின் கருவூலங்களில் உள்ள அனைத்து செல்வங்களையும் வகைப்படுத்தி ஒழுங்கமைத்தது மட்டுமல்லாமல், தேவன் அவனை ஆசீர்வதித்து அவனுக்கென்று கொடுத்திருந்த செல்வத்திலிருந்து ஏராளமான தங்கம், வெள்ளி, வெண்கலம், இரும்பு, மரம் மற்றும் விலையுயர்ந்த கற்களை நன்கொடையாக வழங்கினான். கட்டப்படவிருந்த ஆலய பணிக்காக அவன் லேவிய ஆசாரியத்துவத்தை நான்கு குழுக்களாக (பிரதான ஆசாரியர்கள், ஆசாரியர்கள், பாடகர்கள், இசைக்கலைஞர்கள் மற்றும் வாயிற்காவலர்கள்) பிரித்து வரிசைப்படுத்தி அட்டவணைப்படுத்தினான். அவர்கள் அனைவரையும் முன்கூட்டியே பட்டியலிட்டான். இஸ்ரவேலின் இராணுவம் ஒவ்வொரு மாதமும் ஒரு தலைமையின் கீழ் சிறப்பாக ஒழுங்கமைக்கப்பட்டது. அவன் எருசலேமில் தனது ராஜ்யத்தின் அனைத்து அதிகாரிகளையும் கூடிவரச் செய்து, ஆலயத்தைக் கட்டுவதற்கும் எந்த இடையூறும் எதிர்ப்பும் இல்லாமல் அதை முடிப்பதற்கும், தனது மகன் சாலொமோனுக்கு அவர்கள் அளிக்கவேண்டிய ஆதரவையும் ஒத்துழைப்பையும் பற்றி விரிவாக அனைவருக்கும் அறிவுறுத்தினான்.

ஆலயத்தின் வடிவமைப்பு மற்றும் அதனுடன் தொடர்புடைய அனைத்தையும் சரியான அளவீடுகளுடன் கர்த்தர் ஆவியானவரின் மூலம் தாவீதுக்கு தெய்வீகமாக அறிவுறுத்தினார். ஆலயம் கட்டப்படும் இடமும் தாவீதுக்கு அவன் கட்டளையிட்ட மக்கள் தொகை கணக்கெடுப்பின் போது அவனே வரவழைத்துக் கொண்ட வாதையின் போது காட்டப்பட்டது. வாதை எருசலேமுக்குள் நுழைவதற்கு முன்பு, அரவுனாவின் (ஒர்னான்) களத்தில் பூமிக்கும் வானத்திற்கும் நடுவே நிற்கிற கர்த்தருடைய தூதன் உருவின பட்டயத்தைத் தன் கையில் பிடித்து, அதை எருசலேமின்மேல் நீட்டியிருக்கக் கண்டான். தாவீது ஒர்னானை நோக்கி, 'இந்தக் களத்தின் நிலத்திலே நான் கர்த்தருக்கு ஒரு பலிபீடத்தைக் கட்டும்படிக்கு எனக்கு அதைப் பெறும் விலைக்குக் கொடு' என்றான். ஒர்னான் தாவீதை நோக்கி, 'ராஜாவாகிய என் ஆண்டவன் அதை வாங்கிக்கொண்டு, தம்முடைய பார்வைக்கு நலமானபடி செய்வாராக; இதோ, சர்வாங்கதகனங்களுக்கு மாடுகளும், விறகுக்குப்

போரடிக்கிற உருளைகளும், போஜனபலிக்குக் கோதுமையும் ஆகிய யாவையும் கொடுக்கிறேன்' என்றான். அதற்குத் தாவீதுராஜா ஒர்னானை நோக்கி, 'அப்படியல்ல, நான் உன்னுடையதை இலவசமாய் வாங்கி, கர்த்தருக்குச் சர்வாங்க தகனத்தைப் பலியிடாமல், அதை பெறும் விலைக்கு வாங்குவேன்' என்று சொல்லி, தாவீது அந்த நிலத்திற்கு அறுநூறு சேக்கல் நிறைபொன்னை ஒர்னானுக்குக் கொடுத்து, அங்கேயே தேவனுக்குப் பலி செலுத்தினான்; பின்னர் வாதை நின்றது. அப்பொழுது இது தேவனுடைய ஆலயத்திற்கான இடம் என்று தாவீது அறிந்தான்.

தாவீது ஆலய கட்டுமான ஆயத்த பணிகளில் மிகவும் அர்ப்பணிப்புடன் இருந்தான், அவன் எதையும் மிச்சம் வைக்கவில்லை. சகல ஜனங்களுக்கு முன்பாகவும் திடன்கொண்டு அதைச் செய் என்று தன் குமாரனாகிய சாலொமோனுக்குக் கட்டளையிட்டு உற்சாகப்படுத்தினான். கடைசி வரை, சாலொமோன் தேவனுடைய ஆலயத்தின் வேலைக்குப் பின்தங்கிவிடாமலும், குறைவுபடாதபடிக்கும் தாவீது எல்லாவற்றையும் (இரும்பு ஆணிகள் உட்பட) ஆயத்தப்படுத்தி, அவற்றை உடனடியாக கிடைக்கச் செய்தான். இந்த மகத்தான ஆலயத்தைத் தன் கண்களால் காணத் தான் உயிருடன் இருக்க மாட்டேன் என்பதை நன்கு அறிந்திருந்தே அவன் இதையெல்லாம் செய்தான். அவன் தன் வீட்டுக்கு முன்பாக எழுப்பின கூடாரத்தில் கர்த்தரை ஆராதித்து மிகவும் திருப்தியடைந்தான். இருப்பினும் கடைசி நிமிடம் வரை, அவன் பிரதான ஆலயத்திற்கு எல்லாவற்றையும் தயார் செய்தான். நிச்சயமாகவே தாவீது கர்த்தருடைய வீட்டிலே நீடித்த நாட்களாய் நிலைத்திருந்தான். அவன் தேவனுடைய பிரசன்னத்துக்குள் சென்று, சர்வவல்லமையுள்ள தேவனுடன் அவருடைய மகிமையான பரலோக ஆலயத்தில் நித்திய நித்தியமாகத் தங்குவதற்கு முன்பாக நடந்த ஒரு சிறு பகுதி! இந்த அழகான சங்கீதத்தின் கடைசி வசனத்தில் தாவீது இந்த பகுதியையும் அர்த்தப்படுத்தினான் என்று நான் நம்புகிறேன்.

சங்கீதம் 23, "தேவனுடைய இருதயத்திற்கு ஏற்ற மனிதன்" என்ற சாராம்சத்தை இன்னும் வெளிப்படையாக வெளிப்படுத்துகிறது என்று நான் நம்புகிறேன். இந்த வெளிப்பாட்டை நாம் பற்றிக் கொண்டால், நாம் தேவனுடைய இருதயத்திற்கு ஏற்ற புருஷர்களாகவும், ஸ்திரிகளாகவும் இருக்க முடியும். நாம் அவருடைய இருதயத்திற்கு ஏற்றவர்களாக இருப்பது நிச்சயமாகத் தேவனைப் பிரியப்படுத்தும். ஏனென்றால் உலகம் இன்று இருப்பதை விட

நிச்சயமாக ஒரு சிறந்த இடமாக இருக்கும். அவருடைய சித்தத்தை நாம் கவனத்தில் கொண்டால், அவர் தமது திட்டங்களையும் நோக்கங்களையும் நம் மூலமாக மிக எளிதாகச் செயல்படுத்த முடியும். நமது சர்வவல்லமையுள்ள தேவனின் கிருபை, இரக்கம் மற்றும் நன்மையைப் பெற்று அவருடைய நாமத்திற்கு மகிமை சேர்ப்போமாக!

ஆசிரியர்

டாக்டர். ஷில்பா ஜெர்மைன் ஆல்ஃபிரெட்

தொழிலளவில், ஷில்பா ஒரு மருத்துவர். பெரு நிறுவனத்தில் வேலை மற்றும் நல்ல சம்பளத்தை விட வாழ்க்கையில் இன்னும் அதிகம் இருக்கிறது என்பதைத் தேவனுடைய நற்குணமும் இரக்கமும் அவர்களை உணர வைத்தது. புற்றுநோயியல் துறையில் (அதன் அனைத்து உணர்ச்சி துயரங்களையும் கண்ணராக் கண்டு) ஐந்து வருடங்கள் செலவழித்து, வாழ்க்கையின் சவால்களை எதிர்கொண்ட அவர், "தேவனுடைய வார்த்தையையே" தனது இறுதி ஆறுதலாகக் கண்டார். அவருக்கும், அவருடைய கணவர் மருத்துவர் ஆல்ஃபிரட் அவர்களுக்கும், இரண்டு அழகான தேவபக்தியுள்ள பிள்ளைகளைத் தேவன் கிருபையாக கொடுத்திருக்கிறார். கடந்த பதினைந்து ஆண்டுகளாகப் பரிசுத்த ஆவியானவரின் வழிகாட்டுதலின் கீழ் தேவனுடைய வார்த்தையைத் தீவிரமாக ஆராய்ந்தறியும் மாணவியாக இருந்து வருகிறார். மேலும் "சிறிய தொடக்கங்களின் நாளை ஒருபோதும் இகழக்கூடாது" என்று அவர் உறுதியாக நம்புகிறார்!

www.ingramcontent.com/pod-product-compliance
Lightning Source LLC
Chambersburg PA
CBHW051242130726
47988CB00001B/462